ഗ്രാമം ഗച്ഛാമി

INSIGHT PUBLICA®

Nadakkavu, Kozhikode, Kerala, 673011
www.insightpublica.com
e-mail: insightpublica@gmail.com
Title: **Gramam Gachami**
(Malayalam)
Author: **K Girish Chandran**
Cover Design: **Zainul Abid, Dzain**
Book Design: **Nujumudeen**
First Edition: February 2022

Printed and Published by
InsightinPublica Printers & Publishers Pvt. Ltd.
ISBN 978-93-90535-81-1

ഗ്രാമം ഗച്ഛാമി

നമുക്കു പാർക്കാം സ്മാർട്ട് ഗ്രാമങ്ങളിൽ

കെ. ഗിരീഷ് ചന്ദ്രൻ

INSIGHT PUBLICA®

സമർപ്പണം

ഞങ്ങളുടെ സ്നേഹനിധികളായ
മാതാപിതാക്കൾ
ശ്രീ ആഞ്ചേരി രാഘവൻ നായരുടെയും
കൊളാരക്കണ്ടി സുന്ദരി അമ്മയുടെയും
സ്മരണയ്ക്ക്

കെ. ഗിരീഷ്ചന്ദ്രൻ

കോഴിക്കോട് ജില്ലയിൽ കൊയിലാണ്ടി താലൂക്കിൽ പൊയിൽക്കാവ് സ്വദേശി. സ്കൂൾ വിദ്യാഭ്യാസം പൊയിൽക്കാവ് ഹൈസ്കൂൾ. ഗവ. ആർട്സ് & സയൻസ് കോളേജിൽ പ്രീഡിഗ്രി പഠനം. കോഴിക്കോട് സാമൂതിരി ഗുരുവായൂരപ്പൻ കോളേജിൽ നിന്നും രസതന്ത്രത്തിൽ ബിരുദം. കോഴിക്കോട് സർവകലാശാലയിൽ നിന്നും രാഷ്ട്രമീമാംസയിൽ ബിരുദാനന്തര ബിരുദം. ബാംഗ്ലൂർ സർവകലാശാലയിൽനിന്നും ബി.എഡ് പാസായി. സിക്കിം മണിപ്പാൽ സർവകലാശാലയിൽനിന്നും ബയോ ഇൻഫോമാറ്റിക്സിൽ ബിരുദാനന്തര ബിരുദം നേടി. കൂടാതെ ഹ്യൂമൻ റിസോഴ്സ് മാനേജ്മെന്റ് ഐച്ഛികമായി എം.ബി.എ ബിരുദം. കോസ്മോപോളിറ്റൻ യൂണിവേഴ്സിറ്റി (യു.എസ്.എ.) എഡ്യുക്കേഷൻ മാനേജ്മെന്റിൽ പി.എച്ച്.ഡി നൽകി.

ഏതാനും വർഷം സ്കൂളാധ്യാപകനായി ജോലി ചെയ്തു. 2000 മുതൽ ബഹ്റിനിൽ സ്ഥിരതാമസം. അവിടെ സ്വന്തമായി വിദ്യാഭ്യാസ സ്ഥാപനങ്ങൾ നടത്തിവരുന്നു. ഇന്ത്യയിലും മറ്റ് രാജ്യങ്ങളിലുമായി നിരവധി വിദ്യാഭ്യാസ സെമിനാറുകളിലും സമ്മേളനങ്ങളിലും പങ്കെടുത്തിട്ടുണ്ട്. അമേരിക്ക, ബ്രിട്ടൻ, ചൈന, റഷ്യ, ആഫ്രിക്ക, ഈജിപിത്, മലേഷ്യ, തായ്‌ലന്റ്, ഗൾഫ് രാജ്യങ്ങൾ മുതലായവ സന്ദർശിച്ചിട്ടുണ്ട്.

ആദ്യപുസ്തകം 'Swadesh.edu' 2018ൽ പ്രസിദ്ധീകരിച്ചു.

Family: Geethakumari (wife)
Nandana (daughter) Anand (son-in-law) Janaki (grand daughter)
All are @ Bahrain

ഉള്ളടക്കം

ആമുഖം 11
ഗ്രാമം ഗച്ഛാമി: ഒരു അവലോകനം 14
വിദ്യാഭ്യാസവും മനുഷ്യവിമോചനവും 18
പൊൻകതിരൊളി തേടി 25

ദൈവത്തിന് സഹികെട്ടു 33
എന്താണ് വിദ്യാഭ്യാസം? 55
ഭയം, യുദ്ധം, വിദ്യാഭ്യാസം 79
കൊവിഡ്–19 പഠിപ്പിക്കുന്നത് 104

Bibliography 126
പിൻകുറിപ്പ് 127

ആമുഖം

കെ. ഗിരീഷ്ചന്ദ്രൻ

ഇന്ന് ലോകമാകെ പ്രചാരത്തിലുള്ള ആധുനിക വിദ്യാഭ്യാസ സമ്പ്രദായം എന്ന പാശ്ചാത്യ വിദ്യാഭ്യാസ ക്രമങ്ങളും അതിന്റെ ഉല്പന്നങ്ങളായ സാമൂഹികക്രമങ്ങളും മനുഷ്യസമൂഹത്തിനും പ്രകൃതിക്കും നല്കിയിട്ടുള്ള സംഭാവനകൾ ജീവിതത്തെ സന്തോഷപ്രദമാക്കുന്നതിൽ വിജയിച്ചോ എന്നും ആധുനിക ശാസ്ത്രമടക്കം നൽകിയ ലോകക്രമങ്ങൾ ഭാരതം ഉൾപ്പെടെയുള്ള രാജ്യങ്ങളിൽ നിലവിലുണ്ടായിരുന്ന പ്രാചീന വിദ്യാഭ്യാസക്രമങ്ങളെക്കാൾ എത്രത്തോളം മികച്ചതാണെന്നും ഉള്ള ഒരു വിലയിരുത്തലിനാണ് ഇവിടെ ശ്രമിക്കുന്നത്.

2018ൽ 'swedesi.edu' എന്ന പേരിൽ ഞാൻ ഒരു പുസ്തകം തയ്യാറാക്കി 'Insight publica'യിലൂടെ പ്രസിദ്ധീകരിച്ചിരുന്നു. 'Globalization of Indian Education, Not Westernisation of Indian Education' എന്ന വിഷയത്തെ ആസ്പദമാക്കിയായിരുന്നു ആ പുസ്തകം എഴുതിയത്. അത് ഇംഗ്ലീഷിലായിരുന്നു പ്രസിദ്ധീകരിച്ചത്. ആ പുസ്തകത്തിൽ പ്രാചീന ഭാരതീയ വിദ്യാഭ്യാസം, ഇംഗ്ലണ്ടിൽ വിദ്യാഭ്യാസത്തിന്റെ തുടക്കം, ഇന്ത്യയിൽ ഇംഗ്ലീഷ് വിദ്യാഭ്യാസത്തിന്റെ തുടക്കം, നിലവിലുള്ള ഇന്ത്യൻ വിദ്യാഭ്യാസവും പ്രാചീന വിദ്യാഭ്യാസവുമായുള്ള താരതമ്യം, ആധുനിക കാലഘട്ടത്തിന് അനുയോജ്യമായ ഒരു ഭാരതീയ വിദ്യാഭ്യാസ ക്രമം എങ്ങനെ രൂപപ്പെടുത്താം എന്നിങ്ങനെയുള്ള കാര്യ

ങ്ങളാണ് രേഖപ്പെടുത്തിയിട്ടുള്ളത്. അതിന്റെ ഒരു തുടർചിന്തയായാണ് ഈ പുസ്തകം ഇപ്പോൾ പ്രസിദ്ധീകരിക്കുന്നത്. ആധുനിക ശാസ്ത്രം പകച്ചുനിൽക്കുന്ന 'കൊറോണ' കാലഘട്ടത്തിലാണ് ഇതെഴുതുന്നത്. വിദ്യാഭ്യാസരംഗം മുതൽ എല്ലാ മേഖലകളിലും ഒരു പുനർവിചിന്തനത്തിന്റെ ആവശ്യകത ഈ കാലഘട്ടം നമ്മെ ബോധ്യപ്പെടുത്തുന്നു.

നമ്മുടെ പ്രാചീന വിദ്യാഭ്യാസക്രമത്തെ മാറ്റി പാശ്ചാത്യവിദ്യാഭ്യാസക്രമം നടപ്പിലാക്കിയത് എങ്ങനെയെന്നും അതിന്റെ ഉദ്ദേശ്യലക്ഷ്യങ്ങളും നാം വിലയിരുത്തേണ്ടതുണ്ട്. പ്രാചീനഭാരതത്തിന്റെ നേട്ടങ്ങളും ആധുനികകാല നേട്ടങ്ങളും ഏതാണ് മനുഷ്യന് സന്തോഷകരമായ ജീവിതം പ്രദാനം ചെയ്തത് എന്ന് പരിശോധിക്കേണ്ടതുണ്ട്. ആധുനിക വിദ്യാഭ്യാസക്രമം നമ്മളിൽ അഹംബോധമാണോ അതോ അഹങ്കാരമാണോ പഠിപ്പിച്ചത്? സത്യസന്ധമായി വിലയിരുത്തിയാൽ ഈ ആധുനികത നമ്മളിൽ ഉണ്ടാക്കിയിട്ടുള്ളത് തികഞ്ഞ അഹങ്കാരമാണ്.

'ആധുനികശാസ്ത്രം' എന്ന അഹങ്കാരം ഒട്ടേറെ പതിറ്റാണ്ടുകളായി പ്രകൃതിയെ വെല്ലുവിളിച്ചുകൊണ്ടിരിക്കയാണ്. ധർമബോധമില്ലാതെയുള്ള പ്രയോഗങ്ങൾ മാത്രമല്ല ലോകത്തിലെ എല്ലാ പ്രതിഭാസങ്ങൾക്കും ഉള്ള പ്രതിവിധിയും നിയന്ത്രണങ്ങളും ഞങ്ങൾ മാത്രമാണെന്നുള്ള അഹങ്കാരവും പ്രകൃതിയിലെ തങ്ങൾക്കിഷ്ടമല്ലാത്ത ഓരോ ഉരുവങ്ങളെയും ശത്രുക്കളായി കരുതി യുദ്ധം പ്രഖ്യാപിക്കുന്ന രീതിയും നാം പ്രകൃതിയോട് പ്രയോഗിച്ചുകൊണ്ടിരിക്കുന്നു.

ചെറുതും വലുതുമായ ശിക്ഷകൾ പ്രകൃതി മനുഷ്യന് നൽകിയിട്ടും മനുഷ്യന്റെ അഹങ്കാരത്തിന് ഒട്ടും കുറവു വന്നില്ല എന്നുമാത്രമല്ല, അത് ദിനംപ്രതി വർദ്ധിച്ചുകൊണ്ടേയിരിക്കുകയുമാണ്. പ്രകൃതിയിലെ എല്ലാ വിഭവങ്ങളും മനുഷ്യനുവേണ്ടി മാത്രമാണെന്നുള്ള ധാരണയും പ്രകൃതിയുടെ പഴഞ്ചൻ രീതികളെ ഞങ്ങൾ ആധുനികമാക്കിത്തീർക്കുമെന്നുമുള്ള ആധുനിക മനുഷ്യസമൂഹത്തിന്റെ (നമ്മുടെ) അഹങ്കാരത്തിന് പ്രകൃതി നൽകിയ ഭീകരമായ ശിക്ഷ അനുഭവിച്ചുകൊണ്ടിരിക്കുകയും ചെയ്യുമ്പോൾ ഉണ്ടായ ചോദനകളും അതിൽനിന്നും ഉയർന്ന ചില ചോദ്യങ്ങളും ആശങ്കകളും ഇവിടെ പങ്കുവെയ്ക്കുന്നു. ചില ചോദ്യങ്ങൾക്ക് എനിക്ക് ശരിയെന്ന് തോന്നിയ ഉത്തരങ്ങളും ചിലത് ചോദ്യങ്ങളായും തന്നെ വിട്ടിരിക്കുന്നു. ഒപ്പം ചില വസ്തുതകൾ കണ്ടെത്താനും അതിൽ നിന്നും ചില ചോദ്യങ്ങളും ഉത്തരങ്ങളും കണ്ടെത്താനായുള്ള ചില കാര്യങ്ങളും ഉണ്ട്. നാം തുടർന്നു കൊണ്ടിരിക്കുന്ന 'ഇന്ത്യൻ നിർമ്മിത വിദേശവിദ്യാഭ്യാസ' ക്രമവും (പാശ്ചാത്യ രീതി) പ്രാചീന ഭാ

രതത്തിൽ ഉണ്ടായിരുന്ന 'ഇന്ത്യൻ നിർമ്മിത ഇന്ത്യൻ വിദ്യാഭ്യാസരീതി' (പൗരസ്ത്യ/ഭാരതീയ)യും തമ്മിലുള്ള ഒരു താരതമ്യവും അത് വ്യത്യസ്ത സന്ദർഭങ്ങളിലും വ്യത്യസ്ത മേഖലകളിലും എന്തെല്ലാം നേട്ടങ്ങളും കോട്ടങ്ങളും നൽകി എന്നുമുള്ള വിലയിരുത്തലാണ് ഇവിടെ നടത്താൻ ശ്രമിക്കുന്നത്. അതുകൊണ്ടു തന്നെ ഈ വിഷയത്തിന്റെ ആവർത്തനം വിവിധ സന്ദർഭങ്ങളിൽ ഉണ്ട്. ഒരു പ്രത്യേക ആഖ്യാന രീതിയില്ലാതെയാണ് ഇത് രചിച്ചിരിക്കുന്നത്. അറിഞ്ഞതിൽ നിന്നുള്ള മോചനത്തിന് ശ്രമിക്കുന്നവർക്കായി ഈ ചിതറിയ ചിന്ത സമർപ്പിക്കുന്നു.

'കൊറോണ' വൈറസ് എന്ന കൊച്ചുഭീകരതയുടെ തടവിലാണ് നാം എല്ലാവരും. ലോകത്തിലെ എല്ലാറ്റിനെയും തങ്ങളുടെ അധീനതയിലാക്കി എന്നഹങ്കരിച്ച് അന്യഗ്രഹങ്ങൾ ഉൾപ്പെടെ കൈയേറി വന്ന 'ആധുനിക മനുഷ്യൻ' എന്ന ഭീകരവർഗത്തെ കൊറോണ എന്ന അദൃശ്യനായ കൊച്ചുഭീകരൻ എത്ര എളുപ്പം തടവിലാക്കി? വിമാനങ്ങൾ, യുദ്ധോപകരണങ്ങൾ ബോംബുകൾ, വാഹനങ്ങൾ, കീടനാശിനികൾ എല്ലാം എല്ലാം ഈ സൂക്ഷ്മാണുവർഗം കീഴടക്കി. പ്രകൃതിയിലെ മറ്റു ജീവജാലങ്ങൾ, പക്ഷിമൃഗാദികൾ എന്നു വേണ്ട നാം തടവിലാക്കിയവർ സ്വതന്ത്രരായി നടക്കുന്നു. സ്വാതന്ത്ര്യത്തിലെ അസ്വാതന്ത്ര്യം നാം അനുഭവിക്കുന്നു.

ഇനിയെങ്കിലും നമുക്ക് ഈ മൃഗങ്ങളെപ്പോലെ മാന്യമായി ജീവിച്ചു കൂടെ...

ഗ്രാമം ഗച്ഛാമി:
ഒരു അവലോകനം

ശ്രീമദ് ചിദാനന്ദപുരി സ്വാമികൾ

ശ്രീ ഗിരീഷ് ചന്ദ്രൻജിയുടെ പുതിയ പുസ്തകം 'ഗ്രാമം ഗച്ഛാമി' വായിച്ചുനോക്കി ഒരാസ്വാദനം എഴുതാൻ വേണ്ടി തന്നിട്ട് ഏതാനും മാസങ്ങളായി. ബഹുവിധ തിരക്കുകളാലും ഗ്രന്ഥപാരായണത്തിലും എഴുത്തിലും സ്വതേ ഉള്ള പ്രമാദാലസ്യങ്ങളും വായിക്കാൻ ഏറെ വൈകി. പലപ്പോഴും എടുത്തെങ്കിലും എന്തെങ്കിലും കൃത്യാന്തരങ്ങൾ വന്നുപെട്ടുകൊണ്ടിരുന്നു. എന്നാൽ ഇനിയും വൈകിക്കൂടാ എന്ന ചിന്ത കലശലായപ്പോൾ പുസ്തകം കൈയിലെടുത്തു. ആമുഖത്തിന്റെ ഒടുവിലത്തെ വാക്യത്തിൽ വലിയ ഒരു ചോദ്യം ഹൃദയത്തെ വല്ലാതെ സ്പർശിച്ചു. അനിഷേധ്യമായ ഒരാകർഷണബലം ആ വാക്യവും തദ്വാരാ ഈ ഗ്രന്ഥവും എന്നിൽ ചെലുത്തി. അതു ശ്രദ്ധാപൂർവകമായ വായനയിലേക്കു നയിച്ചു. ആ ചോദ്യമിതാണ്: 'ഇനിയെങ്കിലും നമുക്ക് ഈ മൃഗങ്ങളെപ്പോലെ മാന്യമായി ജീവിച്ചു കൂടേ?'

അനേകോപശീർഷങ്ങളോടുകൂടിയ നാലു ശീർഷകങ്ങളിൽ വിഭജിക്കപ്പെട്ടതാണ് ഇതിലെ ലേഖനങ്ങൾ. ദൈവത്തിന് സഹികെട്ടു, എന്താണ് വിദ്യാഭ്യാസം, ഭയം – യുദ്ധം – വിദ്യാഭ്യാസം, കോവിഡ് 19 പഠിപ്പിക്കുന്നത് എന്നിവയാണ് നാലു ശീർഷകങ്ങൾ. ഇവയുടെയെല്ലാം

അടിസ്ഥാന ചിന്താധാര ധർമത്തിന്റേതാണ്. ധർമമാകുന്ന അടിത്തറയിൽ നിലനിന്ന ഭാരതീയ വിദ്യാപദ്ധതി എത്രമാത്രം സമഗ്രവും മനുഷ്യനിർമാണാത്മകവുമായിരുന്നു എന്നതും ഇന്ന് മാത്സര്യത്തെയും ഭയത്തെയും വികലവീക്ഷണങ്ങളെയും പ്രദാനം ചെയ്യുന്ന പദ്ധതികൾ നമ്മെ എത്രമാത്രം ധർമത്തിൽ നിന്നകറ്റുന്നുവെന്നതും യുക്തിയുക്തം അവതരിപ്പിക്കുന്നതിൽ സാർഥകമായ പരിശ്രമമാണ് ഇവിടെ ചെയ്യപ്പെട്ടിട്ടുള്ളത്. ഗ്രാമീണ മനസ്സിന്റെയും ജീവിതക്രമത്തിന്റെയും മഹിമയും നൈർമല്യവും ഇന്നത്തെ 'സ്മാർട്ട്' എന്നു പറയപ്പെടുന്ന സിറ്റിയുടെ രോഗങ്ങളും ഹൃദയസ്പർശിയായിത്തന്നെ അവതരിപ്പിച്ചിട്ടുണ്ട്.

കാണപ്പെടുന്ന ദൃശ്യപ്രപഞ്ചത്തെയും കാണുന്ന ദ്രഷ്ടാവിനെയും സംബന്ധിക്കുന്ന അറിവുകൾ ചേർന്നാലേ ശരിയായ അറിവാകൂ എന്ന ഭാരതീയ വീക്ഷണത്തെ അവതരിപ്പിച്ചിരിക്കുന്ന ഗ്രന്ഥകാരൻ, നവീന വിദ്യാപദ്ധതികൾ കേവലം ദൃശ്യത്തിൽ ഒതുക്കി ദ്രഷ്ടാവിൽ നിന്നകറ്റുന്ന വൈപരീത്യങ്ങളെ വ്യക്തമായിത്തന്നെ നമ്മുടെ മുമ്പിൽ വരച്ചുകാണിക്കുന്നു. സമഗ്രമാനവ സൃഷ്ടിക്കുതകിയിരുന്ന ഭാരതീയ വിദ്യാഭ്യാസ വ്യവസ്ഥയെ സമൂലം പരിവർത്തനപ്പെടുത്തി എങ്ങനെ ബ്രിട്ടീഷുകാർ വികലമാക്കിത്തീർത്തു എന്നതും തുടർന്ന് ഇക്കാലമത്രയും മനുഷ്യനിർമാണപരമല്ലാത്ത വിദ്യാപദ്ധതി സ്വത്വത്തെ നശിപ്പിച്ച് മറ്റാരൊക്കെയോ നിശ്ചയിച്ചതിനും ക്രമീകരിച്ചതിനുമനുസരിച്ചു പ്രവർത്തിക്കുന്ന യന്ത്രമനുഷ്യനെപ്പോലുള്ള വിപണനോത്പന്നങ്ങളെ സൃഷ്ടിച്ചുകൊണ്ടിരിക്കുന്നുവെന്നതും വിസ്തൃതമായി ഗ്രന്ഥകാരൻ ആവിഷ്കരിച്ചിരിക്കുന്നു.

ആഴ്ന്നും പരന്നും വേരോടി പടർന്നു പന്തലിച്ചു വളരേണ്ട വൃക്ഷങ്ങളെ തളർത്തി മുരടിപ്പിച്ചു ചട്ടിയിലൊതുക്കി കാഴ്ച്ച വസ്തുവായി വീടുകളിൽ വെയ്ക്കുന്നതുപോലെ സ്വന്തമായ കഴിവുകൾ വളർത്തി സ്വത്വത്തിൽ വേരോടിപ്പടർന്ന് വികസിതമാക്കേണ്ട വ്യക്തിത്വങ്ങളെ കരിക്കുലത്തിന്റെയും ജഡപ്രശ്നങ്ങളുടെയുമൊക്കെ മാധ്യമങ്ങളിലൂടെ എങ്ങനെ നവീനവിദ്യാഭ്യാസ രീതി നശിപ്പിച്ചൊതുക്കുന്നു എന്നത് വളരെ വിശദമായി നമ്മുടെ മുമ്പിൽ ഈ ഗ്രന്ഥത്തിലൂടെ അനാവൃതമാക്കുന്നുണ്ട്. മറ്റുള്ളവർ നൽകുന്ന സാക്ഷ്യപത്രത്തിന്റെ അടിസ്ഥാനത്തിൽ മാത്രം യോഗ്യത അംഗീകരിക്കപ്പെടുന്ന ഇന്നത്തെ പദ്ധതിയിൽ വൈദ്യശാസ്ത്രത്തിന്റെ മർമദർശിയായ പാരമ്പര്യവൈദ്യനും ചികിത്സകനാവാൻ ആവാത്ത, ഗാനഗന്ധർവനും സംഗീതാധ്യാപകനാവാൻ കഴിയാത്ത വ്യവസ്ഥയിലെ വൈപരീത്യത്തെക്കുറിച്ച് നാം ചി

ന്തിക്കുക. തന്നിൽ നിഹിതമായ കഴിവിന്റെ ആവിഷ്കാരമായി വിദ്യാഭ്യാസത്തെ അംഗീകരിച്ചിരുന്ന, പാരമ്പര്യക്രമത്തിലൂടെ അനുഭവ സമ്പത്ത് തലമുറകളിൽ നിന്നു തലമുറകളിലേക്കു കൈമാറിയിരുന്ന വ്യവസ്ഥയുടെ സൃഷ്ടിയായി ഉണ്ടായതും സൂക്ഷ്മഭാവയുക്തങ്ങളും ജീവൻ തുടിക്കുന്നവയും അംബരചുംബികളായ ഗോപുരങ്ങളുടെ മുന്നിൽ സർട്ടിഫിക്കറ്റിന്റെ അടിസ്ഥാനത്തിൽ മികച്ചവർ നിർമിക്കുന്ന കെട്ടിടങ്ങളുടെയും പാലങ്ങളുടെയും തകർന്നു വീഴുന്ന ചിത്രം നാം അനുഭവിക്കുന്നു. ഉപഭോഗ ഭ്രാന്തിന്റെ പിടിയിലമർന്ന സമൂഹമനസ്സിനെ സൃഷ്ടിച്ച പദ്ധതിയുടെ ദോഷത്തെ അംഗീകരിച്ച് നമുക്ക് തിരിച്ചു പോകേണ്ടിയിരിക്കുന്നു; സ്വത്വത്തിലേക്ക്, ഭൗതികമെന്നോ ആധ്യാത്മികമെന്നോ ഉള്ള തരംതിരിവിന്റെ ആവശ്യമില്ലാതെ സമഗ്രദർശനത്തിലേക്ക്. മനുഷ്യനിർമാണപരമായ സമഗ്രവീക്ഷണമുൾക്കൊള്ളുന്ന ഗ്രാമീണ മനസ്സിനെ നമുക്കു പുനരാവാഹിക്കാനാവണം. എല്ലാ തൊഴിലും ശ്രേഷ്ഠമാണെന്നും തൊഴിലിനെ സംബന്ധിച്ച നമ്മുടെ ഭാവനയാണ് ശ്രേഷ്ഠതയെ നൽകുന്നതെന്നുമുള്ള വീക്ഷണം സമൂഹത്തിന് നൽകാൻ നമുക്കാവണം. ആരോ നിശ്ചയിക്കുന്ന ചോദ്യത്തിന് അവർ നിശ്ചയിക്കുന്ന ഉത്തരം കണ്ടെത്താൻ വിധിക്കപ്പെടുന്ന വ്യക്തിയിലെ വിദ്യാർഥി നശിച്ചുപോകുന്ന സ്ഥിതിയിൽ പരിവർത്തനമുണ്ടാവണം. മനുഷ്യസമൂഹത്തിന്റെ ജീവിതത്തെ ആയാസരഹിതമാക്കാൻ അംഗീകരിക്കേണ്ടുന്ന യന്ത്രവത്കരണം സമൂഹത്തിന്റെ യന്ത്രവത്കരണം എന്ന മഹാവിപത്തിലേക്കു നീങ്ങിയതിലുണ്ടായ ദുഷ്പരിണാമങ്ങൾ നാം ബോധിക്കണം, പോരാ, തിരുത്തണം. അങ്ങനെ വ്യക്തിയും സമാജവും, വ്യക്തിയുടെ ജീവിത ലക്ഷ്യവും മാർഗവും തമ്മിലെല്ലാം സന്തുലിതമായ പൂരകഭാവം നമുക്കു കൊണ്ടുവരാനാവണം. ഇങ്ങനെയുള്ള ഭാരതത്തെ ഭാരതമാക്കാനും, ലോകത്തിൽ ഭാരതത്തിനു നിർവഹിക്കാനുള്ള ദൗത്യനിർവഹണത്തിന് ശക്തി സമാർജിക്കുന്നതിനും വേണ്ടുന്നതായ ചിന്തകളെ സാകല്യത്തോടെ അവതരിപ്പിച്ചിരിക്കുന്നു എന്നതാണ് ശ്രീ. ഗിരീഷ്ചന്ദ്രന്റെ ഈ പുസ്തകത്തിന്റെ മഹിമ. ഓരോ വരിയിലും വാചകത്തിലും നാം ഒരു ഹൃദയസ്പർശം കാണുന്നു; മാനവഹൃദയ സ്പർശം. അതാണല്ലോ ഇന്നത്തെ ഉപഭോഗ ഭ്രാന്തിന്റെ മായാലോകത്തിൽ നമുക്ക് നഷ്ടമാകുന്നത്! ഗ്രാമത്തെ പുനർനിർമിക്കാനും ഗ്രാമീണതയെ പുനരാനയിക്കാനും നൽകുന്ന ആഹ്വാനം ഹൃദയസ്പർശിയാണ്. അത് സ്വാനുഭവത്തിന്റെ ബലത്തിലാവുമ്പോൾ ജീവനുള്ളതുമാണ്. അതാണ് ഈ ഗ്രന്ഥത്തിന്റെ പേര്: 'ഗ്രാമം ഗച്ഛാമി'. സ്മാർട്ട്

സിറ്റികളെന്ന ദുരന്തം ഇനി വേണ്ട, സ്മാർട്ട് വില്ലേജുകളുടെ നൈർമ ല്യം വ്യാപിക്കട്ടെയെന്നുള്ള മഹാസന്ദേശത്തെ, വർണനകൾക്കുള്ളിലെ ഹൃദയത്തെ തിരിച്ചറിഞ്ഞ് സ്വീകരിക്കാൻ ഇന്നത്തെ ലോകത്തിന് സാ ധിച്ചുവെങ്കിൽ, ധന്യം, ധന്യം എന്നുമാത്രം പറയാം.

ആശുപത്രികളുടെ എണ്ണവും കെട്ടും മട്ടും ആരോഗ്യസ്ഥിതിയുടെ മാനമായി ധരിക്കപ്പെടുന്ന വികല സ്ഥിതിയിൽ നിന്ന്, ഭയമാത്സര്യയു ദ്ധങ്ങളുടെ വർത്തമാന വ്യക്തി - സമൂഹസ്ഥിതിയിൽ നിന്ന് 'ഡിസ്പോ സിബിൾ' സംസ്കാരം ഉണ്ടാക്കുന്ന സമൂഹ രോഗങ്ങളിൽ നിന്ന് രക്ഷ പ്രാപിച്ച് എല്ലാ അർഥത്തിലും ഭാവത്തിലും സമ്പന്നരാവാനുള്ള, വിജയി ആവാനുള്ള ആർഷമന്ത്രങ്ങളിലേക്ക് നമ്മെ നയിക്കുന്ന ഈ സദ്വി ചാരങ്ങൾ തീർച്ചയായും വിചാരശേഷി ശേഷിച്ച നമ്മുടെ സമാജത്തി ന്റെ മുന്നിലേക്ക് അവതരിപ്പിക്കപ്പെടണം. ഇതു ശ്രേഷ്ഠമായ ഒരു പരി ശ്രമമാണ്. നമ്മുടെ സമൂഹത്തിന് ഈ ഗ്രന്ഥം വെളിച്ചം വീശും, തീർച്ച. എല്ലാ ശുഭാശംസകളും.

വിദ്യാഭ്യാസവും മനുഷ്യവിമോചനവും

എം.എ ബേബി

മനുഷ്യനെയും ലോകത്തിന്റെ ഭാവിയേയും സമഗ്രവും സമ്പൂർണവുമായി ബാധിക്കുന്ന കാര്യമാണ് വിദ്യാഭ്യാസം. അപ്പോൾ സാമ്പത്തിക സാമൂഹിക അടിത്തറ, ഉല്പാദന ബന്ധങ്ങൾ, ഉല്പാദന ശക്തികൾ എന്നിവയൊക്കെയോ? ശരിയാണ് അതൊക്കെ മർമ്മ പ്രധാനം തന്നെ. ഏതു വ്യവസ്ഥയും അതായി നിലനില്ക്കുന്നതിലും വളരുന്നതിലും വിദ്യാഭ്യാസ മികവും വ്യാപനവും വളരെ വളരെ അടിസ്ഥാനപരമായ പങ്കു വഹിക്കുന്നുണ്ട്. നീതിരഹിതമായ സമൂഹത്തെ കാത്തുസൂക്ഷിക്കുന്നതിന് ആധിപത്യശക്തികൾ എന്നും വിദ്യാഭ്യാസത്തെ ബോധപൂർവം ഉപയോഗിച്ചുപോന്നിട്ടുണ്ട്. മെക്കാളെ പ്രഭുവിന്റെ പദ്ധതി തന്നെ കുപ്രസിദ്ധമായ ഉദാഹരണം. എന്നാൽ അതിനുദ്ദേശിക്കപ്പെട്ട വിദ്യാഭ്യാസത്തിൽ നിന്നുതന്നെ വളർന്നു രൂപപ്പെടുന്ന പുതിയ ചോദ്യങ്ങളും ചിന്തകളും നീതിപൂർവകമായ സമൂഹത്തെപ്പറ്റിയുള്ള ആശയങ്ങളും സ്വപ്നങ്ങളും സമൂഹത്തിൽ ക്രമേണ ഒളിഞ്ഞും തെളിഞ്ഞും പ്രസരിപ്പിക്കുന്നതിന് ഇടയാക്കുമെന്ന് ചരിത്രം. ആധുനിക വ്യവസായശാലകളിൽ പണിയെടുക്കാൻ അണിനിരത്തപ്പെടുന്ന തൊഴിലാളികളെ ഫാക്ടറിയിൽ വിളിച്ചുകൂട്ടി ജോലി എടുപ്പിക്കുന്നതിലൂടെ അവരെ സംഘടിപ്പിക്കുന്നതിന്റെ ആദ്യ അബോധ ചുമതല വ്യവസായി തന്നെ

യാണ് പരോക്ഷമായി നിർവഹിക്കുന്നത് എന്നതുപോലെ. ഒരോ തലമുറയും നിലവിലുള്ള വിദ്യാഭ്യാസത്തിന്റെ ഗുണദോഷങ്ങൾ ചർച്ച ചെയ്ത് അതിൽ വരുത്തേണ്ട മാറ്റങ്ങളെപ്പറ്റി വ്യക്തത വരുത്തേണ്ടത് എത്രമാത്രം പ്രധാനമാണ് എന്ന് പതുക്കെപ്പതുക്കെ നാം മനസിലാക്കി വരികയാണ്. വിദ്യാഭ്യാസ ചിന്തയുടെ മേഖലയിൽ മറ്റെല്ലായിടങ്ങളിലുമെന്ന പോലെ വലിയ ആശയസമരം നടക്കുന്നുണ്ട്. അവിടെ മുഖ്യമായും മൂന്നു ചിന്താഗതികളാണ് പ്രബലമായത്.

1. പാശ്ചാത്യവിദ്യാഭ്യാസ ദർശനമോ പൗരസ്ത്യവിദ്യാഭ്യാസ ദർശനമോ മുറുകെപ്പിടിക്കുന്ന വരേണ്യ മൂല്യങ്ങൾക്ക് ആധിപത്യമുണ്ടാവണമെന്ന പ്രത്യക്ഷമായോ പരോക്ഷമായോ വാദിക്കുന്ന 'വിദ്യാഭ്യാസ ഉപകരണവാദികൾ'.
2. വ്യത്യസ്ത തൊഴിലുകൾ നിർവഹിക്കുവാൻ ഏതെല്ലാം തരം പരിശീലനമാണ് നൽകേണ്ടതെന്ന് കണക്കുകൂട്ടി അതിനനുയോജ്യമായ വിധത്തിൽ മനുഷ്യ 'വിഭവശേഷി'യെ പരിശീലിപ്പിച്ച് ഉല്പാദന പ്രവർത്തനങ്ങൾക്ക് ലഭ്യമാക്കുകയാണ് വിദ്യാഭ്യാസ ലക്ഷ്യം എന്ന് വാദിക്കുന്ന 'വിഭവപരിശീലന വാദികൾ'.
3. ഓരോരുത്തരിലുമുള്ള കഴിവുകളും അഭിരുചികളും കണ്ടെത്തി വികസിപ്പിച്ച്, തന്നെ സ്വയം ആവിഷ്കരിക്കാൻ സഹായിക്കുകയും തനിക്കും സമൂഹത്തിനും ആവശ്യമുള്ള തൊഴിലുകൾ ചെയ്യാനുള്ള ശേഷികൾ വികസിപ്പിച്ചെടുക്കുകയും ചെയ്തുകൊണ്ട് തന്നെയും അപരനേയും സമൂഹത്തേയും പരിഗണിക്കുന്ന പ്രകൃതിയുമായി പാരസ്പര്യത്തോടെ നൽകിയും സ്വീകരിച്ചും ജീവിക്കുന്ന നവമൂല്യങ്ങളുള്ള സാമൂഹ്യമനുഷ്യനെ വളർത്തിയെടുക്കാൻ സഹായിക്കുന്ന 'വിമോചനത്തിന്റെ വിദ്യാഭ്യാസമെന്ന' സങ്കല്പം അവതരിപ്പിക്കുന്നവർ.

'ഉല്പാദന വളർച്ച' 'സാമ്പത്തിക അഭിവൃദ്ധി' 'മൊത്തം ആഭ്യന്തര ഉല്പാദനം' 'പ്രതിശീർഷവരുമാനം' തുടങ്ങി ഒട്ടേറെ പദാവലികൾ തലങ്ങും വിലങ്ങും ഉപയോഗിക്കുന്നതുപോലെ വിദ്യാഭ്യാസ വളർച്ച സംബന്ധിച്ചും ഒട്ടേറെ അളവുകോലുകൾ പ്രചാരത്തിലുണ്ട്. സാമ്പത്തിക വളർച്ചയെപ്പറ്റി വീമ്പിളക്കുന്ന രാജ്യങ്ങളിലും പട്ടിണിമരണങ്ങളും ജീവിതം അസാധ്യവും അസഹ്യവുമായതുകൊണ്ടുള്ള ആത്മഹത്യകളും കുറ്റകൃത്യങ്ങളും മറ്റും പെരുകുന്നത് നാം അറിയുന്നു. അതുപോലെ വിദ്യാഭ്യാസ വളർച്ചയുടെ വമ്പൻ സൂചകങ്ങൾക്കൊപ്പം നിരക്ഷരത വളരുന്നതും ബിരുദധാരികൾക്ക് തൊഴിൽ കിട്ടാത്തതും തൊഴിലെടുക്കാൻ

കഴിവുള്ള ബിരുദധാരികളെ കിട്ടാത്തതും നേടിയ വിദ്യാഭ്യാസവും ലഭിച്ച തൊഴിലും തമ്മിൽ ബന്ധമില്ലാത്തതും മറ്റും മറ്റും നാം മനസിലാക്കുന്നു. ചുരുക്കത്തിൽ വളരെ സങ്കീർണമാണ് വർത്തമാനലോകം. വിദ്യാഭ്യാസരംഗവും നമ്മുടെ സമൂഹവും നേരിടുന്ന ഗുരുതരമായ ഇത്തരം പ്രശ്നങ്ങളെക്കുറിച്ചുള്ള ഉള്ളുതുറന്ന ഒരു സംവാദമാണ് എന്റെ സുഹൃത്ത് ഡോക്ടർ: ഗിരീഷ്ചന്ദ്രൻ രചിച്ച ഈ പഠനഗ്രന്ഥം. ഇതിൽ ഞാൻ പൂർണമായി യോജിക്കുന്ന സുപ്രധാന ആശയങ്ങളുണ്ട്. അതേസമയം വിയോജിക്കുന്ന വീക്ഷണങ്ങളുമുണ്ട്. ഏറ്റവും മുഖ്യമായ വസ്തുത നാം ഗൗരവമായി ചർച്ച ചെയ്യേണ്ടതാണ് ഇതിലെ ഉള്ളടക്കമെന്നതാണ്.

വിദ്യാഭ്യാസത്തിന്റെ ഉദ്ദേശ്യലക്ഷ്യങ്ങളെപ്പറ്റി ഒട്ടേറെ പഠനഗവേഷണങ്ങൾ നടന്നിട്ടുണ്ടെന്ന് നമുക്കറിയാം. ജ്ഞാനം പകർന്നേകൽ അതിന്റെ അടിസ്ഥാനപരമായ ഒരു ലക്ഷ്യമാണ്. പ്രവർത്തി ചെയ്യാനുള്ള നൈപുണ്യവും ശേഷിയും പകരുകയും പരിശീലിപ്പിക്കുകയും അതോടൊപ്പം പ്രധാനമാണ്. കായികശേഷിയും ആരോഗ്യം കാത്തുസൂക്ഷിക്കുന്ന ജീവിതശൈലിയും വളർത്തിയെടുക്കുകയും വളരെ പ്രധാനം. വ്യക്തിയെന്ന നിലയിലും സാമൂഹ്യജീവിയെന്ന നിലയിലും സാംസ്കാരിക ജീവിതമൂല്യങ്ങളും നീതിബോധവും സ്വാതന്ത്ര്യബോധവും വളർത്തിയെടുക്കുക എന്നതും പരമപ്രധാനമാണ്. ഇവയിലേതെങ്കിലും ഒന്ന് അവഗണിക്കപ്പെട്ടാൽ അത് വ്യക്തിജീവിതത്തിലും സാമൂഹിക ജീവിതത്തിലും താളപ്പിഴവുകളിലേക്ക് പാളിപ്പോകുവാൻ ഇടയാക്കും. നമുക്കറിയാവുന്നതുപോലെ വിദ്യാഭ്യാസത്തിന്റെ പ്രാധാന്യത്തെപ്പറ്റി ഇന്ത്യ, ചൈന, മെസപ്പൊട്ടോമിയ, ബാബിലോണിയ, ഈജിപ്ത്, സുമേറിയൻ, ഇങ്കാ, ഗ്രീക്ക് റോമൻ സംസ്കാരങ്ങളുടെയും നാഗരികതയുടെയും പ്രാചീനകാലം മുതൽ ശ്രദ്ധേയമായ ഉദയാസ്തമയങ്ങളും ആശയപ്രകാശങ്ങളും ഒരുപാടുകാലം ഉയർന്നു പരക്കുകയുണ്ടായി.അതിൽ താരതമ്യേന കൂടുതൽ പ്രാചീനം ഏതായിരുന്നു എന്ന പരിശോധന കൗതുകകരമാണെങ്കിലും ഇവിടെ അനിവാര്യമല്ല. ഓരോ ശിശുവിലും വ്യത്യസ്ത കഴിവുകളും ജ്ഞാനമേഖലകളും (multiple intelligence) അന്തർലീനമായി കിടപ്പുണ്ടാവും എന്നും അത് മനസിലാക്കി വികസ്വരമാക്കാൻ ശ്രദ്ധിക്കുകയാണ് മാതൃകാപരമായി വിദ്യാഭ്യാസ സമ്പ്രദായമെന്നുമുള്ള ധാരണ ആധുനികകാലത്ത് ശാസ്ത്രീയമായി ക്രോഡീകരിക്കപ്പെട്ടിട്ടുണ്ട്. അതേസമയം വ്യത്യസ്ത രൂപഭാവങ്ങളിൽ അത് പ്രാചീനസംസ്കാരങ്ങളിലും പ്രവർത്തിച്ചിരുന്നു എന്നഭിപ്രായമുണ്ട്.

ഓരോ സമൂഹത്തിലും പിറക്കുന്നവർക്കെല്ലാം അവരവരുടെ അഭിരുചിയും സമൂഹത്തിന്റെ ആവശ്യങ്ങളും കണക്കിലെടുത്ത് വിവേചനം കൂടാതെ പഠിച്ചുയരാനുള്ള സംരക്ഷണ (സംവരണ) സംവിധാനവും ആധുനിക കാലത്തു മാത്രം അംഗീകരിക്കപ്പെട്ടതാണെന്ന് ചരിത്രപരമായി വിലയിരുത്തിയാൽ നമുക്ക് മനസ്സിലാക്കാൻ കഴിയും. അടിമകളും അധഃകൃതരായി മുദ്രകുത്തപ്പെട്ടവരും എല്ലാ (ആധുനിക പൂർവ) സമൂഹങ്ങളിലും ഉണ്ടായിരുന്നുവല്ലോ. നൂറ്റാണ്ടുകളായി അവർക്ക് നിഷേധിക്കപ്പെട്ട പഠന പരിശീലനാവസരങ്ങൾ ഘനീഭവിച്ചു അപകർഷതകൾ മറികടക്കാനുള്ള അപര്യാപ്തമായ പരിഹാരമായി വേണം സംവരണത്തെ പരിഗണിക്കുവാൻ.

ഇന്നും വ്യത്യസ്ത രീതിയിൽ മറ്റു രൂപങ്ങളിൽ വിവേചനങ്ങൾ തുടരുന്നുണ്ടെന്നതാണ് വിദ്യാഭ്യാസ മേഖലയുടെ ഒരു വലിയ വെല്ലുവിളി. എന്നാൽ മാറ്റത്തിന്റെ ശക്തികൾ വിദ്യാഭ്യാസരംഗത്തും സാർവത്രികതയുടെ സന്ദേശം ഒരു പരിധിവരെ പ്രാവർത്തികമാക്കിയിട്ടുണ്ട്. അതിലുള്ള കുറവുകൾ പരിഹരിക്കുകയാണ് അടിയന്തിരമായി വേണ്ടത്. ഒപ്പം ആധുനിക ശാസ്ത്രീയ മാർഗങ്ങളിലൂടെ വ്യത്യസ്ത വിദ്യാഭ്യാസ സങ്കല്പങ്ങളിലെ നല്ല വശങ്ങളെ കോർത്തിണക്കി സമഗ്രമായ പരിവർത്തനം ഈ രംഗത്ത് സാക്ഷാത്കരിക്കുവാൻ എങ്ങനെ സാധിക്കും എന്നതും പ്രധാനമാണ്. ഗൗരവപരമായ ഇത്തരം വിദ്യാഭ്യാസ പ്രശ്നങ്ങൾ ചർച്ച ചെയ്യുമ്പോൾ ഈ ഗ്രന്ഥത്തിൽ മുന്നോട്ടു വെക്കുന്ന ആശയങ്ങൾ ആഴത്തിലുള്ള അപഗ്രഥനത്തെ സഹായിക്കും.

'ആധുനിക ശാസ്ത്രം' പകച്ചുനിൽക്കുന്ന കൊറോണ കാലത്തിന്റെ സൃഷ്ടിയാണ് ഈ ഗ്രന്ഥം. സ്വയം തിരിച്ചറിയുന്ന 'അഹംബോധ'ത്തിനു പകരം അഹങ്കാരമാണോ നാം നേടിയ വിദ്യാഭ്യാസം നമുക്ക് പകർന്നുതരുന്നത് എന്ന ചോദ്യം ഈ ഗ്രന്ഥം ഉന്നയിക്കുന്നു. അശാസ്ത്രീയമായി പ്രകൃതിയോട് ഇടപെട്ടതിന്റെ പ്രത്യാഘാതം എന്തൊക്കെയാണെന്ന പരിശോധന പ്രസക്തമാണ് എന്നും ഗ്രന്ഥകാരൻ വാദിക്കുന്നു. പാരിസ്ഥിതിക ചിന്ത ഇന്നത്തെ ലോകത്ത് എത്ര മാത്രം അടിസ്ഥാനപരമാണ് എന്ന കാര്യത്തിൽ ഗ്രന്ഥകാരന്റെ ഊന്നലിനോട് ഞാൻ പൂർണമായും യോജിക്കുന്നു.

ഇന്ത്യൻ വിദ്യാഭ്യാസത്തിന്റെ ആരംഭ സ്രോതസ്സുകൾ അന്വേഷിക്കുമ്പോൾ വേദോപനിഷത്തുകളിലെത്തുക സ്വാഭാവികം. ബുദ്ധനിലും മഹാവീരനിലും നമ്മുടെ ചിന്തയുടെ മാത്രമല്ല പഠനപദ്ധതികളുടെയും ഉറവിടങ്ങൾ തേടുമ്പോൾ നമുക്ക് ചെന്നെത്തേണ്ടി വരും. പ്രാചീന ഭാ

രതത്തിലെ വിദ്യാഭ്യാസത്തിലും ദർശനത്തിലും ആത്മീയതക്കും ഭൗതികതക്കും ഊന്നൽ കൊടുത്തിരുന്നു എന്ന വസ്തുതയും ചരിത്രബോധത്തോടെ ഈ കൃതി ഓർമിപ്പിക്കുന്നു. പഠനത്തിന്റെ നാലിലൊന്ന് ആചാര്യനിൽ നിന്നും മറ്റൊരു കാൽഭാഗം സ്വയമേവയും പിന്നീട് കാൽഭാഗം വീതം ജീവിതചുറ്റുപാടുകളിൽ നിന്നും കാലക്രമേണ സ്വന്തം അനുഭവത്തിൽ നിന്നുമാണ് കൈവരിക്കേണ്ടതെന്ന അത്യന്തം ശാസ്ത്രീയമായ സമീപനം പ്രാചീന ഇന്ത്യൻ വിദ്യാഭ്യാസ ചിന്തയിലെ ആപ്തവാക്യമാണെന്നത് പ്രസിദ്ധം. തൈത്തരീയ ഉപനിഷത്തിലെ വിമർശനാത്മക ബോധന ശാസ്ത്ര സിദ്ധാന്തത്തിന് സമാനമായ ആശയവും നമ്മെ വിസ്മയിപ്പിച്ചു എന്നുവരാം.

എന്നാൽ അതിനൊക്കെ മുകളിൽ പലതരം വരേണ്യതകൾ പിന്നീട് ആധിപത്യം സ്ഥാപിച്ചു. വിദ്യാഭ്യാസത്തിലെ ജാതിവിവേചനം നമ്മുടെ ജ്ഞാന ശാസ്ത്ര പുരോഗതികളെ മുരടിപ്പിക്കുകയോ ദ്രവിപ്പിക്കുകയോ ചെയ്തു. ഇതിനെപ്പറ്റി പലതരം വാദവിവാദങ്ങൾ ഉണ്ടെന്ന് വിസ്മരിക്കുന്നില്ല. അതെന്തായാലും സർവർക്കും സ്വന്തം അഭിരുചികൾ ആവുന്നത്ര വികസ്വരമാക്കാൻ സഹായിക്കുന്ന നിർഭയതയുടെയും സ്വാതന്ത്ര്യത്തിന്റെയും ശാസ്ത്രീയതയുടെയും വിദ്യാഭ്യാസം ഇന്ത്യയിലും ലോകത്താകെയും വളർന്നുവരണം എന്ന ഗ്രന്ഥകാരന്റെ വീക്ഷണത്തോട് ഞാൻ പൂർണമായും യോജിക്കുന്നു.

നമ്മുടെ സമൂഹത്തിൽ വിദ്യാഭ്യാസവുമായി ബന്ധപ്പെട്ട വ്യത്യസ്തങ്ങളായ 'ഭയ'ങ്ങളുടെ ഒരു പട്ടിക ഈ കൃതിയിൽ നൽകിയിട്ടുണ്ട്. മുഖ്യമായും പരീക്ഷയുമായി ബന്ധപ്പെട്ടതാണവ എന്ന് ഊഹിക്കാവുന്നതാണ്. എന്നാൽ പഠിതാവിന്റെ 'ഭയ'ങ്ങളെക്കാൾ രക്ഷകർത്താക്കളുടെ 'ഭയ'ങ്ങളാണ് കൂടുതൽ എണ്ണിപ്പറഞ്ഞിരിക്കുന്നത്. പഠനം ആനന്ദകരമായ ഒരനുഭവമായി രൂപപ്പെടുത്താൻ കഴിയേണ്ടതുണ്ട് വിദ്യാർത്ഥികൾക്കും രക്ഷിതാക്കൾക്കും അധ്യാപകർക്കും എന്നതാണ് ഈ സന്ദർഭത്തിൽ നാം സൂക്ഷ്മമായി തിരിച്ചറിയേണ്ടത്. 'ലാഭാധിഷ്ഠിതമായ ഇന്നത്തെ സമൂഹം പക്ഷേ, മത്സരത്തിന്റെ ഭ്രാന്തമായ മരണപ്പാച്ചിലിലേക്ക് കുട്ടികളെയും രക്ഷിതാക്കളെയും എടുത്തെറിഞ്ഞു കൊണ്ട് പഠനത്തിന്റേയും ജീവിതത്തിന്റേയും സ്വാഭാവിക സൗന്ദര്യങ്ങളാണ് നിഷേധിക്കുന്നത്. ജ്ഞാന സമ്പാദനം തീർത്തും നിർഭയമായ ഒരു പ്രവൃത്തിയാണ്; പ്രക്രിയയാണ് എന്നതും നാം തിരിച്ചറിയേണ്ടതുണ്ട്. പഠനവിഷയത്തെ നിർഭയമായി സമീപിക്കുമ്പോഴാണ്, താൻ പഠിച്ചതും ശ്രമിച്ചുനോക്കിയിട്ടും തനിക്ക് പഠിക്കാൻ പറ്റാത്തതുമായ കാര്യ

ങ്ങൾ തിരിച്ചറിയാനാവുന്നത്. എങ്കിൽ മാത്രമാണ് അത് അദ്ധ്യാപക രോട് ഭയരഹിതമായി തുറന്നു പറയുവാൻ സാധിക്കുന്നത്. അപ്പോൾ മാത്രമാണ് നമ്മെ വിസ്മയകരമായ ആത്മവിശ്വാസത്തിലേക്ക് ഉയർത്തിക്കൊണ്ട് പഠനം ആനന്ദകരമാകുന്നത്, സർഗാത്മകമാകുന്നത്. ബട്രാൻഡ്റസ്സൽ എന്ന ചിന്തകനും ഗണിത ശാസ്ത്രകാരനും ബഹുമുഖ പ്രതിഭയും പ്രസ്താവിച്ചു: 'ഭയത്തിന്റെ പരാജയത്തിലാണ് ജ്ഞാനത്തിന്റെ ആരംഭം' (faliure of fear is the beginnining of knowledge)

ഇന്നു ലോകമെമ്പാടുമുള്ള വിദ്യാഭ്യാസക്രമം ഉടച്ചുവാർക്കേണ്ടിയിരിക്കുന്നു, അല്ലെങ്കിൽ മനുഷ്യസമൂഹം മാത്രമല്ല പ്രകൃതിയാകെ തകർക്കപ്പെടുന്ന സാഹചര്യം വരും.' എന്ന ഗ്രന്ഥകാരന്റെ നിരീക്ഷണവും വളരെ സുപ്രധാനമാണ്.

കഴിവുറ്റ പാരമ്പര്യവൈദ്യന്മാർക്ക് ചികിത്സ നടത്താൻ സംരക്ഷണം നൽകണമെന്നും ജൈവകൃഷി പ്രോത്സാഹിപ്പിക്കണമെന്നും ആരോഗ്യമുള്ള ഒരു സമൂഹത്തെ വളർത്തിയെടുക്കുകയാണ് രോഗം വന്നു ചികിത്സിക്കുന്നതിനേക്കാൾ നല്ലത് എന്നും യുക്തിയുക്തം വാദിക്കുന്നു ഗ്രന്ഥകാരൻ. ശാസ്ത്രാവബോധമുള്ളവർ നിശ്ചയമായും യോജിക്കുന്ന ആശയങ്ങളാണിവ. ചിലർ തർക്കിച്ചു എന്നും വരാം. വിദ്യാഭ്യാസത്തിന്റെ പുരോഗതിക്ക് സാങ്കേതിക വിദ്യാഭ്യാസ സാധ്യതകൾ പ്രയോജനപ്പെടുത്തേണ്ട കാര്യം ചൂണ്ടിക്കാട്ടിയിട്ടുണ്ട്. ഒപ്പം വ്യത്യസ്ത കലകളിലും മറ്റും അവഗാഹമുള്ളവരെ സന്ദർശകാചാര്യന്മാരായി (visiting professors?) പഠനപരിപാടികളിൽ ഉപയോഗപ്പെടുത്താവുന്നതാണെന്ന ആശയം മുന്നോട്ടുവെയ്ക്കുന്നു. 2006--2011 കാലഘട്ടത്തിൽ അന്തർസർവകലാശാലാ പഠനകേന്ദ്രങ്ങൾ കേരളത്തിൽ ആരംഭിച്ചപ്പോൾ (സർവകലാശാലകളിൽ ഇത്തരമൊരു പഠനഗവേഷണ സംവിധാനം ആരംഭിച്ച പ്രഥമ ഇന്ത്യൻ സംസ്ഥാനമാണ് കേരളം) ഇത്തരത്തിലുള്ള പരീക്ഷണം നടത്തിയിരുന്നു. സംഗീതത്തിൽ സർവകലാശാല ബിരുദങ്ങൾ ഉണ്ടായിരുന്നില്ലെങ്കിലും അസാധാരണ പ്രതിഭയാണെന്ന് പുകൾപെറ്റവർ ഇത്തരത്തിൽ സ്വന്തം ജ്ഞാനസമ്പത്ത് കേരളത്തിലെ സംഗീത കോളേജുകളിലെ പുതിയ തലമുറക്ക് വാത്സല്യപൂർവം പകർന്നുകൊടുത്തത് ഓർക്കുന്നു. അത് റിക്കാർഡ് ചെയ്ത് സൂക്ഷിക്കുകയും ചെയ്തിട്ടുണ്ട്. കൊച്ചി ശാസ്ത്ര സാങ്കേതിക സർവകലാശാലയിൽ (ഇപ്പോൾ എ.പി.ജെ അബ്ദുൾ കലാം സർവകലാശാല) കേരള സ്കൂൾ ഓഫ് മാത്തമാറ്റിക്സിൽ പഠനഗവേഷണങ്ങൾക്കുള്ള അന്തർസർവകലാശാല കേന്ദ്രത്തിൽ ഔപചാരിക ബിരുദങ്ങളൊന്നു

മില്ലാതിരുന്ന ഗണിത ശാസ്ത്ര പ്രതിഭയായ പത്മകുമാറിനെ ഫെലോഷിപ്പോടെ പഠനഗവേഷണങ്ങൾക്ക് അനുവദിച്ചത് ഒരു പരിധി വരെ സാഹസികത ആവശ്യമായിരുന്ന തീരുമാനമായിരുന്നു, അപൂർവവും!

ഞാൻ യോജിക്കുന്ന ആശയങ്ങൾ മാത്രമല്ല ഈ ഗ്രന്ഥത്തിലുള്ളത്. ഇക്കാര്യം എന്റെ നിലപാടുകൾ അറിയുന്നവർക്കും ഇതു വായിക്കുമ്പോൾ സ്വയം മനസ്സിലാക്കാനാവുന്നതാണ്. എപ്രകാരമാവും ഞാൻ വിയോജിക്കുക എന്നതിന് ഒരു ഉദാഹരണം മാത്രം ചൂണ്ടിക്കാട്ടാം.

അമേരിക്കയിലെ മഹർഷിമഹേഷ് യൂണിവേഴ്സിറ്റിയിൽ അസംഖ്യം ധ്യാനശാലകൾ പഠനപരിപാടിയുടെ ഭാഗമായി ഉൾപ്പെടുത്തിയിട്ടുണ്ട് എന്ന് അവിടം സന്ദർശിച്ചിട്ടുള്ള ഗ്രന്ഥകാരൻ വെളിപ്പെടുത്തുന്നു. ധ്യാനപരിശീലനം പഠനക്രമത്തിൽ പ്രധാന ഭാഗമായിരിക്കണം എന്ന അഭിപ്രായവും തുറന്നു പറഞ്ഞിരിക്കുന്നു. വായിച്ചും കേട്ടും കണ്ടും അനുഭവിച്ചും പഠിക്കുന്നതിന്റെ ഭാഗമായി മനനം/ചിന്ത/അപഗ്രഥനം/മാനസിക സംവാദം തുടങ്ങിയ സമ്പ്രദായങ്ങളോടാണ് എനിക്ക് യോജിപ്പ്. ചിലർക്ക് ധ്യാനം പഠനത്തിന് സഹായകരമാകുന്നുണ്ടാവാം. അത്തരക്കാർ എന്റെ വിയോജിപ്പ് വകവയ്ക്കാതെ ധ്യാനമാർഗത്തിൽ സഞ്ചരിച്ചുകൊള്ളട്ടെയെന്നും കൂട്ടത്തിൽ പറഞ്ഞുവയ്ക്കട്ടെ.

കേരളത്തിന്റെയും ഇന്ത്യയുടെയും ലോകത്തിന്റെയും ഭാവിയിൽ വിദ്യാഭ്യാസം നിർണായകമായ ഘടകമാണ്. വലിയ തോതിൽ ഘടനയിലും ഉള്ളടക്കത്തിലും മാറ്റങ്ങൾ വേണം. അത് ജനാധിപത്യപരവും മതേതരവും ജ്ഞാനാധിഷ്ഠിതവും മാനവിക മൂല്യങ്ങൾ മുറുകെപ്പിടിക്കുന്നതും അദ്ധ്വാനിക്കുന്നതിൽ അഭിമാനിക്കുന്നതും സാമൂഹികവും പ്രകൃതിപരവുമായ സന്തുലിതത്വവും നീതിയും തുല്യതയും കാത്തുസൂക്ഷിക്കുന്നതുമായ ശാസ്ത്രീയ വിദ്യാഭ്യാസമാവണം. അതെങ്ങനെ കരുപ്പിടിപ്പിക്കാമെന്നത് വിശാലവും ജനാധിപത്യപരവുമായ സംവാദത്തിലൂടെ മാത്രം രൂപവത്കരിക്കാൻ സാധിക്കുന്ന ഒരു കാഴ്ചപ്പാടാണ്. അത്തരമൊരു ചർച്ചക്ക് പ്രയോജനപ്പെടുന്ന ഒട്ടേറെ നല്ല ആശയങ്ങൾ ഈ കൃതിയിലടങ്ങിയിട്ടുണ്ട്. മുമ്പ് വിദ്യാഭ്യാസ സംബന്ധിയായ ഇംഗ്ലീഷ് കൃതി പ്രസിദ്ധീകരിച്ചപ്പോൾ എന്റെ എളിയ ചില വരികൾ അതിൽ ഉൾക്കൊള്ളിച്ച ശ്രീ. ഗിരീഷ്ചന്ദ്രൻ, അതോടെ എന്റെ പങ്കാളിത്തം ഗ്രന്ഥപ്രസിദ്ധീകരണത്തിൽ മതിയാക്കുമെന്നാണ് ഞാൻ കരുതിയത്. ഇപ്പോഴിതാ അടുത്ത ഗ്രന്ഥത്തിലും എനിക്കവസരം തന്നിരിക്കുന്നു. ഈ സൗഹൃദത്തിന് സസ്നേഹം നന്ദി പ്രകാശിപ്പിക്കുന്നു. വ്യാപകമായ പാരായണത്തിനും സംവാദങ്ങൾക്കും ഈ കൃതി വിധേയമാകുമെന്ന് പ്രതീക്ഷിക്കുന്നു.

പൊൻകതിരൊളി തേടി

ഡോ. സി. ശ്രീകുമാരൻ

എത്രയോ വർഷങ്ങൾക്ക് മുമ്പ് തന്നിഷ്ടപ്രകാരം വീട് വിട്ടിറങ്ങി അന്യനാടുകളിലും വിദേശരാജ്യങ്ങളിലുമൊക്കെ യഥേഷ്ടം കറങ്ങിത്തിരിഞ്ഞ് അവസാനം ജീവിത സായന്തനത്തിൽ തിരിച്ചെത്തുമ്പോൾ വേദനകളും പരിദേവനങ്ങളും ആരോരുമറിയാതെ നെഞ്ചിലെ നീറ്റലായ് ഉള്ളിലൊതുക്കി കൺകുളിർക്കെ കാണുവാനും കാലൊച്ച കേൾക്കാനും കാത്തിരിക്കുന്ന മാതൃഹൃദയം പോലെ ഗ്രാമം. എന്തിന് പോയി, എവിടെ പോയി, ഇത്രയും കാലം എവിടെ ആയിരുന്നു, എന്തു നേടി എന്നിങ്ങനെ ചോദിക്കാൻ വേണ്ടി മനസ്സിൽ കാത്തുസൂക്ഷിച്ച കുശലാന്വേഷണങ്ങൾ കൊണ്ട് പോലും നുള്ളിനോവിക്കരുതെന്ന് കരുതുന്ന അനന്യമായ സ്നേഹവായ്പ്. ഗൃഹാതുരതയുടെ കുളിരലകൾ പകരുന്ന കൊന്നപ്പൂവും പൈമ്പാലും, ഉളനീർക്കുടങ്ങളും, നറുതേനും, തുമ്പപ്പൂവും എല്ലാം എല്ലാം പുനസ്സമാഗമ വേളയിൽ ഊഷ്മളമായ സത്കാരമൊരുക്കുന്നു. പഴവർഗങ്ങൾ നീട്ടുന്ന രുചിഭേദങ്ങളുടെ മധുരോദാരത, കലർപ്പറിയാത്ത കായ്കനികളുടെ നൈർമല്യം, മായം തൊട്ടുതീണ്ടാത്ത കാർഷികവിളകളുടെ വിശുദ്ധി എന്നിവ ഓരോന്നും അവിചാരിതമായ വേനൽമഴ പോലെ സാന്ത്വനമരുളുന്നു.

മലമുകളിൽ തെന്നിപ്പോവാതെ എന്നും മുടങ്ങാതെ എത്തുന്ന പ്രിയതോഴി പോൽ തെന്നലും, കിളികളുടെ കൊഞ്ചൽമൊഴികളും, പുഴകളുടെ കളകളാരവമുതിർക്കുന്ന താളവാദ്യങ്ങളും, സസ്യലതാദികളുടെ ലാസ്യഭാവങ്ങളും ആതിഥ്യത്തിന് മാറ്റുകൂട്ടുന്നു. സഹജീവിയായ തന്നെ കൊല്ലാൻ തുനിഞ്ഞിറങ്ങുന്ന മനുഷ്യന് പോലും സ്വന്തം അന്ത്യം വരെ ഭക്ഷണം, വസ്ത്രം, പാർപ്പിടം എന്നീ അടിസ്ഥാനാവശ്യങ്ങൾ മാത്രമല്ല അനഘ്രാത കുസുമങ്ങളുടെ സുഗന്ധവും, കാറ്റും, തണലും ഇലകളുടെ മർമ്മരവും നൈസർഗികമായി ഒരുക്കിയ പാനീയങ്ങളും അനുഭവവേദ്യമാക്കാൻ വെമ്പൽ കൊള്ളുന്ന വൃക്ഷങ്ങൾ കല്പവൃക്ഷങ്ങളെപ്പോലെ സ്വർഗീയാനുഭൂതി പ്രദാനം ചെയ്യുന്നു. അതെ, പറയാതെ ഏറെ പറയുന്ന പ്രകൃതക്കാരിയായ പ്രകൃതിമാതാവിന്റെ കൊച്ചുമകൾ തന്നെയത്രെ പൊൻകതിരൊളി പോലെ സുന്ദരിയായ ഈ ഗ്രാമകന്യക.

നാഗരികതയുടെ നിറപ്പകിട്ടുകളിൽ പെട്ടു മോഹാന്ധകാരത്തിൽ കാൽവഴുതി മായികപ്പൊൻമാനുകളുടെ മൃഗയാ വിനോദത്തിന് ഉന്നം വെച്ച് യൗവനത്തിമിർപ്പിന്റെ കുതിപ്പാർന്ന കുളമ്പടിയൊച്ച അടങ്ങി പിൻതിരിഞ്ഞു നോക്കവെ ശേഷപത്രത്തിൽ കുറിച്ചിടാൻ കൈമുതലായി അവശേഷിക്കുന്നത് ഏറെ കിതപ്പുകളും, മോഹഭംഗങ്ങളും, പിന്നെ കേവലം ഒരേ ഒരു മോഹവും മാത്രം - തിരികെ ഗ്രാമത്തിൽ എത്തിയെങ്കിൽ. മനസ്സ് പിന്നെയും പിന്നെയും ഇതുതന്നെ പറഞ്ഞുകൊണ്ടേയിരിക്കുമ്പോൾ അനുഭവപാഠങ്ങളുൾക്കൊണ്ട ശരീരത്തിന് അനുസരിക്കാതിരിക്കാൻ കഴിയുന്നുമില്ല. ജീവിത നാടകത്തിലെ അഭിനയം കഴിഞ്ഞ് അണിയറയിലേക്ക് കാൽ എടുത്തുവെക്കാൻ തുനിയുമ്പോൾ ക്ഷീണിതനായ അഭിനേതാവ് ഒരു തീരുമാനം എടുക്കാൻ സ്വയം നിർബന്ധിതനാവുന്നു. ഗ്രാമം ഗച്ഛാമി. നിത്യശുദ്ധ ബുദ്ധമുക്തമായ പരമാത്മാവിലേക്കുള്ള മോചനത്തിനായി യത്നിക്കുന്നു. ജീവാത്മാവ് എന്ന് വേദാന്തികൾ പറയുന്നതിനോട് സമാനമാണ് മനുഷ്യന്റെ ശുദ്ധമായ ഗ്രാമത്തിലെത്തുവാനുള്ള ആഗ്രഹം എന്നു പറയാവുന്നതാണ്.

ഡോ.ഗിരീഷ് ചന്ദ്രന്റെ ഭാരതീയ വിദ്യാഭ്യാസത്തെക്കുറിച്ചുള്ള സ്വദേശ്.എഡ്യു എന്ന മുൻഗ്രന്ഥം ഇംഗ്ലീഷിൽ പ്രസിദ്ധീകൃതമായപ്പോൾ അതിന് എന്റെ പിതാവ് ഡോ. സി.കൃഷ്ണൻ നമ്പൂതിരിയോടൊപ്പം (സംസ്കൃതീയ ശാസ്ത്ര ഗവേഷകൻ, കഴിഞ്ഞ വർഷം വിഷ്ണുപദം പൂകി) എഴുതിയ കുറിപ്പ് ആയിരിക്കാം 'ഗ്രാമം ഗച്ഛാമി' എന്ന ഈ മലയാള ഗ്രന്ഥ പ്രസിദ്ധീകരണ വേളയിൽ എന്നോട് ഒരു കുറിപ്പ് എഴു

തണമെന്ന് പറയാനിടയാക്കിയത് എന്നു കരുതുന്നു. വ്യത്യസ്ത ഭാഷകളിൽ വൈവിധ്യമാർന്ന ആശയങ്ങൾ യുക്തിഭദ്രമായും കാലാനുസൃതമായും അവതരിപ്പിക്കാനുള്ള ഗ്രന്ഥകാരന്റെ പരിശ്രമങ്ങൾ ശ്ലാഘനീയം തന്നെ. ഇനിയും ഇത്തരം പുതിയ ചിന്തകൾ ഉൾക്കൊള്ളുന്ന ഗ്രന്ഥങ്ങൾ ഈ ഗ്രന്ഥകാരനിൽ നിന്നും ഉണ്ടാവുമെന്ന പ്രത്യാശ ആദ്യം തന്നെ പങ്കുവെക്കട്ടെ.

ഈ പുസ്തകത്തിന്റെ താളുകളിലൂടെ കണ്ണോടിക്കുമ്പോൾ വായനക്കാരന്റെ ഹൃദയാങ്കണത്തിൽ ഗ്രന്ഥകാരൻ നട്ടു നനച്ചു വളർത്തിയെടുക്കാൻ ആഗ്രഹിക്കുന്ന ആശയകുസുമങ്ങളുടെ വൈവിധ്യത്തിലേക്ക് പ്രവേശിക്കാൻ സഹായകരമാവുന്ന ചുരുക്കം ചില ചൂണ്ടുപലകകൾ വെക്കുക മാത്രമാണ് ഈ കുറിപ്പു കൊണ്ട് ലക്ഷ്യമാക്കുന്നത്.

മനുഷ്യനിൽ നിന്നും ഒളിച്ചിരിക്കാൻ അവന്റെയുള്ളിൽ തന്നെ ദൈവം കുടിയേറിപ്പാർത്തു എന്ന ആശയം ഓഷോവിന്റെ സമുചിതമായ വചനത്തിലൂടെ അവതരിപ്പിച്ചത് ഗ്രന്ഥാരംഭത്തിൽ ശുഭോദർക്കമായി. പാശ്ചാത്യ പൗരസ്ത്യ വീക്ഷണങ്ങളെ താരതമ്യാത്മകമായി അപഗ്രഥിക്കുന്ന വേളയിൽ ഇംഗ്ലണ്ടുമായി ബന്ധപ്പെട്ട തുടക്കം, ചർച്ചലിന്റെ വിദ്യാഭ്യാസ കാഴ്ചപ്പാട് എന്നിവയെല്ലാം കാലഗണനാ ക്രമത്തിൽ അവതരണ വിധേയമാകുന്നു. പ്രാചീന ഭാരതീയ വിദ്യാഭ്യാസം മതപരവും ആത്മീയവും മാത്രമല്ല ഭൗതികപരവും കൂടിയാണെന്ന് ഗ്രന്ഥകാരൻ നിരീക്ഷിക്കുന്നു. ഇത്തരത്തിൽ 'ആചാര്യാത് പാദം ആദത്തേ.......' എന്ന പ്രസിദ്ധമായ സംസ്കൃത ശ്ലോകം ഉദ്ധരിക്കുന്നു. ഇക്കാര്യം ഗണിതശാസ്ത്രദൃഷ്ട്യാ സ്പഷ്ടമാക്കാവുന്നതാണ് എന്നതിന് ഒരു ഉദാഹരണം എടുക്കാം. പകുതി ബാക്കി വെച്ചുകൊണ്ട് ഒരു ആപ്പിൾ കഴിക്കണമെന്ന ഒരു നിബന്ധന വെക്കുക. അതായത് ആദ്യം ½ പിന്നെയുള്ള പകുതിയുടെ പകുതി അതായത് ¼ എന്നിങ്ങനെ. ആ ഭക്ഷണക്രമം പുരോഗമിക്കുമ്പോൾ നമുക്ക് ലഭിക്കുക ഇങ്ങനെയാണെന്ന് കാണാം. 1/2+1/4+1/8+1/16+1/32 + ...< 1 (കാരണം ഇതൊക്കെ കൂട്ടിയാൽ ഒന്നിൽ കുറവായിരിക്കും.) മാത്രമല്ല ഇങ്ങനെ തുടർന്നാൽ ഒരു ആപ്പിൾ പോലും പൂർണമായി കഴിക്കാൻ ആർക്കും സാധ്യമല്ലെന്ന് കാണാം.

ഇനി ശ്ലോകാർത്ഥത്തിലേക്ക് പ്രവേശിക്കാം

ആചാര്യാത് പാദം ആദത്തേ – അതായത് 1/4
പാദം ശിഷ്യഃ സ്വമേധയാ – അതായത് 1/4
പാദം സബ്രഹ്മചാരിഭ്യഃ – അതായത് 1/4

പാദം കാലക്രമേണ ച + കാലക്രമത്തിൽ എന്നേ പറയുന്നുള്ളൂ (എത്രകാലം വേണ്ടിവരുമെന്നോ, ഒരു ജീവിതകാലം മതിയാവുമെന്നോ ഇവിടെ പറയുന്നുമില്ല). ഇക്കാര്യം ഗണിതശാസ്ത്ര രീത്യം എഴുതിയാൽ

1/4 + 1/4 + 1/4 + ...
= 1/2 + 1/4 + ...

സർവജ്ഞത്വം അസാധ്യമെന്ന് കരുതുമ്പോൾ പൂർണത അഥവാ 1 എത്താൻ ബുദ്ധിമുട്ടുമാണ്. അങ്ങനെയെടുത്താൽ 1/2 + 1/4 + ... < 1 – എന്നു ലഭിക്കുമല്ലോ.

മെക്കൊളെയുടെ ആശയങ്ങളെ മുൻനിർത്തി പാശ്ചാത്യവിദ്യാഭ്യാസ സമ്പ്രദായത്തെ സമഗ്രമായി പരിശോധിക്കുന്നു, പ്രാചീന ഭാരതീയ വിദ്യാഭ്യാസ ദർശനവുമായി താരതമ്യപ്പെടുത്തുന്നു. ഗുരുശ്രേഷ്ഠരായ ഋഷിമാരും മറ്റും (ഉപനിഷത്തുക്കൾ, ഇതിഹാസങ്ങൾ, ദർശനങ്ങൾ എന്നിവയിലൊക്കെ) വിദ്യാർത്ഥിയുടെ ഏതു ചോദ്യത്തിനും കൃത്യമായ മറുപടി പറയുന്നുണ്ടെന്ന് പ്രാചീന ഭാരതീയ വാങ്മയം സാക്ഷ്യപ്പെടുത്തുന്നു. ആധുനിക വിദ്യാഭ്യാസ രീതിയിലാകട്ടെ അധ്യാപകന്റെ ചോദ്യത്തിന് വിദ്യാർത്ഥി മറുപടി പറയാൻ ബാധ്യസ്ഥനാണ്. തിരിച്ചായാൽ അധ്യാപകന്റെ നിലനില്പിന് പോലും അത് വെല്ലുവിളി ഉയർത്തിയേക്കുമെന്ന് ഗ്രന്ഥകാരൻ സൂചന നൽകുന്നു. ഭാരതീയ ഋഷിമാരുടെ വിദ്യാഭ്യാസ രീതിയിലെ മേന്മ അനാവൃതമാകുന്നു. മാത്രമല്ല പരീക്ഷകൾക്കല്ല സമൂഹത്തിന്റെ വിലയിരുത്തലിനാണ് പ്രാധാന്യം കല്പിക്കേണ്ടത് എന്നതും പൗരസ്ത്യരീതിക്ക് അനുകൂലമായ തെളിവ് തന്നെ. വിശ്വാമിത്ര മഹർഷി യാഗരക്ഷക്ക് വേണ്ടിയാണ് ആസുരിക ശക്തികൾക്കെതിരെ സ്വാശാഷ്യശ്രേഷ്ഠനായ ശ്രീരാമചന്ദ്രന്റെ പഠനത്തെ ഉപയോഗിക്കുന്നത് എന്നതിന് രാമായണം തെളിവ് നൽകുന്നു.

അധ്യാപകൻ തനിക്ക് പറയാനുള്ളത് ആണ് പറയുന്നത് അല്ലാതെ വിദ്യാർത്ഥിക്ക് കേൾക്കാനുള്ളത് ആവണമെന്നില്ല എന്ന വീക്ഷണം ശ്രദ്ധേയം തന്നെ. സ്റ്റീവ് ജോബ്സിന്റെ കാഴ്ചപ്പാടിനു പുറമെ ബിൽ ഗേറ്റ്സ്, തോമസ് എഡിസൺ, ഹെൻറി ഫോഡ് എന്നിവരുടെയെല്ലാം സുചിന്തിതാശയങ്ങൾ വിജ്ഞാനകാംക്ഷികൾക്കും ഗവേഷകർക്കും മറ്റും പഠനവിധേയമാക്കാവുന്നതാണ്. ഓർമയും മറവിയും ഒരു തൂവൽപക്ഷികളെന്ന് വായനക്കാരന് തോന്നാനിട നൽകുന്നതാണ് ഇവയെ പരസ്പരം ബന്ധപ്പെടുത്തുന്ന നിർവചനങ്ങൾ. അഹംബോധത്തിൽ നിന്ന് അഹംകാരം ഉടലെടുക്കാനുള്ള സാധ്യത ആധുനിക

വിദ്യാഭ്യാസ ചിന്തകൾക്കിടയിൽ ഗ്രന്ഥകാരൻ തള്ളിക്കളയുന്നില്ല. ആധുനിക വിദ്യാഭ്യാസത്തിന്റെ മൗലികമായ പരിമിതികൾ അടയാളപ്പെടുത്തുന്നു. മാത്രമല്ല ഭാരതീയ പരിസരത്തിൽ തളിരിട്ട സംഗീതം, ചിത്രകല, വാസ്തു, വൈദ്യം, യോഗ ആയോധന കല എന്നിവയുടെ തനിമ അവയുടെ മഹിമയുടെ അകമ്പടിയോടെ രേഖപ്പെടുത്തുന്നു.

എൻട്രൻസ് ടെസ്റ്റുകൾ ഭൂരിപക്ഷത്തെ മാറ്റിനിർത്താൻ ഉപയോഗപ്പെടുത്തുന്നുവെന്ന കാരണം കൊണ്ട് അവയെ എക്സിറ്റ് ടെസ്റ്റ് എന്ന് പുനർനാമകരണം ചെയ്യാൻ ഗ്രന്ഥകാരൻ ആഗ്രഹിക്കുന്നുവെന്നു കാണാം. സ്വാനുഭവങ്ങളുടെ വെളിച്ചത്തിൽ സോദാഹരണം ഗ്രന്ഥകാരൻ മുന്നോട്ടുവെക്കുന്ന ആശയങ്ങൾ വായനക്കാരന്റെ ചിന്തകളെ പ്രചോദിപ്പിക്കാതിരിക്കില്ല. ഭയം,യുദ്ധം, കോഴ്സ് പഠനം .... ധ്യാനം എന്നിങ്ങനെയുള്ള ഒട്ടേറെ പദങ്ങളെ അപഗ്രഥിക്കുന്നത് ആധുനിക ലോകത്തെ ആകർഷിക്കാൻ സഹായകം തന്നെ. ഗ്രന്ഥകാരന്റെ ആശയ വൈപുല്യവും വായനയുടെ ആഴവും ഗവേഷണ ചാതുരിയും ഭാഷാവൈദഗ്ധ്യവും മറ്റും ഇവിടെ പ്രകാശിതമാവുന്നു.

സൗകര്യാധിക്യം ഗ്രാമത്തെ നഗരസദൃശ്യമാക്കുമോ എന്ന സംശയം ആകട്ടെ സ്വന്തം കുഞ്ഞ് വളർന്ന് വലുതായി വിവാഹം കഴിഞ്ഞ് തന്നെ വിട്ട് നഗരത്തിലേക്ക് കുതിക്കുമോ എന്നു വേവലാതി കൊള്ളുന്ന പെറ്റമ്മയുടെ സംശയത്തോട് തുലനം ചെയ്താൽ പോലും അത് അസാധ്യം അല്ലാത്തതിനാൽ തള്ളിക്കളയാവുന്നതല്ല. ഗ്രാമത്തിൽ ജനിച്ചു വളർന്നവർക്കും നഗരത്തിൽ ജനിച്ച്, അത് പാടെ മടുത്തുപോയവർക്കും ഗ്രാമം ആകർഷണകേന്ദ്രം തന്നെ. ഭിന്നരുചിക്കാർ നിറഞ്ഞ ലോകത്ത് അഥവാ അതിന്റെ പരിഛേദം എന്ന് വിശേഷിപ്പിക്കാവുന്ന ഒരു പ്രദേശത്ത് വിരളമായെങ്കിലും ഗ്രാമജീവിതം ഇഷ്ടപെടാത്തവരും ഉണ്ടായേക്കും എന്നുകൂടി കാണാതിരുന്നുകൂടാ. ഏതായാലും ഗ്രാമം അനശ്വരമായ ഒരു ഓർഗാനിക് സ്റ്റോർ ആണെന്ന് അവരും സമ്മതിച്ചേക്കും.

നോബൽ സമ്മാനജേതാവ് വിശ്വമഹാകവി രവീന്ദ്രനാഥ് ടാഗോർ തന്റെ പ്രസിദ്ധമായയ 'ഹോം കമിംഗ്' എന്ന ആംഗല കഥയിൽ കൗമാരപ്രായക്കാരനായ പതിക്ക് ചക്രവർത്തി സ്വന്തം ഗ്രാമത്തിൽ തിരിച്ചെത്തി കളിക്കൂട്ടുകാരോടൊപ്പം വീണ്ടും ഒത്തുചേർന്നുല്ലസിക്കാനും മറ്റു കൊതിക്കുന്നത് ഹൃദയസ്പർശിയായി അവതരിപ്പിക്കുന്നുണ്ട്. കേരളക്കരയിലാകട്ടെ ഗ്രാമത്തിന്റെ മേന്മയോ ഗ്രാമത്തിൽ തിരിച്ചെത്താനുള്ള ആഗ്രഹമോ ഒക്കെ എക്കാലത്തും കവിവാങ്മയങ്ങളിൽ പ്രതിഫലിതമായിട്ടുണ്ടെന്ന് കാണാം. 'ഗ്രാമീണ കന്യക'യെന്ന അനശ്വര കവി

തയിലൂടെ കുറ്റിപ്പുറത്ത് കേശവൻ നായർ 'നാട്യപ്രധാനം നഗരം ദരിദ്രം, നാട്ടിൻപുറം നന്മകളാൽ സമൃദ്ധം' എന്ന് പാടിയപ്പോൾ അടുത്തിടെ നമ്മെ വിട്ടുപിരിഞ്ഞ ഒ.എൻ.വി കുറുപ്പ് ആകട്ടെ കിണർവെള്ളത്തിന്റെ മാധുര്യവും കുയിലിന്റെ പാട്ട്, മയിൽപ്പീലി ചൂടിയ കുഞ്ഞിന്റെ പ്രിയതോഴൻ ആവാനുള്ള ആഗ്രഹം, എന്നിവയെക്കുറിച്ച് എഴുതിയ ശേഷം വെറുതെയീ മോഹങ്ങൾ എന്നറിയുമ്പോഴും വെറുതെ മോഹിക്കുവാൻ മോഹം എന്ന് സ്വയം ആശ്വസിക്കുക മാത്രമല്ല മലയാളികളെ മുഴുവൻ ആശ്വസിപ്പിക്കുക കൂടിയാണ് ചെയ്യുന്നത്. അറബിക്കഥ എന്ന സിനിമയിൽ അനിൽ പനച്ചൂരാന്റെ തൂലികയിലൂടെ നിർഗളിച്ച ഗാനം ഇന്ന് യുവഗായക ഹൃദയങ്ങളിൽ അനുരണനം ചെയ്യുന്നത് കാണാം.

തിരികെ ഞാൻ വരുമെന്ന വാർത്ത കേൾക്കാനായി ഗ്രാമം കൊതിക്കാറുണ്ടെന്നും.... ഞാനും കൊതിക്കാറുണ്ടെന്നും. ആലായാൽ തറ വേണം, അടുത്തൊരമ്പലം വേണം, അമ്പലത്തിനൊരു കുളവും വേണം എന്ന് ആരോ എന്നോ രചിച്ച മധുര മനോഹരമായ നാടൻ ഗാനം ആകട്ടെ കുട്ടിക്കാലത്ത് കുട്ടിക്കരണം മറിഞ്ഞ് നടന്ന കാലത്ത് ഓടി നടന്ന ക്ഷേത്രാങ്കണം, ആൽമരം, അമ്പലക്കുളം, കൽപ്പടവുകൾ, ചൂട്ട് കെട്ടിന്റെ വെട്ടം, കളംപാട്ട്, നാഗപ്പാട്ട്, നാവേറുപാട്ടുകൾ, ബാല്യകാല സുഹൃത്തുക്കൾ, സ്കൂൾ, വീഴ്ചകൾ, ഗുരുവചസ്സുകൾ, മാതൃപിതൃ ലാളനകൾ, പിന്നെ ഒട്ടനവധി അമൂല്യനിമിഷങ്ങൾ എല്ലാം പിഞ്ചോമന ആയിരിക്കെ ഓമനിച്ചവയെല്ലാം ഓർമ്മകളിൽ ഓർക്കാപ്പുറത്തെത്തി നൃത്തം ചെയ്യാൻ ഇടനൽകുന്നു.

ഐശ്വര്യപൂർണമായ കണിയൊരുക്കി കൈനീട്ടമേകാൻ വിളിച്ചുണർത്തുന്ന വിഷുപ്പുലരിയും പുവേ പൊലി വിളിയും, കോടി വസ്ത്രവും, വിഭവ സമൃദ്ധ സദ്യയും ആയി കാത്തിരിക്കുന്ന ഓണക്കാലവും, പുഴുക്കും, പാട്ടുപാടിക്കളിയും ഊഞ്ഞാലാട്ടവുമായി വന്നെത്തുന്ന തിരുവാതിരയും പ്രതിവർഷോത്സവ വേളകൾ സമ്മാനിക്കുമ്പോൾ പ്രകാശവും പ്രഭാതവും പൊന്നുരുക്കുന്ന പോക്കുവെയിലും വർണാഭയാർന്ന മാരിവില്ലും സന്ധ്യാദീപവും ഉദയാസ്തമയ ശോഭയും വാദ്യമേളവും ക്ഷേത്രകലകളും പൂനിലാവൊളിയും ഉൾപ്പെടുന്ന ദൈനംദിന കാഴ്ചകൾ ഓരോന്നും അവിസ്മരണീയ മുഹൂർത്തങ്ങളായി എന്നും നിലകൊള്ളുന്നു.

പ്രാകൃതം, ഗ്രാമ്യം, കുഗ്രാമം, മൃഗീയത എന്നീ വാക്കുകൾ പോലും ഗ്രാമീണഹൃദയങ്ങളെ നോവിക്കുന്ന വിധത്തിൽ ആനുനിക ലോകവ്യവഹാരങ്ങളിൽ തെറ്റിദ്ധരിക്കപ്പെടുന്നുവോ?

ഈ സാഹചര്യത്തിലാണ് ഡോ. ഗിരീഷ്ചന്ദ്രൻ തന്റെ കാഴ്ചപ്പാടുകൾ യുക്തിസഹമായി അവതരിപ്പിച്ചു കൊണ്ട് രചിച്ച 'ഗ്രാമം ഗച്ഛാമി' എന്ന ഉൽകൃഷ്ടമായ ഈ ഗ്രന്ഥം ശ്രദ്ധേയവും പ്രസക്തവുമാവുന്നത്. ഗ്രാമത്തിലേക്കുള്ള ഈ യാത്രയുടെ സാർത്ഥകതയ്ക്ക് അഥവാ സാഫല്യത്തിന് അല്പം തയ്യാറെടുക്കുന്നത് നന്നായിരിക്കും. വൈലോപ്പിള്ളിയുടെ ഈ വരികൾ ഇത്തരുണത്തിൽ സഹായകമാവും.

മനസ്സിലുണ്ടാവട്ടെ ഗ്രാമത്തിൻ വിശുദ്ധിയും
മണവും മമതയും ഇത്തിരി കൊന്നപ്പൂവും.

ദൈവത്തിന് സഹികെട്ടു

ഓഷോ തന്റെ ശിഷ്യന്മാരോട് പറഞ്ഞ മനോഹരമായ ഒരു കഥയുണ്ട്. ഭൂമിയിൽ മനുഷ്യനെയും മറ്റെല്ലാ ജീവജാലങ്ങളെയും ഈശ്വരൻ സൃഷ്ടിച്ചു. അതിദീർഘമായ സൃഷ്ടിപ്രക്രിയയ്ക്കു ശേഷം ഈശ്വരൻ വിശ്രമമാരംഭിച്ചു. മൃഗങ്ങളും മറ്റു ജീവജാലങ്ങളും തങ്ങൾക്കു ലഭിച്ച ജന്മത്തിൽ സംതൃപ്തരായിരുന്നു. എന്നാൽ മനുഷ്യൻ മാത്രം തൃപ്തനായിരുന്നില്ല. അവർ ഓരോരുത്തരായി ദൈവത്തെ കണ്ട് പരാതികൾ പറഞ്ഞുകൊണ്ടിരുന്നു. അവർ ഒരിക്കലും ദൈവത്തെ വിശ്രമിക്കാൻ അനുവദിച്ചില്ല. ദൈവം പല സ്ഥലങ്ങളിലും പോയൊളിച്ചു. പക്ഷേ, അവിടെയെല്ലാം മനുഷ്യർ തേടിയെത്തി. ഒടുവിൽ സഹികെട്ട ദൈവത്തെ ദൈവദൂതന്മാർ ഉപദേശിച്ചു.

"പ്രഭോ, അവിടുന്ന് ഈ ബ്രഹ്മാണ്ഡത്തിന്റെ ഏതു കോണിൽ പോയൊളിച്ചാലും അവിടെയെല്ലാം മനുഷ്യർ അങ്ങയെ തേടിയെത്തും. അതുകൊണ്ട് അങ്ങ് അവർ തേടിവരാൻ ഇടയില്ലാത്ത ഒരിടം കണ്ടെത്തണം. ദീർഘമായ ആലോചനയ്ക്ക് ശേഷം അവർ ദൈവത്തിനു മുന്നിൽ ഒരു നിർദ്ദേശം വച്ചു. അങ്ങ് മനുഷ്യന്റെയുള്ളിൽ തന്നെ

വസിക്കൂ. അവൻ ഒരിക്കലും അവന്റെയുള്ളിലുള്ളതിനെ കാണില്ല." അതു ശരിയാണെന്ന് ദൈവത്തിനും തോന്നി. അന്നുമുതൽ ദൈവം മനുഷ്യന്റെയുള്ളിൽ കയറി താമസം ആരംഭിച്ചു. തന്റെയുള്ളിൽ വസിക്കുന്ന ഈശ്വരനെ മനുഷ്യൻ ലോകം മുഴുവൻ അന്വേഷിക്കാനും തുടങ്ങി, ഒരിക്കലും അവസാനിക്കാത്ത അന്വേഷണം.

നമ്മുടെ ആധുനിക വിദ്യാഭ്യാസമെന്ന പാശ്ചാത്യ വിദ്യാഭ്യാസക്രമത്തിന്റെ ഏറ്റവും വലിയ ന്യൂനത അത് നമ്മുടെ ഉള്ളിലേക്ക് നോക്കാൻ പഠിപ്പിക്കുന്നില്ല എന്നതാണ്. ലോകത്തിന്റെ മുക്കും മൂലയും അത് നമ്മെ പഠിപ്പിക്കുന്നു, പല രീതികളിലായി പല വിഷയങ്ങളിലായി.

ഓരോ കുഞ്ഞും നിഷ്കളങ്കനാണ്. നിഷ്കളങ്കത അബോധതലത്തിലാണെങ്കിൽ അതു നഷ്ടപ്പെടും. ആ നിഷ്കളങ്കതയെ നമുക്കു ഇന്നത്തെ കൗശലം നിറഞ്ഞ ലോകത്തിൽ ദീർഘകാലം നിലനിർത്താൻ കഴിയുകയില്ല. നമ്മളും പരമാവധി കൗശലത്തെ ഈ ലോകവിപണിയിൽ പ്രയോഗിക്കേണ്ടതുണ്ട്. അത് പഠിപ്പിക്കുവാനാണ് സ്കൂളുകളും കോളേജുകളും സർവകലാശാലകളുമൊക്കെ നിർമ്മിച്ചിട്ടുള്ളത്.

"യഥാർത്ഥത്തിലുള്ള വിദ്യാഭ്യാസം ഇനിയും നമ്മളിൽ ജനിച്ചിട്ടില്ല." അതു നമ്മളിൽ ബോധപൂർവമുള്ള നിഷ്കളങ്കതയെ കൊണ്ടുവരികയും യഥാർത്ഥ ബോധത്തെ നമ്മളിൽ കൂട്ടിച്ചേർക്കുകയും ചെയ്യും. എന്നാൽ ഇപ്പോഴത്തെ വിദ്യാഭ്യാസം നമ്മളെ സഹായിക്കുന്നതിനു പകരം നമ്മുടെ നിഷ്കളങ്കതയെ ഹനിക്കുകയാണ് ചെയ്യുന്നത്. ആധുനിക വിദ്യാഭ്യാസം നമുക്കു വേണ്ടിയാണെന്ന് പ്രഖ്യാപിക്കപ്പെടുന്നുണ്ടെങ്കിലും ഫലത്തിൽ അങ്ങനെയല്ല. ഒരു മരത്തെ തിരിച്ചറിയേണ്ടത് അതിന്റെ ഫലത്തിൽ നിന്നാണല്ലോ.

മുഴുവൻ ലോകവും ഇന്നൊരു തകരാറിലും കുഴഞ്ഞു മറിഞ്ഞ അവസ്ഥയിലുമാണ്. ഇതു തന്നെയാണ് വിദ്യാഭ്യാസത്തിന്റെ വൈകല്യത്തിന്റെ ഏറ്റവും പ്രകടമായ തെളിവ്. നമ്മുടെ വിദ്യാഭ്യാസത്തിന്റേയും നാഗരികതയുടെയും സംസ്കാരത്തിന്റേയും ഉപോല്പന്നങ്ങളാണ് ഇക്കാണുന്ന ജനത മുഴുവനും. യഥാർത്ഥ വിദ്യാഭ്യാസത്തിൽ നിഷ്കളങ്കത സംരക്ഷിക്കപ്പെടുകയും ആദരിക്കപ്പെടുകയും ചെയ്യുന്നതിലൂടെ മാത്രമേ ലോകം ഇന്ന് അഭിമുഖീകരിക്കുന്ന പ്രതിസന്ധി മറികടക്കാൻ കഴിയുകയുള്ളൂ.

പാശ്ചാത്യ/പൗരസ്ത്യ വിദ്യാഭ്യാസം

പാശ്ചാത്യ വിദ്യാഭ്യാസരീതി നടപ്പിലാക്കിയതു മുതലുള്ള വിദ്യാഭ്യാസ ത്തെയാണ് നാം ആധുനിക വിദ്യാഭ്യാസം എന്നു വിശേഷിപ്പിക്കുന്നത്. എന്നാൽ ഭാരതത്തിന്റേതായ വിദ്യാഭ്യാസക്രമവുമായി താരതമ്യം ചെയ്താൽ ഈ ആധുനിക വിദ്യാഭ്യാസക്രമം മെച്ചപ്പെട്ടതാണോ എന്ന് നാം പരിശോധിക്കേണ്ടിയിരിക്കുന്നു.

പ്രാചീന ഭാരതീയ വിദ്യാഭ്യാസത്തെപ്പറ്റിയുള്ള പഠനത്തിന് സഹാ യകരമായ രേഖകൾ ഇന്ന് വേണ്ടത്ര ലഭ്യമല്ല. വേദങ്ങളാണ് ലഭ്യമായ പ്രാചീന രേഖകൾ. വേദങ്ങളിൽ ഋഗ്വേദമാണ് ഏറ്റവും പ്രാചീനമായത്. ക്രിസ്തുവിന്റെ ജനനത്തിന് ഏതാണ്ട് മൂവായിരം വർഷത്തിനു മുമ്പാണ് ഇത് രചിക്കപ്പെട്ടതെന്ന് ചരിത്രകാരന്മാർ അഭിപ്രായപ്പെടുന്നു. അതി നുമുമ്പ് നിലനിന്നിരുന്ന വിദ്യാഭ്യാസത്തിന്റെ മികവ് വേദരചനയുടെ പ്രാഗത്ഭ്യത്തിലൂടെ മനസ്സിലാക്കാവുന്നതാണ്.

മുമ്പ് ഭാരതത്തിലും മറ്റു കിഴക്കനേഷ്യൻ രാജ്യങ്ങളിലും നിലവിലു ണ്ടായിരുന്ന വിദ്യാഭ്യാസരീതി, പിന്നീടുള്ള ഏഴു പതിറ്റാണ്ടുകളിലെ മു ഗൾഭരണത്തിനു കീഴിലെ മുസ്ലിം വിദ്യാഭ്യാസ സമ്പ്രദായവുമായി കൂ ടിച്ചേർന്നു. ബ്രിട്ടീഷ് ആധിപത്യത്തോടെ ഇന്ത്യയിൽ ബ്രിട്ടീഷ് വിദ്യാ ഭ്യാസ സമ്പ്രദായം ശക്തമായി പ്രചരിക്കുകയും മറ്റു രണ്ടു വിദ്യാഭ്യാസ രീതികളും ദുർബലമാവുകയും ചെയ്തു.

ഇംഗ്ലണ്ടിൽ വിദ്യാഭ്യാസത്തിന്റെ തുടക്കം

ഏഡി 597ൽ സെയ്ന്റ് അഗസ്റ്റിൻ ഇംഗ്ലണ്ടിൽ എത്തുന്നതുവരെ സ്കൂ ളുകൾ എന്നത് ഇംഗ്ലണ്ടിൽ അന്യമായിരുന്നു. ചർച്ചിലെ സേവനങ്ങൾ ക്കായി പുരോഹിതന്മാരെയും ക്വയർ ആലപിക്കുവാൻ ആൺകുട്ടിക ളെയും ആവശ്യമായിരുന്നു. അതിനു വേണ്ടിയായിരുന്നു ഇംഗ്ലണ്ടിൽ എ.ഡി 598ൽ ആദ്യത്തെ ഗ്രാമർ സ്കൂൾ കാന്റർബറിയിൽ സെയ്ന്റ് അഗസ്റ്റിൻ ചർച്ചിന്റെ ഭാഗമായി ആരംഭിച്ചത്.

ചർച്ചിന്റെ നിയന്ത്രണത്തിലുള്ള വിദ്യാഭ്യാസക്രമം (എഡി 1100-1500)

ഏതാണ്ട് എ.ഡി 1100 ആയപ്പോഴേക്കും എല്ലാ കത്തീഡ്രല്ലുകൾക്കും കൊളീജിയേറ്റ് ചർച്ചുകൾക്കും സ്കൂളുകൾ നിലവിൽവന്നു. യൂറോ

പ്പിലെ മിക്ക രാജ്യങ്ങളിലും വിദ്യാഭ്യാസം ചർച്ചിന്റെ മേൽനോട്ടത്തിലായിരുന്നു. പതിന്നാലാം നൂറ്റാണ്ടിന്റെ ആദ്യമായതോടെ യൂറോപ്പിലെ ഏകദേശം അഞ്ചു ശതമാനം ആളുകൾ ഏതെങ്കിലും തരത്തിലുള്ള വിദ്യാഭ്യാസം നേടി. പാഠക്രമവും കരിക്കുലവും മറ്റും പൂർണമായി ചർച്ചുകളുടെ നിയന്ത്രണത്തിലായിരുന്നു. കൊളീജിയത്തിൽ നിന്നും നിയമിക്കുന്ന ബിഷപ്പുമാരും പുരോഹിതരും മറ്റുമായിരുന്നു മിക്കവാറും അധ്യാപകർ. ആർട്സ്, ലാംഗ്വേജ്, തിയോളജി എന്നീ വിഷയങ്ങൾക്കായിരുന്നു അവിടെ കൂടുതൽ പ്രാധാന്യം നൽകിയത്. സയൻസിനും മറ്റും കുറഞ്ഞ രീതിയിലുള്ള പരിഗണന മാത്രമേ ഉണ്ടായിരുന്നുള്ളൂ.

ഭാരതത്തിൽ വിദ്യാഭ്യാസത്തിന്റെ തുടക്കം

ലോകത്തിലെ അതിപ്രാചീനമായ ഒരു സംസ്കാരിക പാരമ്പര്യമുള്ള രാഷ്ട്രമാണ് ഭാരതം. പ്രാചീന ഭാരതീയ വിദ്യാഭ്യാസത്തിന് അയ്യായിരം കൊല്ലത്തിലേറെ പഴക്കമുണ്ട്. ലോകത്തിൽ ഒരു മതവും ഇല്ലാതിരുന്ന കാലത്ത് രചിക്കപ്പെട്ടിട്ടുള്ള നമ്മുടെ വേദഗ്രന്ഥങ്ങളെ പാശ്ചാത്യർ മതാധിഷ്ഠിത ഗ്രന്ഥങ്ങളായാണ് വിശേഷിപ്പിച്ചത്. പാശ്ചാത്യവിദ്യാഭ്യാസത്തിലൂടെ വിദ്യാഭ്യാസ രംഗത്ത് അവരുടെ കുത്തക സ്ഥാപിക്കുകയും വേദപഠനത്തെ അവർ മതപഠനമായി ചിത്രീകരിക്കുകയും നാം അത് പ്രചരിപ്പിക്കുകയും ചെയ്തുകൊണ്ടിരിക്കുന്നു. സനാതനധർമ്മത്തിലധിഷ്ഠിതമായ ഒരു സംസ്കാരത്തെ, അബ്രഹാമിക് മതങ്ങളെപ്പോലുള്ള മറ്റൊരു മതമാണ് 'ഹിന്ദുമതം' എന്നവർ വ്യാഖ്യാനിച്ചു.

ആയിരക്കണക്കിനു വർഷത്തെ പഠനത്തിലൂടെയും നിരീക്ഷണത്തിലൂടെയും ജീവിതത്തെ അറിഞ്ഞ ഋഷിവര്യന്മാരുടെ കണ്ടെത്തലുകളെയും സൃഷ്ടികളെയും ഒരു കേവല മതവിശ്വാസത്തിൽ അവർ ചുരുക്കി. കൂടാതെ ഭാരതീയ വിദ്യാഭ്യാസം കേവലം ആത്മീയതയിൽ മാത്രം ഒതുങ്ങി നിൽക്കുന്നതാണെന്നും പ്രചരിപ്പിക്കപ്പെട്ടു. പ്രാചീന ഭാരതത്തിലെ വിദ്യാഭ്യാസം ആത്മീയതയ്ക്കും ഭൗതികതയ്ക്കും ഒരുപോലെ ഊന്നൽ കൊടുത്തിരുന്നു എന്നതിന് ഒട്ടേറെ തെളിവുകൾ നമുക്കു കാണാവുന്നതാണ്.

വേദോപനിഷത്തുക്കൾ മുതൽ ശുദ്ധശാസ്ത്ര ഗ്രന്ഥങ്ങൾ വരെ, ഭാരതീയമായ എല്ലാ ജ്ഞാന വിജ്ഞാന സ്രോതസ്സുകളിലും പ്രകടമായി ദൃശ്യമാകുന്ന ഒന്നാണ് ശാസ്ത്രീയ വീക്ഷണം. ആധുനിക ശാസ്ത്രത്തിന്റെ സംഭാവനയാണിതെന്ന് ധരിക്കരുത്. ഭാരതീയ ചിന്താ

ധാരകളുടെ അഭേദ്യഘടകമാണ് ശാസ്ത്രീയ വീക്ഷണം. കൂടാതെ സ്വന്തം അനുഭവം കൊണ്ട് നേരിട്ട് ദർശിച്ച കാര്യങ്ങൾ ലോക നന്മയ്ക്കായി പ്രതിപാദിക്കുകയാണ് നമ്മുടെ ആചാര്യന്മാരും ഋഷിവര്യന്മാരും ചെയ്തത്. അതുപോലെത്തന്നെ ഗുരുവചനങ്ങളും ആചാര്യവചനങ്ങളും ദർശനങ്ങളും അപ്പാടെ സ്വീകരിക്കണമെന്ന് നിഷ്കർഷിക്കുന്നുമില്ല.

ആചാര്യവചനങ്ങൾക്ക് കാൽഭാഗം മാത്രമായിരുന്നു വിദ്യാഭ്യാസ പ്രക്രിയയിൽ സ്ഥാനം കൊടുത്തിരുന്നത്.

> "ശനൈഃപന്ഥാ ശനൈർവിദ്യാംശനൈഃപർവതലംഘനം
> ആചാര്യാത്പാദമാദത്തേ പാദംശിഷ്യസ്വമേധയ
> പാദം സബ്രഹ്മചാരിഭ്യഃപാദംകാലക്രമേണച"

അധികദൂരം സഞ്ചരിക്കേണ്ടവരും, ഗഹനമായ തലത്തിൽ വിദ്യയന്വേഷിയാകുന്നവരും പഠിക്കേണ്ടതും പർവതം കീഴടക്കാൻ പോകുന്നവർ കയറേണ്ടതും പതുക്കെ വേണം.

വിദ്യാർത്ഥി ആചാര്യനിൽ നിന്ന് കാൽഭാഗം ഉൾക്കൊള്ളുകയും കാൽഭാഗം സ്വയം കണ്ടെത്തേണ്ടതും കാൽഭാഗം മറ്റുള്ളവരിൽ നിന്നും ചർച്ച ചെയ്തും അവസാന കാൽഭാഗം കാലക്രമത്തിൽ ഉണ്ടാകേണ്ടതുമാണ്. ഇതായിരുന്നു നമ്മുടെ ജ്ഞാനസമ്പാദന മാർഗം. അർത്ഥശാസ്ത്രം, ധനുർവേദം, ഗാന്ധർവവേദം, ആയുർവേദം, സ്ഥാപത്യവേദം (തച്ചുശാസ്ത്രം) മുതലായവ ഉപവേദങ്ങളായിരുന്നു. ആത്മീയതയ്ക്കും ഭൗതികതയ്ക്കും തുല്യസ്ഥാനമുണ്ടായിരുന്ന ഒരു വിദ്യാഭ്യാസ ക്രമം വേദപഠനകാലം മുതൽ നമുക്കുണ്ടായിരുന്നു.

വിദ്യാഭ്യാസത്തിന്റെ ലക്ഷ്യം: പാശ്ചാത്യവും പൗരസ്ത്യവും

ക്രിസ്തുവർഷം1600ൽ സ്ഥാപിതമായ ബ്രിട്ടീഷ് ഈസ്റ്റ് ഇന്ത്യാ കമ്പനി ഇന്ത്യയിൽ പ്രബല സ്ഥാനം കരസ്ഥമാക്കാൻ തുടങ്ങിയതോടെയാണ് ഫ്രഞ്ചുകാരും പോർച്ചുഗീസുകാരും അനുവർത്തിച്ചതു പോലെയുള്ള വിദ്യാഭ്യാസ നയം അവരും സ്വീകരിച്ചത്. പക്ഷേ ഒരു വ്യത്യാസം പ്രകടമായിരുന്നു. ഫ്രഞ്ചുകാരും പോർച്ചുഗീസുകാരും കത്തോലിക്കാ വീക്ഷണത്തിനാണ് പ്രാധാന്യം നല്കിയതെങ്കിൽ, ഈ വീക്ഷണത്തെ അനുകൂലിക്കാതിരുന്ന ബ്രിട്ടീഷ് ഈസ്റ്റ് ഇന്ത്യാ കമ്പനിയുടെ ഡയറക്ടർമാരും ഉദ്യോഗസ്ഥരും പ്രൊട്ടസ്റ്റന്റ് വീക്ഷണത്തിലുള്ള വിദ്യാഭ്യാസം നൽ

കുന്നതിനാണ് താല്പര്യം കാണിച്ചത്. 1659ൽ കമ്പനി, മതപ്രചാരണം തങ്ങളുടെ ലക്ഷ്യവും കടമയും ആയി അംഗീകരിച്ചു. 1698ലെ ചാർട്ടർ പ്രകാരം കമ്പനിയിൽ ക്യസ്തീയ പുരോഹിതന്മാരെ നിയമിക്കാനുള്ള അനുവാദം ലഭിച്ചു. വാണിജ്യകപ്പലുകളിൽ ഇന്ത്യയിലെത്തിയ ക്യസ്തീയ മിഷനറിമാർ പ്രൊട്ടസ്റ്റന്റ് മതവിഭാഗത്തിന്റെ ആശയങ്ങൾ പ്രചരിപ്പിക്കാൻ തുടങ്ങി. ക്യസ്തുമതത്തിലേക്കുള്ള പരിവർത്തനം പ്രോത്സാഹിപ്പിക്കാനും ക്യസ്തുമതം സ്വീകരിച്ചവർക്ക് വിദ്യാഭ്യാസം നൽകാനും വേണ്ടി സ്കൂളുകൾ സ്ഥാപിക്കപ്പെട്ടു. ഈ വിദ്യാലയങ്ങളിലെല്ലാം മതത്തിനു നൽകിയ പ്രാധാന്യവും ചെറിയ ഗ്രൂപ്പുകളായി വിദ്യാർത്ഥികളെ പഠിപ്പിക്കുന്ന രീതിയും ഇന്ത്യയിൽ പരമ്പരാഗതമായി നിലനിന്നിരുന്ന രീതിയും തമ്മിൽ വലിയ വ്യത്യാസമുണ്ടായിരുന്നില്ല. എന്നാൽ ലക്ഷ്യത്തിലും ഉള്ളടക്കത്തിലും വ്യത്യാസമുണ്ടായിരുന്നു. പ്രധാനമായും ക്യസ്തുമതപ്രചരണവും ബ്രിട്ടീഷ് കമ്പനിയിൽ ജോലി ചെയ്യാനുള്ള പരിശീലനവുമായിരുന്നു വിദ്യാഭ്യാസം കൊണ്ട് അവർ ലക്ഷ്യമിട്ടത്. അതോടൊപ്പം ഭൗതികമായ നേട്ടങ്ങൾ ഉണ്ടാക്കുകയും അവരുടെ നിയമങ്ങൾ അനുസരിച്ച് പ്രവർത്തിക്കാൻ പറ്റിയ ഒരു സമൂഹത്തെ വാർത്തെടുക്കുകയും വേണമായിരുന്നു.

ക്രമേണ ബ്രിട്ടീഷ് ഈസ്റ്റ് ഇന്ത്യാ കമ്പനി തങ്ങളുടെ വിദ്യാഭ്യാസപ്രവർത്തനങ്ങളിൽ സ്വകാര്യ മിഷനറിമാരുടെ പ്രവർത്തനശൈലി തന്നെ അനുകരിക്കാൻ തുടങ്ങി. അങ്ങനെയാണ് കമ്പനി ഇംഗ്ലീഷ് സ്കൂളുകൾ സ്ഥാപിക്കാൻ തുടങ്ങിയത്.

മിഷനറി സ്കൂളുകളിൽ ചാരിറ്റി സ്കൂളുകളുടെ സ്ഥാപനം വളരെ പ്രധാനപ്പെട്ട ഒരു കാൽവെപ്പായിരുന്നു. യൂറോപ്യൻ സൈനികരുടെയും മറ്റും അനാഥരായ മക്കളെയും ഇന്ത്യയിലെ അശരണരായ യൂറോപ്യൻ കുട്ടികളെയും ഉദ്ദേശിച്ചായിരുന്നു ഇതു സ്ഥാപിച്ചത്.

മതപ്രചരണം വളരെ ശക്തമായപ്പോൾ അത് ഇന്ത്യയിലെ ഇതരമതസ്ഥരുടെ പ്രതിഷേധത്തിന് ഇടയാക്കി. ക്രിസ്തീയ പുരോഹിതന്മാർ പുറത്തിറക്കിയ ചില ലഘുലേഖകൾ അത്തരം പ്രതിഷേധങ്ങൾക്കു വഴിവയ്ക്കുകയും ചെയ്തു. ഇതു കാരണം 1808ൽ മതപരമായ നിരപേക്ഷത പുലർത്തുന്ന ഒരു സമീപനം സ്വീകരിക്കണമെന്ന് ബ്രിട്ടീഷ് ഈസ്റ്റ് ഇന്ത്യാ കമ്പനിക്ക് അതിന്റെ ഡയറക്ടർ ബോർഡ് നിർദ്ദേശം നൽകി.

ഇന്ത്യയിൽ മിഷനറിപ്രവർത്തനങ്ങൾ നിരുത്സാഹപ്പെടുത്തിയ ബ്രിട്ടീഷ് ഈസ്റ്റ് ഇന്ത്യാ കമ്പനിയുടെ നയങ്ങൾക്ക് ബ്രിട്ടനിൽ എതിർ

പ്പുകൾ നേരിടേണ്ടി വന്നു. 1793ൽ വില്യം വിൽബെർ ഫോഴ്സ് ബ്രിട്ടീഷ് പാർലമെന്റിൽ ഇതൊരു ചർച്ചാവിഷയമായി അവതരിപ്പിച്ചു. ഇന്ത്യയിൽ മിഷനറി പ്രവർത്തനങ്ങൾ തുടർന്നും നടത്താനാവശ്യമായ നിയമനിർമാണങ്ങൾക്ക് ബ്രിട്ടീഷ് ഗവൺമെന്റിനെ പ്രോത്സാഹിപ്പിക്കാൻ സമരങ്ങളും പ്രതിഷേധങ്ങളും സംഘടിപ്പിക്കപ്പെട്ടു. ഇതിന് പ്രധാനമായും നേതൃത്വം നൽകിയിരുന്നത് കമ്പനിയുടെ ഡയറക്ടർമാരിലൊരാളും പാർലമെന്റ് അംഗവുമായ ചാൾസ് ഗ്രാന്റ് ആയിരുന്നു. 1797ൽ അദ്ദേഹം ഇതിനെക്കുറിച്ച് ഒരു പുസ്തകം പ്രസിദ്ധീകരിച്ചു. ഇന്ത്യൻ ജനതയെ ഉദ്ധരിക്കാൻ അദ്ദേഹം രണ്ട് പ്രധാന മാർഗങ്ങളാണ് നിർദേശിച്ചത്.

1. അവർക്ക് ഇംഗ്ലീഷ് ഭാഷയിലൂടെ വിദ്യാഭ്യാസം നൽകുക.
2. അവരെ ക്രിസ്തുമതത്തിലേക്ക് പരിവർത്തനം ചെയ്യുക.

മെക്കാളെ മിനുട്ട് (1835)

ബോധപൂർവം ഇംഗ്ലീഷ് വിദ്യാഭ്യാസം അടിച്ചേൽപ്പിക്കുമ്പോൾ തന്നെ, ഇന്ത്യൻ വിദ്യാഭ്യാസം മികച്ചതാണെന്നുള്ള ബോധ്യം ബ്രിട്ടീഷുകാർക്കുണ്ടായിരുന്നു. ഇതിന്റെ ഒന്നാന്തരം തെളിവാണ് 1835 ഫെബ്രുവരി മാസത്തിൽ പുറത്തുവന്ന മെക്കാളെയുടെ മിനുട്ട്. ഇന്ത്യൻ വിദ്യാഭ്യാസ ചരിത്രത്തിലെ അടിസ്ഥാന രേഖകളിലൊന്നാണിത്.

സാംസ്കാരികവും വിദ്യാഭ്യാസപരവുമായി കീഴടക്കിയാൽ മാത്രമേ രാഷ്ട്രീയമായി ഇന്ത്യയെ കീഴടക്കാൻ കഴിയൂ എന്നും അതിനായി ഇംഗ്ലീഷ് വിദ്യാഭ്യാസം നടപ്പിൽ വരുത്തി തങ്ങളുടെ വിദ്യാഭ്യാസത്തെക്കാൾ മികച്ചതാണത് എന്ന് അവരെ ബോധ്യപ്പെടുത്തണമെന്നും മെക്കാളെ ബ്രിട്ടീഷ് സർക്കാറിനെ വ്യക്തമായി ബോധ്യപ്പെടുത്തിയിരുന്നു. “ഇന്ത്യാരാജ്യം മുഴുവൻ സഞ്ചരിച്ചിട്ടും എനിക്ക് ഒരു യാചകനെപ്പോലും കാണാൻ കഴിഞ്ഞില്ല. അവർ അത്രയ്ക്ക് ധനികരാണെന്ന്” അദ്ദേഹം രേഖപ്പെടുത്തി.

1813ലെ ചാർട്ടർ വ്യവസ്ഥയനുസരിച്ച് ഏതുതരം വിദ്യാഭ്യാസമാണ് ഭാരതത്തിൽ നടപ്പിലാക്കേണ്ടതെന്ന് വ്യക്തമായി നിർവചിക്കേണ്ടത് മെക്കാളെയുടെ ചുതലയായിരുന്നു. ചാർട്ടറിൽ ഉപയോഗിച്ചിരുന്ന ‘സാഹിത്യം’, ‘പണ്ഡിതനായ ഇന്ത്യക്കാരൻ’ തുടങ്ങിയ പ്രയോഗങ്ങളുടെ അർത്ഥം വ്യക്തമാക്കേണ്ടത് ഇതിനാവശ്യമായിരുന്നു. ‘സാഹിത്യം’ എന്നതുകൊണ്ടുദ്ദേശിച്ചത് ഇംഗ്ലീഷ് സാഹിത്യമാണെന്നും ‘പണ്ഡിത

നായ ഇന്ത്യക്കാരൻ' എന്നതുകൊണ്ട് അർത്ഥമാക്കിയത് ലോക്കിന്റെ തത്ത്വശാസ്ത്രം, മിൽട്ടന്റെ കവിത എന്നിങ്ങനെ ഇംഗ്ലീഷ് വിജ്ഞാനത്തിൽ അവഗാഹം നേടിയ വ്യക്തിയാണെന്നും അദ്ദേഹം വ്യാഖ്യാനിച്ചു. മാത്രമല്ല, ശാസ്ത്രവിജ്ഞാനം ഇംഗ്ലീഷ് ഭാഷയിലൂടെ മാത്രമേ നേടാനാവൂ എന്നും അദ്ദേഹം തറപ്പിച്ചു പറഞ്ഞു.

പാശ്ചാത്യവിദ്യാഭ്യാസം ഇവിടെ നടപ്പിലാക്കിയതിന്റെ ലക്ഷ്യം

1. സ്വതന്ത്രമായി ചിന്തിക്കുകയും തന്റെ കഴിവുകളെ സ്വയം തിരിച്ചറിയുകയും ചെയ്യുന്ന ഒരു സമൂഹത്തെ ഇല്ലായ്മ ചെയ്യുക.
2. ഇംഗ്ലീഷ് വിദ്യാഭ്യാസത്തിലൂടെ പാശ്ചാത്യ ആരാധകരായ ഒരു വലിയ സമൂഹത്തെ വളർത്തിയെടുക്കുക.
3. വിദ്യാഭ്യാസ പ്രവർത്തനത്തിന്റെ സുതാര്യതയും സാമൂഹിക ഇടപെടലും അവസാനിപ്പിക്കുക. ഇതിനായി ഇവർ നടപ്പിൽ വരുത്തിയ പ്രധാനമായ കാര്യം സർട്ടിഫിക്കറ്റ് സമ്പ്രദായമായിരുന്നു.
4. പാശ്ചാത്യ പാഠ്യക്രമങ്ങൾ നടപ്പിൽ വരുത്തുകയും പരീക്ഷാ ബോർഡുകൾ ഉണ്ടാക്കുകയും ചെയ്യുക.
5. എന്ത് പഠിക്കണമെന്ന് ഈ വിദ്യാഭ്യാസ ബോർഡുകൾ തീരുമാനിക്കും. അവർ ഉണ്ടാക്കുന്ന ചോദ്യങ്ങൾക്ക് അവർ പറയുന്ന ഉത്തരങ്ങൾ എഴുതുന്നവർ മാത്രം വിജയിക്കുന്ന പരീക്ഷാ രീതി നടപ്പിലാക്കുക.
6. ഈ പരീക്ഷയിൽ വിജയിക്കുന്നവർക്ക് സർട്ടിഫിക്കറ്റ് നൽകുകയും ഇവർക്ക് മാത്രം ജോലി ചെയ്യാൻ അർഹത എന്ന് നിയമം കൊണ്ടുവരികയും ചെയ്തതിലൂടെ നമ്മുടെ പാരമ്പര്യ വിദ്യാഭ്യാസ സമ്പ്രദായത്തെ തകർക്കുക.
7. വിദ്യാഭ്യാസ സമ്പ്രദായത്തെ, കേവലം പരീക്ഷാ സമ്പ്രദായമാക്കി ചുരുക്കി. ഈ പരീക്ഷാ സമ്പ്രദായം കേവലം ഒരു ജോലി നേടുക, പണം സമ്പാദിക്കുക എന്ന രീതിയിലാക്കി മാറ്റുക.
8. സ്വന്തം കഴിവുകൾ വളർത്തിയെടുക്കുന്നതിലുപരി പണം കൂടുതൽ സമ്പാദിക്കാനുള്ള ഈ പരീക്ഷകൾ എങ്ങനെയെങ്കിലും വിജയിക്കുക എന്ന ലക്ഷ്യത്തിൽ വിദ്യാഭ്യാസത്തെ പരിമിതപ്പെടുത്തുക.

9. ഈ സമ്പ്രദായത്തിന് ഉതകും വിധമുള്ള കേവലം ബിരുദധാരികളായ ഒരു അധ്യാപക സമൂഹത്തെ സൃഷ്ടിക്കുക.
10. പാശ്ചാത്യമതവും ആചാരങ്ങളും ഇത്തരം അധ്യാപകരിലൂടെ പ്രചരിപ്പിക്കുക, അതിലൂടെ സമസ്ത മേഖലകളുടെയും നിയന്ത്രണം ഈ ബിരുദധാരികൾക്കു മാത്രമായി ചുരുക്കി ലോകക്രമം തങ്ങളുടെ വരുതിയിലാക്കുക.
11. സ്വതന്ത്രമായി വളർന്നുവരുന്ന പ്രതിഭകളെ ഇല്ലായ്മ ചെയ്യുകയും അവരെ ലോകസാമൂഹിക ക്രമത്തിൽനിന്ന് പിന്തള്ളുകയും ചെയ്യുക.
12. പാരമ്പര്യ അറിവുകളും ചിന്താധാരകളും ഇല്ലായ്മ ചെയ്യുക.
13. ഒരു വ്യക്തിയെ അയാളുടെ വ്യക്തിത്വം ഇല്ലായ്മ ചെയ്ത് പണം സമ്പാദനത്തിനു വേണ്ടി മാത്രം ജീവിക്കുന്ന ഒരു യന്ത്രമാക്കി മാറ്റുക. ധർമ്മബോധം ഇല്ലായ്മ ചെയ്യുക.
14. ഭരണാധികാരികളുടെ പാവകളായി നടക്കുന്ന ഒരു സമൂഹത്തെ സൃഷ്ടിക്കുക.

വേദപഠന കാലം മുതൽ ഇന്ത്യയിൽ നിലനിന്നിരുന്ന പൗരസ്ത്യ സമ്പ്രദായത്തിന്റെ ലക്ഷ്യം തന്നെ വ്യത്യസ്തമായിരുന്നു. ഭൗതികനേട്ടം മാത്രം ലക്ഷ്യമിട്ട്, പണസമ്പാദനം എന്ന ആകർഷണീയത മാത്രം ലക്ഷ്യം വയ്ക്കുന്ന ഒരു സമൂഹത്തെ പൗരസ്ത്യവിദ്യാഭ്യാസം ഒരിക്കലും അംഗീകരിച്ചിരുന്നില്ല. എന്നാൽ ഭൗതികനേട്ടങ്ങളെ നിരാകരിച്ചിരുന്നുമില്ല. സ്വതന്ത്രമായി ചിന്തിക്കാനും തന്റെ ആന്തരികമായ കഴിവുകളെ കണ്ടറിയാനും അതിനെ സമൂഹത്തിനും വ്യക്തിക്കും ഉപകാരപ്രദമായി വളർത്തിയെടുക്കുകയുമാണ് പ്രാചീനഭാരതത്തിലെ വിദ്യാഭ്യാസ സമ്പ്രദായം ചെയ്തിരുന്നത്.

എങ്ങനെ ചിന്തിക്കണം?

പാശ്ചാത്യവിദ്യാഭ്യാസം എന്തു ചിന്തിക്കണം എന്നാണ് പഠിപ്പിക്കുന്നതെങ്കിൽ പൗരസ്ത്യവിദ്യാഭ്യാസം എങ്ങനെ ചിന്തിക്കണമെന്നാണ് പരിശീലിപ്പിക്കുന്നത്.

നമ്മുടെ മനസ്സിൽ ഒരു ചോദ്യം ഉയരണമെങ്കിൽ ചോദന ഉണ്ടാവണം. ചോദന ജനിപ്പിക്കുന്ന ഒന്നും തന്നെ പാശ്ചാത്യവിദ്യാഭ്യാസ ക്രമത്തിൽ ഇല്ലെന്നു പറയാം. ചോദ്യം ഉയരുമ്പോഴാണ് നാം അറിവ് നേടുന്നത്. ശിഷ്യന്റെ മനസ്സിൽ ചോദനയും ചോദ്യവും ഉയരുകയും ആ

ചോദ്യത്തിന്റെ ഉത്തരം കണ്ടെത്താൻ ഗുരുനാഥൻ സഹായിക്കുകയും ചെയ്യുന്നതായിരുന്നു നമ്മുടെ വിദ്യാഭ്യാസ ക്രമം. ഇത്തരത്തിൽ ധിഷണാശാലികളായവർ അവരുടെ ചോദ്യങ്ങൾക്കുത്തരം കണ്ടെത്താനായി ആചാര്യന്മാരേയും ഗുരുക്കന്മാരേയും കണ്ടെത്തി സംശയനിവാരണം നടത്തുന്ന വിദ്യാഭ്യാസ ക്രമം നമ്മുടെ വേദങ്ങളിലും ഉപനിഷത്തുകളിലും ധാരാളമായി കാണാവുന്നതാണ്.

ഉദാഹരണമായി, മുണ്ഡകോപനിഷത്തിൽ മഹാശാലനായ ശൗനകൻ ഋഷി അംഗിരസ്സിനെ പ്രാപിച്ച് ഇങ്ങനെ ഒരു ചോദ്യമുന്നയിച്ചു. "ഏതൊന്നിനെ അറിഞ്ഞാൽ എല്ലാം അറിഞ്ഞുവോ അത് അങ്ങെനിക്ക് ഉപദേശിച്ചു തരേണമേ" എന്ന്. അപ്പോൾ അംഗിരസ്സ് ശൗനകന് വിസ്തരിച്ചൊരുപദേശം നൽകുന്നു. ആത്മരഹസ്യം തന്നെയാണ് ഉപദേശിക്കുന്നത്. കവിത നിറഞ്ഞ പല മന്ത്രങ്ങളും ഈ ഉപനിഷത്തിലുണ്ട്. 'സത്യമേവ ജയതേ' എന്ന മഹാമന്ത്രം ഈ ഉപനിഷത്തിലാണ് വരുന്നത്.

"സത്യമേവ ജയതേ നാനൃതം
സത്യേന പന്ഥാ വിതതോ ദേവയാനഃ
യേനാക്രമന്തി ഋഷയോഹ്യാപ്തകാമാഃ
യത്ര തത്സത്യസ്യ പരമം നിധാനം"

(സത്യം മാത്രമേ ജയിക്കുകയുള്ളൂ അസത്യം ജയിക്കുകയില്ല. ദേവയാനമെന്ന മാർഗം തുറന്നുകിടക്കുന്ന സത്യം ഒന്നു മാത്രമാണ്. ഈ വഴിയിൽ കൂടിയാണ് ആപ്താമന്മാരായ ഋഷികൾ സത്യത്തിന്റെ പരമാന്ത്യമായ ബ്രഹ്മസ്ഥാനത്തെത്തിയത്.)

ആധുനിക വിദ്യാഭ്യാസക്രമത്തിൽ ബിരുദവും ബിരുദാനന്തര ബിരുദവും നേടിയ എത്ര അദ്ധ്യാപകർക്ക് അവരുടെ ശിഷ്യന്മാരുടെ സ്വതന്ത്രമായ ചോദ്യങ്ങൾക്ക് വിശദമായി ഉത്തരം നൽകാനാകും?

അദ്ധ്യാപകർ ചോദ്യം ചോദിക്കുകയും കുട്ടികൾ ഉത്തരം പറയുകയും എന്നതാണ് പാശ്ചാത്യ വിദ്യാഭ്യാസ രീതി. കുട്ടികൾ ചോദ്യം ചോദിക്കുകയും അദ്ധ്യാപകർ ഉത്തരം പറയുകയുമെന്ന ഒരു വിദ്യാഭ്യാസ ക്രമം വന്നാൽ നമ്മൾ അദ്ധ്യാപകരിൽ എത്ര പേർക്ക് ജോലി തുടരാനാകും?

പ്രാചീന ഭാരതീയ വിദ്യാഭ്യാസരീതിയുടെ പ്രഥമമായ ലക്ഷ്യം ഒരു വ്യക്തിയുടെ സമഗ്ര വികാസമായിരുന്നു. അതായത്, ശാരീരികവും മാനസികവും ആത്മീയവുമായ വികാസം. ഒരുജനതയുടെ ജീവിത വീക്ഷണവും വിദ്യാഭ്യാസവും തമ്മിൽ അഭേദ്യമായി ബന്ധപ്പെട്ടിരിക്കുന്നു.

പ്രാചീന ഭാരതീയർക്ക് ഉദാത്തമായ ഒരു ജീവിത വീക്ഷണമുണ്ടായിരുന്നു. അതവരുടെ വിദ്യാഭ്യാസ ലക്ഷ്യങ്ങളിലും പ്രതിഫലിച്ചു. ജീവിതത്തെ ഒരനസ്യൂത പ്രവാഹമായി അവർ കണ്ടു. ഇതു കൂടാതെ നമ്മുടെ പ്രാചീന വിദ്യാഭ്യാസക്രമം സമൂഹവുമായി വളരെ അടുത്തു ബന്ധപ്പെട്ടിരുന്നു.

പ്രാചീന വിദ്യാഭ്യാസക്രമം

ഉപനയനം എന്ന ചടങ്ങോടു കൂടിയായിരുന്നു ഒരു വിദ്യാർത്ഥിയുടെ അദ്ധ്യയനം ആരംഭിച്ചിരുന്നത്. ഉപനയനം ഒരു വിദ്യാർത്ഥിയെ സംബന്ധിച്ചിടത്തോളം ഒരു പുതിയ ജീവിതത്തിന്റെ തുടക്കം കുറിക്കലായിരുന്നു, ഔപചാരിക വിദ്യാഭ്യാസത്തിന്റെ ആരംഭം. തുടർന്നുള്ള ജീവിതഘട്ടമായിരുന്നു ബ്രഹ്മചര്യം. തന്റെ ഗുരുവിനെ കണ്ടെത്തുന്ന ശിഷ്യൻ അദ്ദേഹത്തോടൊപ്പം അദ്ദേഹത്തിന്റെ കുടുംബത്തിലെ ഒരംഗമായി ജീവിച്ചു കൊണ്ടായിരുന്നു വിദ്യാഭ്യാസം ചെയ്തിരുന്നത്. ഈ സമ്പ്രദായം 'ഗുരുകുല വിദ്യാഭ്യാസം' എന്ന പേരിലാണ് അറിയപ്പെട്ടിരുന്നത്. മിക്കവാറും ഗുരുകുലങ്ങൾ നിലനിന്നിരുന്നത് ബഹളങ്ങൾ നിറഞ്ഞ അന്തരീക്ഷത്തിൽ നിന്നകന്ന് ഏകാന്തവും ശാന്തവുമായ വനപ്രദേശങ്ങളിലും മറ്റുമായിരുന്നു. ഗുരുവും ശിഷ്യനും തമ്മിലുള്ള ആത്മീയബന്ധമായിരുന്നു ഗുരുകുല സമ്പ്രദായത്തിന്റെ ജീവനാഡി.

ഗുരുകുല സമ്പ്രദായം വെറും ജ്ഞാനസമ്പാദനം മാത്രമായിരുന്നില്ല. അതിൽ വിജയകരമായ ഒരു ജീവിതത്തിനാവശ്യമായ എല്ലാ കാര്യങ്ങളിലും ശിഷ്യന് പരിശീലനം ലഭിച്ചിരുന്നു. ഇന്നത്തെപ്പോലെ ചെറുതും വലുതുമായ വിദ്യാർത്ഥികളെ ഒരേ രീതിയിൽ പഠിപ്പിക്കുന്ന 'ക്ലാസ്സ് റൂം' സംവിധാനം അന്ന് നിലവിലുണ്ടായിരുന്നില്ല. ശിഷ്യന് അവന്റെ അഭിരുചിക്കനുസരിച്ചുള്ള തൊഴിൽ പരിശീലനം കൂടി കിട്ടിയിരുന്നു. തന്റെ വിദ്യാഭ്യാസ കാലം മുഴുവൻ ശിഷ്യൻ ഗുരുവിന്റെ ഗൃഹത്തിലെ ഒരംഗമായിട്ടാണ് ജീവിച്ചുപോന്നിരുന്നത്. തന്മൂലം ശിഷ്യന്റെ സ്വഭാവസംസ്കരണത്തിൽ പ്രത്യേക ശ്രദ്ധ ചെലുത്താൻ ഗുരുവിന് കഴിഞ്ഞിരുന്നു.

പ്രാചീനഭാരതത്തിലെ വിദ്യാർത്ഥികൾ വിവിധ വിഷയങ്ങളിൽ പഠനം നടത്തിയിരുന്നു. വേദങ്ങൾ, ഇതിഹാസങ്ങൾ, പുരാണങ്ങൾ, വ്യാകരണം, ഭൂതവിദ്യ (ജീവശാസ്ത്രം), ഗണിതം, തർക്കം, രാജ്യതന്ത്രം, ബ്രഹ്മവിദ്യ, ശബ്ദശാസ്ത്രം, ഛന്ദസ്സ്, മായാജാലം, യുദ്ധമുറകൾ, നക്ഷത്രവിദ്യ, സർപ്പവിദ്യ, സുകുമാരകലകൾ, സംഗീതം, നൃത്തം, ഉപകരണ സംഗീതം, ശില്പവിദ്യ, ആയുർവേദം മുതലായ വിഷയങ്ങളിലെല്ലാം അവർ പ്രാഗത്ഭ്യം നേടിയിരുന്നു.

അക്കാലത്തെ അദ്ധ്യാപനം സംവാദരീതിയിലാണ് നടന്നിരുന്നത്. ശിഷ്യന്മാർ ഗുരുവിനോട് ചോദ്യങ്ങൾ ചോദിക്കുകയും ഗുരു അവയ്ക്ക് ഉത്തരങ്ങളും വിശദീകരണങ്ങളും നൽകുന്നതുമായിരുന്നു ആ രീതി. ഇതു കൂടാതെ പ്രാചീന ഭാരതീയ വിദ്യാഭ്യാസം ഭരണകൂടത്തിന്റെ സ്വാധീനത്തിന് വിധേയമായിരുന്നില്ല.

ആചാര്യന്മാർക്ക് സമൂഹത്തിൽ ആദരണീയമായ സ്ഥാനമാണ് ഉണ്ടായിരുന്നത്. ആചാര്യനും ഗുരുവിനും സമൂഹമാണ് പദവി നൽകിക്കൊണ്ടിരുന്നത്. ഒരു മികച്ച ശിഷ്യനെ വളർത്തിയെടുക്കുക എന്നത് ഒരു ഗുരുവിന്റെ പ്രധാന ലക്ഷ്യമായിരുന്നു. ആരിൽ നിന്നാണോ വിദ്യ സമ്പാദിക്കേണ്ടത് അവരുടെ ലക്ഷണവും നമ്മുടെ ചിന്താധാരകൾ വ്യക്തമാക്കുന്നുണ്ട്.

> "ആചിനോതി ച ശാസ്ത്രാർത്ഥാൻ ശിഷ്യാൻ
> സാധയതേ സുധീഃ
> സ്വയമാചരതി ചൈവ സ ആചാര്യ ഇതിസ്മൃത"

ശാസ്ത്രീയമായി വസ്തുതകളുടെ അർത്ഥം അറിയാവുന്നവനും, ശിഷ്യന്മാർക്ക് എളുപ്പത്തിൽ മനസ്സിലാക്കി കൊടുക്കുന്നവനും, കൊടുക്കുന്ന ഉപദേശങ്ങൾ സ്വയം അനുഷ്ഠിക്കുന്നവനും ആരാണോ അദ്ദേഹത്തെ ആചാര്യനായി സ്മരിക്കുന്നു. വസ്തുതകൾ അറിയുവാനും പഠിക്കുവാനും ഉൾക്കൊള്ളുവാനും സദാ സന്നദ്ധരായിരിക്കണം വിദ്യാർത്ഥികൾ.

> "കാകദൃഷ്ടിർ ബകധ്യാനം ശ്വാനനിദ്രാ തഥൈവച
> അൽപാഹാരം ജീർണവസ്ത്രം ഏതദ് വിദ്യാർത്ഥി ലക്ഷണം"

(കാക്കയുടെ കണ്ണുകൾ, കൊക്കിന്റെ ഏകാഗ്രത, നായയുടെ ജാഗ്രത, മിതമായ ആഹാരം, ലളിതമായ വസ്ത്രം എന്നിവയാണ് ഒരു വിദ്യാർത്ഥിയുടെ ലക്ഷണങ്ങൾ.) അതായത്, കാക്കയെപ്പോലെ തനിക്കു ചുറ്റുമുള്ളതെല്ലാം കാണാനുള്ള കഴിവും കൊക്കിനെപ്പോലെ താൻ ചെയ്യുന്ന പ്രവൃത്തിയിൽ ഏകാഗ്രചിത്തനായിരിക്കുവാനും നായയെപ്പോലെ ഉറക്കത്തിലും ജാഗ്രതയുണ്ടായിരിക്കുവാനും മിതമായ ആഹാരത്തിലൂടെ ആരോഗ്യമുള്ള ശരീരമുള്ളവനും ലളിതമായ വസ്ത്രധാരണത്തിലൂടെ വ്യക്തിത്വത്തെ പ്രകടിപ്പിക്കാൻ കഴിയുന്നവനുമായിരിക്കണം ഒരു നല്ല വിദ്യാർത്ഥി.

അറിവിന്റെ വ്യക്തമായ ശാസ്ത്രീയ ലക്ഷണങ്ങളാണ് വസ്തുതകൾ വിശകലനം ചെയ്യുമ്പോൾ അടിസ്ഥാനമാക്കേണ്ടത്. 'ശാസ്ത്രം പ്രമാണം' എന്ന തത്ത്വത്തിലൂടെ വിശകലനം അസാധ്യമാവുകയാണെങ്കിൽ ആപ്തവാക്യങ്ങളെയാണ് പ്രമാണമായി സ്വീകരിക്കേണ്ടത്. കാരണം അവ ആയിരത്താണ്ടുകളുടെ അനുഭവങ്ങളിലൂടെയും നിരീക്ഷണങ്ങളിലൂടെയും മഹത്തുക്കൾ ആർജ്ജിച്ച അറിവിന്റെ സ്വാംശീകരണമാണ്. ഇന്ന് ഭാരതത്തിൽ നാം നടപ്പിലാക്കിക്കൊണ്ടിരിക്കുന്നത് ഒരു രണ്ടാംതരം പാശ്ചാത്യ വിദ്യാഭ്യാസക്രമമാണ്. 'വിദ്യാഭ്യാസം' എന്നു പറഞ്ഞാൽ പാശ്ചാത്യവിദ്യാഭ്യാസ ക്രമം എന്നായിരിക്കുന്നു എന്ന് അർത്ഥം. വളരെ മുമ്പ് കൃത്യവും ശക്തവുമായ ഒരു വിദ്യാഭ്യാസ സമ്പ്രദായം ഉണ്ടായിരുന്ന ഇന്ത്യ പോലുള്ള പൗരസ്ത്യ ദേശങ്ങൾ പോലും കൂടുതൽ കൂടുതൽ പാശ്ചാത്യവത്കരണത്തിനായി മത്സരിക്കുകയാണ്. അതാകട്ടെ വിദ്യാഭ്യാസം മാത്രമല്ല, വൈദ്യം, നൃത്തം, സംഗീതം, സാഹിത്യം തുടങ്ങി ഭക്ഷണരീതിവരെ പാശ്ചാത്യവത്കരിക്കപ്പെട്ടുകൊണ്ടിരിക്കുന്ന അവസ്ഥയിലെത്തിയിരിക്കുന്നു. നമ്മുടെ ആചാരങ്ങളും ശീലങ്ങളുമെല്ലാം പാശ്ചാത്യരീതിയിലും അവരുടെ മതസമ്പ്രദായങ്ങളിലുമായി മാറിക്കൊണ്ടിരിക്കുകയാണ്. പിറന്നാൾ ആഘോഷങ്ങൾ കേക്ക് മുറിച്ച് മെഴുകുതിരി ഊതിക്കെടുത്തിയാണ് നാം ആഘോഷിക്കുന്നത്. ക്രൈസ്തവ മതാചാരത്തിലാണ് ഞായറാഴ്ച വിശുദ്ധദിനം. എന്നാൽ ആ വിശ്വാസം പൊതുസമൂഹത്തിൽ പാശ്ചാത്യ രീതിയിലൂടെ നടപ്പിലാക്കി നമ്മളും ഞായറാഴ്ച വിശുദ്ധദിനമാക്കി (Sunday holiday) മാറ്റി. യാതൊരുവിധ മതങ്ങളും നിലവിലില്ലായിരുന്ന വേദകാലഘട്ടം മുതലോ അതിനു മുമ്പോ ഉണ്ടായിട്ടുള്ള സനാതന ധർമ്മത്തെയും പഠനരീതികളെയും കണ്ടുപിടുത്തങ്ങളെയും മതപരമെന്നും പ്രാചീനമെന്നും പറഞ്ഞ് പാശ്ചാത്യർ അവരുടെ മതപരമായ ആവശ്യങ്ങൾക്കായി ഉണ്ടാക്കിയ വിദ്യാഭ്യാസ ക്രമത്തിൽ ചില മാറ്റങ്ങൾ വരുത്തി 'സെക്യുലർ' എന്ന രൂപത്തിൽ അവതരിപ്പിച്ചു. പ്രാചീന ഭാരതത്തിൽ സാർവത്രികമായുണ്ടായിരുന്ന സ്വതന്ത്ര വിദ്യാഭ്യാസക്രമത്തെ പൂർണമായും നശിപ്പിച്ചുകൊണ്ട് പൂർണമായും ഭരണകൂട നിയന്ത്രണത്തിലുള്ള സർട്ടിഫിക്കറ്റിനായുള്ള ഒരു പരീക്ഷാരീതി മാത്രമാക്കി മാറ്റി.

സ്വതന്ത്ര വിദ്യാഭ്യാസ രീതിയിൽ യാതൊരുവിധ ചെലവുകളും ഇല്ലാതെ മലബാറിലും മറ്റും ഉണ്ടായിരുന്ന ആശാൻ പള്ളിക്കൂടങ്ങൾ കണ്ട്, അന്ന് മദ്രാസിൽ മിഷനറി ആയിരുന്ന ബെൽ ആൻഡ്രൂസ് അദ്ദേഹത്തിന്റെ രാജ്യമായ സ്കോട്ട്ലാന്റിൽ 'മദ്രാസ് കോളേജ്' എന്ന പേരിൽ

ഒരു സ്കൂൾ സ്ഥാപിക്കുകയും 'മോണിറ്ററിങ് സിസ്റ്റം' എന്ന പേരിൽ ഒരു പാഠ്യരീതി നടപ്പിലാക്കുകയും ചെയ്തു. മലബാർ അന്ന് മദ്രാസ് സ്റ്റേറ്റിലായിരുന്നു. ആശാൻ പള്ളിക്കൂടങ്ങളിൽ പഠിപ്പിക്കാൻ കൂടുതൽ ഗുരുക്കന്മാരെ നിയമിക്കുന്നതിനു പകരം മിടുക്കരായ മുതിർന്ന വിദ്യാർത്ഥികൾക്ക് പരിശീലനം നൽകി പുതിയ വിദ്യാർത്ഥികളെ പഠിപ്പിക്കുന്ന രീതിയായിരുന്നു ഉണ്ടായിരുന്നത്. അവർ മണലിലായിരുന്നു എഴുതി പഠിച്ചിരുന്നത്. അക്കാലത്ത് ബ്രിട്ടനിൽ വിദ്യാഭ്യാസത്തിന് ചെലവ് വളരെ കൂടുതലായിരുന്നതിനാൽ പൊതുവെ വിദ്യാഭ്യാസം നേടുന്ന ആളുകളുടെ എണ്ണം കുറവായിരുന്നു. സ്ത്രീ വിദ്യാഭ്യാസമാകട്ടെ നാമമാത്രവും. വിവാഹ 'കോൺട്രാക്ടുകളിൽ' ഒപ്പിടുന്നതിനുപകരം കുരിശു വരക്കുകയായിരുന്നു ചെയ്തിരുന്നത്. ചെലവ് കുറഞ്ഞ വിദ്യാഭ്യാസ ക്രമം നടപ്പിലാക്കിയ ബെൽ ആൻഡ്രൂസ് അറിയപ്പെട്ടിരുന്നത് 'ബഹുജന വിദ്യാഭ്യാസത്തിന്റെ പിതാവ്' (father of mass education) എന്ന പേരിലായിരുന്നു. ഈ വിദ്യാഭ്യാസക്രമത്തിൽനിന്ന് ആവേശം ഉൾക്കൊണ്ടുകൂടിയായിരുന്നു മരിയ മോണ്ടിസോറി, 'മോണ്ടിസോറി മെത്തേഡ്' എന്ന പ്രാഥമിക വിദ്യാഭ്യാസ രീതി നടപ്പിലാക്കിയത്. 1939 മുതൽ 1946 വരെ മരിയ മോണ്ടിസോറി ഇന്ത്യയിലായിരുന്നു. 1939 ൽ അവർ മദ്രാസ് തിയോസഫിക്കൽ സൊസൈറ്റിയിൽ ഒരു 'ട്രെയിനിങ് കോഴ്സ്' നടത്തുകയും പിന്നീട് പല ഇടങ്ങളിലും യൂണിവേഴ്സിറ്റികളിലും ഇത്തരം പരിശീലനങ്ങൾ നടത്തി എഴുപത്തിയാറാം വയസ്സിൽ ആംസ്റ്റർഡാമിലേക്ക് തിരിച്ചു പോവുകയും ചെയ്തു.

പ്രാചീന ഭാരതീയ വിദ്യാഭ്യാസം മികച്ചതായിരുന്നു എന്ന വസ്തുത ബോധ്യപ്പെട്ടുകൊണ്ടായിരുന്നു പാശ്ചാത്യർ അതിനെ നശിപ്പിച്ചതും പാശ്ചാത്യ വിദ്യാഭ്യാസം നടപ്പിലാക്കിയതും. പാശ്ചാത്യ വിദ്യാഭ്യാസ സമ്പ്രദായവുമായി താരതമ്യം ചെയ്താൽ പ്രാചീന ഭാരതീയ വിദ്യാഭ്യാസക്രമത്തിനുള്ള മികവുകൾ ഒട്ടേറെയായിരുന്നു.

1. പ്രാചീന ഭാരതീയ വിദ്യാഭ്യാസക്രമത്തിന് വളരെ വിശാലമായ ലക്ഷ്യങ്ങളുണ്ടായിരുന്നു. ഒരു വ്യക്തിയുടെ സമഗ്ര വികാസമാണ് അതിൽ പ്രധാനം. അതുകൊണ്ടു തന്നെ അവർക്ക് സമഗ്രമായ ജീവിതവീക്ഷണവും ധർമ്മബോധവും ഉണ്ടായിരുന്നു. ആധുനിക വിദ്യാഭ്യാസ ക്രമം പോലെ അത് കേവലം ഒരു ഉദ്യോഗം നേടാൻ വേണ്ടി സർട്ടിഫിക്കറ്റ് സമ്പാദിക്കുക എന്നതായിരുന്നില്ല.

2. ഭരണകൂടത്തിന്റെ നിയന്ത്രണത്തിലല്ലാതെ സ്വതന്ത്രമായ പഠനരീതികളും വിദ്യാർത്ഥികൾക്ക് തങ്ങളുടെ വാസനകളെ പരിപോഷിപ്പിക്കാൻ ആവശ്യമായ സ്വതന്ത്ര സംവിധാനവുമായിരുന്നു ഭാരതീയ പഠനക്രമം.
3. മികച്ച ഗുരുക്കന്മാരെ തെരഞ്ഞെടുക്കാനും അവരുടെ കീഴിൽ മികച്ച പരിശീലനം നേടാനും സാധിച്ചു.
4. കേവലം ഒരു പരീക്ഷയിലൂടെ ബിരുദം നേടുന്നതിനു പകരം ദീർഘകാലത്തെ നിരന്തര വിലയിരുത്തലിലൂടെ ഒരു ശിഷ്യനു വേണ്ടതായ അറിവ് കരസ്ഥമാക്കി എന്ന് ഗുരുവിന് ബോധ്യപ്പെടുമ്പോഴാണ് ശിഷ്യൻ വിദ്യാഭ്യാസം അവസാനിപ്പിച്ചിരുന്നത്.
5. ഒരു ശിഷ്യന് സംശയനിവൃത്തി വരുത്താനും ചോദ്യങ്ങൾക്ക് ശരിയായ ഉത്തരം കണ്ടെത്താനും കഴിയുന്ന ഗുരുക്കന്മാരും ആചാര്യന്മാരും ഉണ്ടായിരുന്നു.
6. ഗുരുവിനോടൊപ്പം കുടുംബാംഗമായി താമസിക്കുന്നതു കൊണ്ട് ജീവിതത്തിലെ പ്രായോഗികതയും ധാർമ്മികതയും അനുഭവത്തിലൂടെ പഠിക്കുന്നു.
7. ആചാര്യന്മാർക്കും ഗുരുക്കന്മാർക്കും ആ സ്ഥാനങ്ങൾ നൽകിയത് സമൂഹമായിരുന്നു.അവരുടെ ജീവിതചര്യയും അറിവും മനസ്സിലാക്കിയാണ് ആദരവും ആചാര്യസ്ഥാനവും നൽകിയിരുന്നത്. കേവലം ഒരു പരീക്ഷയെഴുതി അദ്ധ്യാപകവൃത്തിയിൽ പ്രവേശിച്ചവരായിരുന്നില്ല ആചാര്യന്മാർ. കൃത്യമായ ഒരു 'സോഷ്യൽ ഓഡിറ്റിംഗ്' സംവിധാനം അന്നുണ്ടായിരുന്നു.
8. ധനത്തിനു വേണ്ടിയായിരുന്നില്ല ഗുരുക്കന്മാർ വിദ്യാഭ്യാസം കൊടുത്തിരുന്നത്. നല്ല ശിഷ്യന്മാരെ വാർത്തെടുക്കുക എന്നതായിരുന്നു ലക്ഷ്യം. ഓരോ ശിഷ്യനും അവരുടെ ഇഷ്ടത്തിനും സംതൃപ്തിക്കും സാമ്പത്തിക സ്ഥിതിക്കും അനുസരിച്ച് എന്ത് ദക്ഷിണയും നൽകാമായിരുന്നു.
9. അഹങ്കാരത്തിൽനിന്ന് അഹംബോധത്തിലേക്ക് നയിക്കുന്നതായിരുന്നു നമ്മുടെ പ്രാചീന വിദ്യാഭ്യാസ ക്രമം. സൂക്ഷ്മമായി പരിശോധിച്ചാൽ ഗർവ്, അഹംഭാവം, അജ്ഞാനം തുടങ്ങിയ ശാസ്ത്രീയ വീക്ഷണവിപരീതങ്ങളായ മാനസികാവസ്ഥകൾക്കെതിരായ ആഹ്വാനം കൂടിയായിരുന്നു നമ്മുടെ വിദ്യാഭ്യാസ ക്രമം.

10. ശിഷ്യന് തികച്ചും ശരിയെന്ന് ബോധ്യപ്പെട്ടത് മാത്രം സ്വീകരിക്കാനുള്ള സ്വാതന്ത്ര്യം പ്രാചീന വിദ്യാഭ്യാസക്രമത്തിൽ ഉണ്ടായിരുന്നു.

> “താതസ്യ കുപോയം ഇതി ബ്രുവാണാഃ
> കാപുരുഷാഃ ക്ഷാര ജലം പിബന്തി”

(അച്ഛൻ കുഴിച്ച കിണറാണെങ്കിലും അതിൽ ഉപ്പുവെള്ളമാണെങ്കിൽ ഏതു മനുഷ്യനാണ് കുടിക്കാൻ തയ്യാറാവുക?) അതായത്, ഉപ്പുവെള്ളം കുടിച്ച് അച്ഛനോടുള്ള ആദരവ് കാണിക്കേണ്ടതില്ല എന്നർത്ഥം. തെറ്റുകൾ ആചരിച്ച് പൂർവാചാര്യന്മാരോടുള്ള ആദരവ് പ്രകടിപ്പിക്കേണ്ട കാര്യമില്ല എന്നാണ് ഇതിലെ സന്ദേശം.

പ്രാചീന ഭാരതത്തിലെ കൃതികളും കണ്ടുപിടുത്തങ്ങളും എല്ലാം തന്നെ ആ കാലഘട്ടത്തിന്റെ വിദ്യാഭ്യാസ ക്രമത്തിന്റെ മികവ് തെളിയിക്കുന്നതു കൂടിയായിരുന്നു. ഒരുലക്ഷത്തി ഇരുപതിനായിരം ശ്ലോകങ്ങളും നാലായിരത്തിലേറെ കഥാപാത്രങ്ങളുമുള്ള മഹാഭാരതം, വാത്മീകി രാമായണം മുതലായ കൃതികൾ പ്രാചീനകാല വിദ്യാഭ്യാസത്തിന്റെ തെളിവുകളാണ്. വേദവ്യാസനും വാത്മീകിയുമൊന്നും സവർണന്മാരായിരുന്നില്ല. ഒരു മുക്കുവ സ്ത്രീയുടെ മകനായ കൃഷ്ണദ്വൈപായരെന്ന വേദവ്യാസനും ഒരു കാട്ടാളനായിരുന്ന രത്നാകരൻ എന്ന വാത്മീകി മഹർഷിയും അക്കാലത്തെ വിദ്യാഭ്യാസ സമ്പ്രദായം അവരിൽ വളർത്തിയെടുത്ത ധിഷണതയുടെ കൂടി തെളിവുകളാണ്. ഇത് കേവലം സാഹിത്യരംഗത്ത് മാത്രമായിരുന്നില്ല. പ്രാചീന ഭാരതത്തിലെ ശാസ്ത്ര കണ്ടുപിടുത്തങ്ങൾ ഭൗതികരംഗത്തെ നമ്മുടെ മികവു തെളിയിക്കുന്നതായിരുന്നു. ആരോഗ്യരംഗത്ത് ലോകത്തിലെ തന്നെ ഏറ്റവും പുരാതനവും ഇന്നും ലോകമെമ്പാടും പ്രചാരത്തിലുള്ളതുമായ ആയുർവേദം പ്രാചീന ഭാരതത്തിന്റെ സംഭാവനയാണ്. ആയിരക്കണക്കിനു വർഷങ്ങൾക്കു മുമ്പുള്ള പ്രാചീന, പാരമ്പര്യ വൈദ്യരീതികളെക്കുറിച്ച് പഠനം നടത്തിയിട്ടാണ് ചരകസംഹിതയും ശുശ്രുതസംഹിതയും മറ്റും ഉണ്ടായിട്ടുള്ളത്. ആധുനിക വൈദ്യശാസ്ത്രത്തിന്റെ പിതാവെന്നറിയപ്പെടുന്ന ഹിപ്പോക്രാറ്റസ് നിരവധി തവണ ഇതേക്കുറിച്ച് പരാമർശിച്ചിട്ടുണ്ട്.

ഗണിതശാസ്ത്രം, എഞ്ചിനീയറിംഗ്, മെറ്റലർജി, ജ്യോതിശാസ്ത്രം, ഭൂമിശാസ്ത്രം തുടങ്ങിയവയിലെല്ലാം വിവിധങ്ങളായ ശാസ്ത്രീയ കണ്ടുപിടുത്തങ്ങളും പ്രഗത്ഭരായ ശാസ്ത്രജ്ഞന്മാരും ഭാരതത്തിലുണ്ടായിരുന്നു.

സംഗീതം, നൃത്തം, മറ്റു കലാരൂപങ്ങൾ എന്നിവയെല്ലാം ആധുനിക വിദ്യാഭ്യാസ ക്രമത്തിന് വളരെ മുമ്പ് ഉണ്ടായിരുന്നതാണ്. സ്വതന്ത്രമായ ഒരു വിദ്യാഭ്യാസക്രമം ഉണ്ടായിരുന്നതു കൊണ്ടാണ് സാഹിത്യം, സംഗീതം മറ്റു കലകൾ മുതൽ ഗണിതശാസ്ത്രരംഗത്തു വരെ ഇത്തരം കണ്ടുപിടുത്തങ്ങളും സൃഷ്ടികളും ഉണ്ടായത്. ആധുനിക വിദ്യാഭ്യാസ ക്രമം നമുക്കു സ്വതന്ത്രമായി ചിന്തിക്കാനും സ്വതന്ത്രമായി പഠിക്കാനുമുള്ള അവകാശം നിഷേധിക്കുകയാണ് ചെയ്യുന്നത്. എങ്ങനെ പഠിക്കണമെന്നോ, എന്ത് പഠിക്കണമെന്നോ, എവിടം വരെ പഠിക്കണമെന്നോ സർക്കാറാണ് തീരുമാനിക്കുന്നത്. കേവലമായ ഒന്നോ രണ്ടോ പരീക്ഷകളിലൂടെ അതും സർക്കാർ നിയന്ത്രണത്തിലുള്ള പരീക്ഷാ ബോർഡുകൾ തയ്യാറാക്കുന്ന മൃതചോദ്യത്തിന് (dead questions) ന് അവർ ഉദ്ദേശിക്കുന്ന ഉത്തരങ്ങൾ നിങ്ങൾ എഴുതിക്കൊടുത്താൽ നിങ്ങൾ യോഗ്യനാണെന്ന് അവർ യോഗ്യതാപത്രം നൽകും. ധിഷണശാലിയായ ഒരു കുട്ടിക്ക് ഈ പരീക്ഷാബോർഡിന്റെ ചട്ടക്കൂട്ടിന് പുറത്ത് കടക്കാൻ അവകാശമില്ല. പരീക്ഷാ ബോർഡുകളുടെ സർട്ടിഫിക്കറ്റ് പരമാവധി മെച്ചപ്പെട്ടതാക്കാൻ, അവർ നൽകുന്ന ചത്ത ചോദ്യങ്ങളും അതിനവർ തയ്യാറാക്കുന്ന ഉത്തരങ്ങളും കാണാപ്പാഠം പഠിക്കുക എന്നതു മാത്രമാണ് ഏതു സമർത്ഥരായ വിദ്യാർത്ഥികൾക്കും ചെയ്യാനുള്ളത്. മനസ്സിലുള്ള ചോദനയിൽ നിന്നും ഉണ്ടാവുന്ന ചോദ്യങ്ങളാണ് ജീവനുള്ള ചോദ്യങ്ങൾ. ചോദ്യ ബാങ്കിൽ (question bank) നിന്നെടുക്കുന്ന ചോദ്യങ്ങളെയാണ് ചത്ത ചോദ്യങ്ങൾ എന്നുദ്ദേശിച്ചത്.

ദേശീയ പ്രക്ഷോഭ കാലത്ത് ദേശീയ വിദ്യാഭ്യാസം എന്നൊക്കെയുള്ള ഒട്ടേറെ ചർച്ചകളും പാശ്ചാത്യ വിദ്യാഭ്യാസ ക്രമത്തിനെതിരായ ശക്തമായ അഭിപ്രായങ്ങളുമൊക്കെ ഉയർത്തിയെങ്കിലും സ്വാതന്ത്ര്യലബ്ധിക്ക് ശേഷം സ്വതന്ത്രവിദ്യാഭ്യാസക്രമത്തെ കൂടുതൽ തകർക്കുകയും സമൂഹത്തെയും ധിഷണാശാലികളായ പണ്ഡിതരെയും വിദ്യാലയങ്ങളുടെ അകലെ നിർത്തുന്ന മാനദണ്ഡങ്ങൾ ഉദ്യോഗസ്ഥ വൃന്ദത്തിലൂടെ നടപ്പിലാക്കുകയുമാണുണ്ടായത്. സ്വകാര്യവിദ്യാലയങ്ങളിൽ ഉൾപ്പെടെ യുക്തിരഹിതമായ അനാവശ്യ നിയന്ത്രണങ്ങൾ ഏർപ്പെടുത്തി കൂടുതൽ അധികാരം ഉദ്യോഗസ്ഥവൃന്ദത്തിലൂടെ നടപ്പിലാക്കി. നമ്മുടെ സാമൂഹികക്രമത്തിൽ കൂടുതൽ നിയന്ത്രണങ്ങൾ കൊണ്ടുവരുന്നത് പലപ്പോഴും അഴിമതിയുടെ വല വിപുലപ്പെടുത്താനാണ് ഉപകരിക്കുക.

കുട്ടികൾ എന്ത് പഠിക്കണം, അദ്ധ്യാപകർ എന്ത് ചോദിക്കണം, കുട്ടികൾ എന്ത് ഉത്തരം നൽകണം, ഏത് സമയം പഠിക്കണം, എത്ര

സമയം എന്തൊക്കെ പഠിക്കണം, എന്ത് വസ്ത്രം ധരിക്കണം തുടങ്ങി എല്ലാ മേഖലകളെയും ഭരണകൂട നിയന്ത്രണത്തിലാക്കുന്ന ഒരു വിദ്യാഭ്യാസക്രമത്തിൽ ഒരു വിദ്യാർത്ഥിയുടെയോ അദ്ധ്യാപകന്റെയോ ധിഷണയ്ക്കും ക്രിയാത്മകതയ്ക്കും എന്താണ് സ്ഥാനം? അദ്ധ്യാപക നിയമനം തന്നെ ഒരു തമാശയാണ്. സർക്കാർ സംവിധാനത്തിലുള്ള പരീക്ഷാക്രമം പാസ്സായ യോഗ്യതാപത്രമുള്ളവർ മാത്രമാണ് പഠിപ്പിക്കാൻ യോഗ്യൻ. മഹാഭാരതം ഉൾപ്പെടെ ലോകത്തിന് അത്ഭുതകരമായ സൃഷ്ടികൾ നൽകിയ വേദവ്യാസൻ ഇന്ന് ജീവിച്ചിരിപ്പുണ്ടായിരുന്നുവെങ്കിൽ ഒരു ലക്ഷത്തി ഇരുപതിനായിരം ശ്ലോകങ്ങൾ രചിച്ച അദ്ദേഹത്തിന് ഇന്ന് ഒരു സംസ്കൃത സർവകലാശാലയിൽ അദ്ദേഹത്തിന്റെ കൃതിയായ മഹാഭാരതം പഠിപ്പിക്കാൻ കഴിയില്ല. കാരണം അദ്ദേഹത്തിന് സർക്കാരിന്റെ യോഗ്യതാപത്രമില്ല. എന്നാൽ ഇവരുടെ യോഗ്യതാപത്രവുമായി സർവകലാശാലയിൽ പഠിപ്പിക്കുന്ന അദ്ധ്യാപകർക്ക് മിക്കവാറും ഇരുപത് ശ്ലോകങ്ങളെഴുതാൻ കഴിവുമില്ല. തകഴി ശിവശങ്കരപിള്ളയ്ക്ക് അദ്ദേഹത്തിന്റെ കൃതിയായ ചെമ്മീനോ, കയറോ പഠിപ്പിക്കാൻ യോഗ്യതയില്ല. എന്നാൽ ഇതു പഠിപ്പിക്കുന്ന അദ്ധ്യാപകർക്ക് ഒരു ലേഖനമെഴുതാൻ പോലും പറ്റാറില്ല. ഈയിടെ ദിവംഗതനായ പത്മശ്രീ ഗുരു ചേമഞ്ചേരി കുഞ്ഞിരാമൻ നായർ നൂറു വയസ്സിന് ശേഷവും കഥകളി ആടിയ അത്ഭുത പ്രതിഭയാണ്. അദ്ദേഹത്തിന് സർക്കാർ സ്ഥാപനങ്ങളിൽ കഥകളി പഠിപ്പിക്കാൻ അർഹതയില്ല.

നമ്മുടെ രാജ്യത്ത് ഏറ്റവും കൂടുതലായി ഉണ്ടായിട്ടുള്ള വിദ്യാഭ്യാസ സ്ഥാപനങ്ങൾ എഞ്ചിനീയറിംഗ് കോളേജുകളാണ്. മുൻകാലങ്ങളിൽ അത്ഭുതകരങ്ങളായ കെട്ടിടങ്ങൾ നിർമ്മിച്ച പ്രതിഭാധനന്മാരായ വാസ്തുശില്പികളും തച്ചന്മാരുമുണ്ടായിരുന്നു, അജന്ത, എല്ലോറ മുതൽ താജ്മഹൽ വരെ നിർമ്മിച്ച പ്രതിഭാധനന്മാർ. അവരെല്ലാം തന്നെ പരമ്പരാഗത രീതിയിൽ വാസ്തുശാസ്ത്രവും തച്ചുശാസ്ത്രവും പഠിച്ചവരായിരുന്നു. ആ തലമുറയിൽപ്പെട്ട ഒട്ടേറെ പ്രതിഭകൾ ഇന്നും ഉണ്ട്. അവരാരും തന്നെ ആർക്കിടെക്ച്ചറൽ സ്ഥാപനങ്ങളിൽ പഠിപ്പിക്കാനോ, ഒരു പ്ലാൻ വരച്ച് ഒപ്പിട്ട് മുനിസിപ്പാലിറ്റിയിൽ കൊടുക്കാനോ പോലും അർഹരല്ല. കാരണം അവർക്ക് യോഗ്യതാപത്രമില്ല.

പരമ്പരാഗത രീതിയിൽ ഓരോ മേഖലയിലും പ്രാവീണ്യം നേടിയ പ്രഗത്ഭരുടെ കഴിവും വിജ്ഞാനവും നമ്മുടെ ആധുനിക വിദ്യാഭ്യാസ രീതി പൂർണമായും നിരാകരിക്കുക വഴി എത്രയോ നൂറ്റാണ്ടുകളായി വിവിധ മേഖലകളിൽ നാം കൈവരിച്ച നേട്ടങ്ങൾ അന്യംനിന്നുപോവുകയാണ് ചെയ്യുന്നത്.

ഇതിന്റെ മറുഭാഗം നമ്മുടെ കലാലയങ്ങളിൽ നിന്ന് ബിരുദമെടുത്ത് പുറത്തുവരുന്നവരിൽ മഹാഭൂരിപക്ഷവും അവർ ബിരുദമെടുത്ത മേഖലയിൽ പോലും തൊഴിൽ ചെയ്യാനോ പ്രാഗത്ഭ്യം തെളിയിക്കാനോ കഴിയാത്തവരാണെന്നതാണ്. സംസ്കൃതത്തിലും സാഹിത്യത്തിലും ബിരുദാനന്തര ബിരുദവും ഡോക്ടറേറ്റും നേടിയ ഒരദ്ധ്യാപകൻ പ്രമുഖമായ സംസ്കൃത സാഹിത്യഗ്രന്ഥങ്ങൾ ഒന്നും തന്നെ പഠിച്ചിട്ടില്ല. അദ്ദേഹത്തിന് പത്തു വരി ശ്ലോകം പോലും എഴുതാനറിയില്ല. മാത്രമല്ല ഈ വ്യക്തി അവരുടെ സംസ്കൃതം ഗവേഷണ പ്രബന്ധം ഇംഗ്ലീഷിലാണ് തയ്യാറാക്കിയത്. അതിനു കാരണം യൂണിവേഴ്സിറ്റി ഇംഗ്ലീഷിലുള്ള പ്രബന്ധമേ ഗവേഷണത്തിന് സ്വീകരിക്കുകയുള്ളൂ എന്നതാണ്. ഇതാണ് നമ്മുടെ സർവകലാശാലാ ബിരുദങ്ങളുടെ അവസ്ഥ. ഈ പ്രതിഭാസത്തിന് നമ്മുടെ ഖജനാവിൽ നിന്ന് കോടികളാണ് എല്ലാ മാസവും ചെലവഴിക്കുന്നത്.

പ്രാചീന കാലങ്ങളിൽ ആരോഗ്യരംഗത്ത് അതിപ്രഗത്ഭരായ വൈദ്യന്മാരുണ്ടായിരുന്നു. ഇവരെല്ലാം തന്നെ പാരമ്പര്യ വൈദ്യന്മാരുമായിരുന്നു. മിക്കവാറും വൈദ്യഭവനങ്ങളിൽ തന്നെയായിരുന്നു മരുന്ന് ഉണ്ടാക്കുന്നതും പരിശോധനയും ചികിത്സയും മറ്റും. ഇന്ത്യയുടെ വിവിധ സ്ഥലങ്ങളിൽ ഇത്തരം പ്രമുഖങ്ങളായ പാരമ്പര്യവൈദ്യമഠങ്ങളും മറ്റും ഉണ്ടായിരുന്നു. എന്നാൽ ആധുനിക വൈദ്യശാസ്ത്ര ലോബികൾ ശക്തമായതോടെ സർക്കാറിൽ സ്വാധീനം ചെലുത്തി ആരോഗ്യരംഗത്തെനൂറ്റാണ്ടുകളായുണ്ടായ നമ്മുടെ പരമ്പരാഗത വിജ്ഞാനത്തെ നശിപ്പിക്കുകയാണ് ചെയ്തത്. പത്മഭൂഷണം ഡോ. ബി.എം ഹഗ്ഡേയെപ്പോലുള്ള പ്രഗത്ഭർ തന്നെ ഇന്നത്തെ ആധുനിക വൈദ്യം എന്ന അലോപ്പതി സമ്പ്രദായത്തിന്റെ കൊള്ളയെയും കൊള്ളരുതായ്മകളെയും പറ്റി വ്യക്തമായി നിരന്തരം പറഞ്ഞുകൊണ്ടിരുന്നിട്ടും സർക്കാറിന് ഇതിനെതിരെ ഒന്നും ചെയ്യാൻ പറ്റുന്നില്ല എന്നു മാത്രമല്ല മറ്റു വൈദ്യശാഖകളും ഇംഗ്ലീഷ് മരുന്ന് ലോബിയുടെ നിയന്ത്രണത്തിലായിരിക്കുകയാണ്.

എന്റെ ഒരു സുഹൃത്ത് നടത്തുന്ന ഒരു പാരമ്പര്യ മർമ്മ ചികിത്സാ കേന്ദ്രമുണ്ട്. വീഴ്ചയും ഉളുക്കും ചതവും മറ്റും ഉണ്ടായ നിരവധി പേരാണ് എല്ലാ ദിവസവും ഇവിടെ നിന്നും ചികിത്സ നേടി സുഖപ്പെട്ട് പോകുന്നത്. പതിറ്റാണ്ടുകൾ പഴക്കമുള്ള ഈ ആതുരാലയം ഇപ്പോൾ നടത്തുന്നത് രണ്ടാമത്തെയോ മൂന്നാമത്തെയോ തലമുറയാണ്. അവിടെ ഏതാനും BAMS ബിരുദധാരികൾ ജോലി ചെയ്യുന്നുണ്ട്. ഈ സ്ഥാപനമുടമയും പ്രധാന വൈദ്യരുമായ സുഹൃത്തിനോട് ഞാൻ അവിടെ

യുള്ള BAMS ഡോക്ടർമാരെക്കുറിച്ച് അന്വേഷിച്ചു. 'ഡാറ്റ എൻട്രി', 'ഫയലിംഗ്' തുടങ്ങിയവയെല്ലാം അവർ നന്നായി ചെയ്യുന്നുണ്ട് എന്നു പറഞ്ഞു. ചികിത്സാ കാര്യത്തിലെ മികവിനെക്കുറിച്ച് തിരക്കിയപ്പോൾ അദ്ദേഹം പറഞ്ഞത്, രോഗികളെ ചികിത്സിക്കണമെങ്കിൽ അവർ ഇനിയും ചുരുങ്ങിയത് അഞ്ചോ ആറോ വർഷമെങ്കിലും പരിശീലിക്കണമെന്നാണ്. അതിനെക്കുറിച്ച് അവർക്കിപ്പോൾ കാര്യമായൊന്നും അറിയില്ലത്രെ. പിതാവിനൊടൊപ്പം ഏകദേശം 15 വർഷക്കാലം മരുന്നു നിർമ്മിക്കൽ മുതൽ പരിശീലിച്ചതിനു ശേഷം പിതാവിന്റെ മേൽനോട്ടത്തിലാണ് അദ്ദേഹം ആദ്യത്തെ രോഗിയെ സ്പർശിച്ചതെന്നു പറഞ്ഞു. സ്വന്തമായി ഔഷധത്തോട്ടമുണ്ടാക്കി, സ്വന്തമായി മരുന്ന് നിർമ്മിച്ചാണ് ഇവിടെ ചികിത്സ നടത്തുന്നത്. വിദേശത്ത് നിന്നു പോലും ധാരാളം രോഗികൾ ഇവിടെയെത്തി സുഖം പ്രാപിച്ചു വരുന്നു. പതിറ്റാണ്ടുകളായുള്ള ഈ സ്ഥാപനത്തിന്റെ വിശ്വാസ്യത, ഏതു ബിരുദ സർട്ടിഫിക്കറ്റിന്റേയും എത്രയോ മുകളിലാണ്.

പാശ്ചാത്യ ഭരണം മുതൽ വിദ്യാഭ്യാസം, ആരോഗ്യം മുതലായ രംഗങ്ങളിൽ തികഞ്ഞ ആധിപത്യം ചെലുത്തുകയെന്ന ലക്ഷ്യത്തോടെയാണ് സർക്കാർ ജോലിയിൽ അവർ നടത്തുന്ന പരീക്ഷ വിജയിച്ച്, അവർ നൽകുന്ന ബിരുദമുള്ള ആളുകൾക്കു മാത്രമേ യോഗ്യതയുണ്ടായിരിക്കുകയുള്ളുവെന്ന് ആദ്യകാലം മുതൽ തീരുമാനിച്ചത്. പിന്നീട് സ്വകാര്യമേഖലകളിലും പരമ്പരാഗത സമ്പ്രദായത്തിൽ പരിശീലനം നേടിയവരെ വിലക്കി. എന്നാൽ ഈ ബിരുദധാരികൾ തൊഴിൽമേഖലയിൽ വേണ്ടത്ര നൈപുണ്യം ഉള്ളവരല്ലെന്ന് ഈ സമ്പ്രദായം നടപ്പിലാക്കുന്നവർക്ക് നന്നായി അറിയാം. എന്നാൽ കാലക്രമത്തിൽ നമ്മുടെ ഭരണ നിയന്ത്രണ ഉദ്യോഗസ്ഥന്മാർ മുഴുവനും ഇത്തരം ബിരുദധാരികളായി മാറി. ഒരു വ്യക്തിയുടെ നൈപുണ്യം കേവലം ഈ ബിരുദ സർട്ടിഫിക്കറ്റിലാണെന്ന് അന്ധമായി വിശ്വസിക്കുന്ന വലിയൊരു വിഭാഗം സമൂഹത്തെ അവർ സൃഷ്ടിച്ചെടുത്തു. യുക്തിബോധം നഷ്ടപ്പെട്ട ഒരു അന്ധ സമൂഹമാക്കി നമ്മുടെ സമൂഹത്തെ മാറ്റിയെടുക്കുന്നതിൽ അവർ വിജയിച്ചു. ഇന്നും പാശ്ചാത്യർ ചെയ്യുന്നതെല്ലാം ശരി എന്ന അടിമബോധത്തിലാണ് നമ്മുടെ സമൂഹം.

ലോകമെമ്പാടും, പാശ്ചാത്യസമൂഹത്തിൽ ഉൾപ്പെടെ, അസാധാരണമായ രീതിയിൽ വ്യക്തിമുദ്ര പതിപ്പിച്ച വലിയൊരു വിഭാഗം ഔപചാരികവിദ്യാഭ്യാസത്തെ നിരാകരിച്ചവരായിരുന്നു. ഏതാനും ഉദാഹരണങ്ങൾ നമുക്കു പരിശോധിക്കാം.

1. സ്റ്റീവ് പോൾ ജോബ്സ് (Steve Jobs)

സ്റ്റീവ്ജോബ്സ് എന്ന അമേരിക്കൻ ബിസിനസ് മാഗ്നറ്റ്, അദ്ദേഹം 1955ലാണ് ജനിച്ചത്. ആപ്പിൾ കമ്പനിയുടെ ചെയർമാനും ചീഫ് എക്സിക്യൂട്ടീവ് ഓഫീസറുമായിരുന്ന അദ്ദേഹം റീഡ്കോളേജിൽ 1972ൽ ചേർന്ന അതേ വർഷം തന്നെ കോളേജിൽ നിന്നും പഠനം നിർത്തി. എന്നിട്ടും ക്ലാസ്സിൽ പോകാതെ കാന്റീനിലും മറ്റും സുഹൃത്തുക്കളെ കാണാൻ എത്തുമായിരുന്നു. സ്റ്റീവ് പഠനം നിർത്താനുള്ള കാരണമായി പറഞ്ഞിരുന്നത് ഇതായിരുന്നു. “ടീച്ചർ ക്ലാസ്സിൽ പറഞ്ഞുകൊണ്ടിരുന്നത് അവർക്കു പറയാനുള്ളതായിരുന്നു. അത് എനിക്കു കേൾക്കാനുള്ളതായിരുന്നില്ല. പിന്നെ ഞാനെന്തിന് പണം കൊടുത്ത് അതു കേൾക്കണം?”

റീഡ്സ് കോളേജിൽനിന്നും ഉന്നതമായി വിജയിച്ച ആരും തന്നെ കൊഴിഞ്ഞുപോയ സ്റ്റീവ് ജോബ്സിന്റെ ജീവിതവിജയത്തിന്റെ അടുത്തെങ്ങും എത്തിയിട്ടില്ല.

2. ബിൽ ഗേറ്റ്സ് (Bill Gates)

മൈക്രോ സോഫ്റ്റ് കമ്പനിയുടെ തലവൻ ബിൽ ഗേറ്റ്സ് ഹാർവാർഡ് യൂണിവേഴ്സിറ്റിയിൽ നിന്നും പഠനം നിർത്തിയ ആളാണ്. അവിടെ അദ്ദേഹം ഒരു നിയമബിരുദ വിദ്യാർത്ഥിയായിരുന്നു. എന്നാൽ യൂണിവേഴ്സിറ്റിയിൽ നിന്ന് പഠനം പൂർത്തിയാക്കാതെ, അദ്ദേഹം സ്വന്തം താല്പര്യപ്രകാരം ഐ.ടി മേഖലയിൽ സംരംഭം ആരംഭിക്കുകയും അതിനെ ലോകത്തിലെ തന്നെ ഉന്നതമായ കമ്പനിയാക്കി മാറ്റുകയും ചെയ്തു. ഹാർവാർഡ് യൂണിവേഴ്സിറ്റിയിൽ നിന്നും ഒരു നിയമബിരുദധാരിയായി പുറത്തിറങ്ങിയിരുന്നുവെങ്കിൽ അദ്ദേഹം കേവലം ഒരു വക്കീൽ മാത്രമാകുമായിരുന്നു. ഔപചാരിക വിദ്യാഭ്യാസത്തിന്റെ ഏറ്റവും വലിയൊരു ന്യൂനത കൂടിയാണിത്. ഒരാളുടെ താല്പര്യമനുസരിച്ചായിരിക്കില്ല അയാൾ വിഷയങ്ങൾ തിരഞ്ഞെടുക്കുന്നത്. പലപ്പോഴും നാം വെറുക്കുന്ന വിഷയങ്ങൾ പോലും തിരഞ്ഞെടുക്കേണ്ടതായി വരുന്നു.

“To win big, you sometimes have to take big risks” - എന്ന് അദ്ദേഹത്തിന് പറയാൻ കഴിഞ്ഞത് ഒരുപക്ഷേ ഔപചാരിക വിദ്യാഭ്യാസത്തന്റെ തടങ്കലിലിൽ നിന്ന് പുറത്തു കടക്കാൻ അദ്ദേഹത്തിനു കഴിഞ്ഞതുകൊണ്ടാകാം.

3. തോമസ് എഡിസൺ (Thomas Edison)

ഒന്നും സംസാരിക്കാതെ ചിതറിയ ചിന്തയുമായി നടക്കുന്നവനായിട്ടായിരുന്നു തോമസ് എഡിസന്റെ സ്കൂൾ അദ്ധ്യാപകർ അദ്ദേഹത്തെ വിലയിരുത്തിയത്. അങ്ങനെയുള്ള എഡിസനാണ് ലോകത്തിലെ തന്നെ ഏറ്റവും വലിയ കമ്പനികളിലൊന്നായ 'ജനറൽ ഇലക്ട്രിക്' എന്ന സ്ഥാപനത്തിന്റെ സ്ഥാപകനായി മാറിയത്.

"Many of life's failure are people who did not realize how close they were to success when they gave up." - Thomas Edison

4. ഹെൻറി ഫോർഡ് (Henry Ford)

ലോകത്തിലെ ആട്ടോമൊബൈൽ ബില്യനയർ ആയി അറിയപ്പെടുന്ന ഹെൻറി ഫോർഡ് ദാരിദ്ര്യത്തിലും പട്ടിണിയിലും വളർന്ന ഔപചാരിക വിദ്യാഭ്യാസം ലഭിക്കാത്ത വ്യക്തിയായിരുന്നു.

"Thinking is the hardest work to do, that's why so few people are engaged in it."എന്ന ചിന്ത അദ്ദേഹത്തിനു ലഭിച്ചത് കെട്ടുപാടുകളില്ലാത്ത വിദ്യാഭ്യാസത്തിന്റെ സ്വതന്ത്രമായ ആകാശങ്ങളിൽ അദ്ദേഹം വിഹരിച്ചതു കൊണ്ടാണ്.

മുകളിൽ കൊടുത്ത പ്രഗത്ഭ വ്യക്തികളെല്ലാം പാശ്ചാത്യരാണ്. പാശ്ചാത്യ വിദ്യാഭ്യാസത്തെ നിരാകരിച്ച് അവരവരുടെ താല്പര്യത്തിനും കഴിവിനും അനുസരിച്ച് ജീവിത വിജയം നേടി മാതൃക കാണിച്ചവരാണ്.

ഇതിൽ നിന്നും മനസ്സിലാവുന്നത്, അവനവന്റെ കഴിവുകളും താല്പര്യങ്ങളും തിരിച്ചറിയാനും അതിനെ വളർത്താനും തയ്യാറാവുകയാണെങ്കിൽ മാത്രമേ നമുക്കു ഉയരങ്ങളിലെത്താനാവുകയുള്ളൂ എന്നതാണ്. പാശ്ചാത്യവിദ്യാഭ്യാസം ലക്ഷ്യം വയ്ക്കുന്നത് കേവലം ഭൗതികമായ നേട്ടം മാത്രമാണ്. വിദ്യാഭ്യാസത്തിന്റെ പ്രധാന ലക്ഷ്യം ധനസമ്പാദനവും ഭൗതിക നേട്ടം കൈവരിക്കലും മാത്രമായി മാറിയതിന്റെ ദുരന്തങ്ങളാണ് ഇന്നു ലോകം മുഴുവൻ അനുഭവിക്കുന്ന ദുരിതങ്ങൾ. അതുകൊണ്ടു തന്നെ വിദ്യാഭ്യാസത്തിന്റെ ഉദ്ദേശ്യ ലക്ഷ്യങ്ങളെ നാം പുനർവിചിന്തനം ചെയ്യേണ്ട സമയം അതിക്രമിച്ചിരിക്കുന്നു.

എന്താണ് വിദ്യാഭ്യാസം?

വിദ്യാഭ്യാസ രംഗത്ത് പ്രവർത്തിക്കുന്ന ചിലരോട്, പ്രധാനമായും അദ്ധ്യാപകരോട്, എന്താണ് വിദ്യാഭ്യാസം എന്നു ചോദിച്ചപ്പോൾ അവരിൽ നിന്നും ലഭിച്ച ഉത്തരം അവർ ബി.എഡ്. കാലത്ത് പഠിച്ച പകുതി മറന്ന ചില നിർവചനങ്ങളായിരുന്നു. എന്നാൽ അവരുടെ വിദ്യാഭ്യാസരംഗത്തെ അനുഭവങ്ങളിലൂടെ അവർ എന്താണ് മനസ്സിലാക്കിയത് എന്ന് ചോദിച്ചപ്പോൾ തികഞ്ഞ നിരാശയായിരുന്നു ഫലം.

ബി.എഡിന് പഠിക്കുമ്പോൾ വൈവിധ്യമുള്ള വിദ്യാഭ്യാസ ആശയങ്ങൾ എനിക്കും ആകർഷകങ്ങളായിരുന്നു. ലാറ്റിൻ ഭാഷയിൽ 'Educere' എന്ന പദത്തിൽ നിന്നും ഉത്ഭവിച്ച Education എന്ന പദവും നിർവചനങ്ങളും അർത്ഥവത്തായി തോന്നി. പുറത്തേക്കു നയിക്കുക, അഥവാ മുന്നോട്ടു നയിക്കുക എന്നൊക്കെയാണല്ലോ അതിന്റെ അർത്ഥം.

ഒരു വ്യക്തിയുടെ മനസ്സിലും ആത്മാവിലും ശരീരത്തിലുമുള്ള ഏറ്റവും മികച്ചതിനെ പുറത്തു കൊണ്ടുവരികയാണ് വിദ്യാഭ്യാസ ലക്ഷ്യം എന്നാണ് മഹാത്മജി പറഞ്ഞത്. എന്നാൽ ഇന്ന് ആ പ്രക്രിയ നടക്കു

ന്നുണ്ടോ? ആധുനിക വിദ്യാഭ്യാസം കുത്തകയാക്കിയ ആധുനിക കാലഘട്ടത്തിലും ഈ സമ്പ്രദായത്തെ ചോദ്യം ചെയ്തുകൊണ്ട് ഒട്ടേറെ പ്രവർത്തനങ്ങൾ ലോകത്തിന്റെ തന്നെ പല ഭാഗങ്ങളിൽ ഉയർന്നുവന്നിട്ടുണ്ട്.

'ഒരു വ്യക്തിയുടെ സ്വത്വം കണ്ടെത്തലാണ് വിദ്യാഭ്യാസം' എന്ന ആശയത്തെ തെറ്റായി നിർവചിക്കുകയും പ്രയോഗിക്കുകയും ചെയ്യുന്നതിന്റെ ദൃഷ്ടാന്തമാണ് നമ്മുടെ ഔപചാരിക വിദ്യാഭ്യാസം. ഒരു വ്യക്തിയുടെ ആന്തരിക സ്വത്വത്തെ കണ്ടെത്തുന്നതിലും ബാഹ്യലോകവുമായി ബന്ധപ്പെടുത്തുന്നതിലും ഒരു വ്യക്തിയുടെ ആവശ്യത്തിനും പ്രകൃതിക്കും അനുരൂപമായ നിർദേശം നൽകുന്നതിലും നമ്മുടെ ആധുനിക വിദ്യാഭ്യാസക്രമം പരാജയപ്പെട്ടിരിക്കുന്നു.

നമ്മുടെ ഭരണകൂടം ചിട്ടപ്പെടുത്തിയ ഒരു പരിശീലന പദ്ധതിയിലൂടെ/പരീക്ഷാപദ്ധതിയിലൂടെ ഏതാനും വർഷം കടന്നുപോയ ഒരാൾ വിദ്യാസമ്പന്നനെന്നും സ്കൂളിൽ പോകാത്തവരെ വിദ്യാഭ്യാസമില്ലാത്തവരെന്നും കരുതുന്നതു തെറ്റാണ്. ഇന്ന് ലോകം മുഴുവൻ തീവ്രവാദ ഭീഷണി നേരിട്ടുകൊണ്ടിരിക്കുകയാണ്. ഈ തീവ്രവാദികളിൽ ബഹുഭൂരിപക്ഷവും ഉന്നതവിദ്യാഭ്യാസ സ്ഥാപനങ്ങളിൽ നിന്നും ഉന്നതബിരുദം നേടിയവരാണ്. പ്രമുഖ എഴുത്തുകാരി തസ്ലീമ നസ്രീൻ പറഞ്ഞത് ദാരിദ്ര്യവും വിദ്യാഭ്യാസമില്ലായ്മയുമല്ല തീവ്രവാദത്തിന്റെ കാരണം, ഇന്ന് ലോകമെമ്പാടുമുള്ള തീവ്രവാദ പ്രസ്ഥാനങ്ങളെ നയിക്കുന്നവർ സമ്പന്ന കുടുംബങ്ങളിൽ നിന്നു വന്നവരും ഉയർന്ന വിദ്യാഭ്യാസം നേടിയവരുമാണ് എന്നാണ്. 'എഞ്ചിനീയറിംഗ് ടെററിസം' എന്നൊരു പ്രയോഗം തന്നെ ഇന്ന് നിലവിലുണ്ട്. വിദ്യാഭ്യാസം നേടുന്നത് ധനസമ്പാദനത്തിനും മറ്റ് ഭൗതിക സൗകര്യത്തിനുമാണെന്നുള്ള വിദ്യാഭ്യാസ ചിന്തകളാണ് ഇത്തരമൊരവസ്ഥയ്ക്ക് കാരണമായത്.

ഒരു ഡോക്ടർ പലപ്പോഴും ബിരുദം നേടിയെടുക്കുന്നത് ലക്ഷങ്ങളോ കോടികളോ ചെലവഴിച്ചിട്ടാണ്. അപ്പോൾ അയാൾ ചിന്തിക്കുന്നത് എങ്ങനെ എത്രയും പെട്ടെന്ന് പണം തിരിച്ചു കിട്ടും, കൂടുതൽ പണം എങ്ങനെ ഉണ്ടാക്കാമെന്നുമാണ്. നൂറു രോഗികളെ ചികിത്സിച്ചാൽ കിട്ടുന്നതിന്റെ പതിന്മടങ്ങ് ഒരാളെ കൊന്നാൽകിട്ടുമെന്നു വരുമ്പോൾ പലരും ആ മാർഗം സ്വീകരിക്കുന്നു. നൂറു കെട്ടിടങ്ങൾ പണിതാൽ കിട്ടുന്നതിനേക്കാൾ മെച്ചം ഒരു കെട്ടിടം തകർത്താൽ കിട്ടുമെങ്കിൽ പല എഞ്ചിനീയർമാരും ആ വഴി പോകും. ഇന്ത്യയിലുൾപ്പെടെ പല വിദ്യാഭ്യാസ സ്ഥാപനങ്ങളും തികഞ്ഞ അരാജകത്വത്തിന്റെയും രാജ്യദ്രോ

ഹത്തിന്റെയും കേന്ദ്രങ്ങളായി മാറുന്നതിന്റെ കാരണവും ഈ തെറ്റായ ലക്ഷ്യബോധമാണ്. ഇന്ന് ലോകമെമ്പാടുമുള്ള വിദ്യാഭ്യാസ ക്രമം ഉട ച്ചുവാർക്കേണ്ടിയിരിക്കുന്നു. അല്ലെങ്കിൽ മനുഷ്യസമൂഹം മാത്രമല്ല, പ്ര കൃതിയാകെ തകർക്കപ്പെടുന്ന സാഹചര്യം വരും.

എന്തുകൊണ്ട്? എന്തുകൊണ്ട്? എന്തുകൊണ്ട്?

ലോകത്തെ നാടകീയമായി മാറ്റിമറിക്കാൻ 'മോഡേൺ സയൻസിന്' സാധിച്ചിട്ടുണ്ട്. എങ്കിലും അടിസ്ഥാന പ്രശ്നങ്ങൾക്ക് ഇനിയും സയൻ സിൽ ഉത്തരമില്ല.

ഈ പ്രശ്നം തത്ത്വചിന്തയും ശാസ്ത്രവും എങ്ങനെയാണ് കൈകാര്യം ചെയ്യുന്നത് എന്നതിനെക്കുറിച്ച് ഓഷോ, 'ഗീതാദർശനം: സാംഖ്യയോഗം' എന്ന ഗ്രന്ഥത്തിൽ പറയുന്നതിപ്രകാരമാണ്. "'എന്തു കൊണ്ട്?' എന്ന ചോദ്യത്തിന് ഒരുത്തരം തേടിക്കൊണ്ടാണ് തത്ത്വചി ന്ത എപ്പോഴും സഞ്ചരിച്ചു കൊണ്ടിരിക്കുന്നത്. ഒരു ഉത്തരത്തിൽ അത് എത്തിച്ചേർന്നിരിക്കാം. പക്ഷേ വീണ്ടും അതേ ചോദ്യം തന്നെ വരുന്നു. 'എന്തുകൊണ്ട്?' കണ്ടെത്തിയ ഒരു ഉത്തരത്തോട് ബന്ധപ്പെട്ടു കൊണ്ടാണ് വീണ്ടും നയിക്കുന്ന ഈ ചോദ്യം. വേറൊരു ഉത്തരം കണ്ടെ ത്താം. എന്നാൽ വീണ്ടും അതേ ചോദ്യം 'എന്തുകൊണ്ട്?' അവസാന മില്ലാത്ത ചോദ്യങ്ങളുടെ ഒരു പരമ്പരയാണിത്. ഓരോ ഉത്തരവും വേറൊരു ചോദ്യത്തിലേക്ക് നയിക്കുന്നു. ഓരോ ഉത്തരത്തിനും 'എന്തു കൊണ്ട്?' എന്ന ചോദ്യം തന്നെ ചോദിക്കപ്പെടുന്നു. ഉത്തരങ്ങൾ എന്തൊക്കെയായാലും 'എന്തുകൊണ്ട്?' എന്ന ചോദ്യം നാം ചോദിച്ചു കൊണ്ടേയിരിക്കുന്നു. ഈ ചോദ്യത്തിന് ഒരുത്തരവും ഇല്ല. അതിനാൽ തത്ത്വചിന്ത എന്നത് ഒരു അന്തിമ സ്ഥാനമാണ്."

ശാസ്ത്രം 'എന്തുകൊണ്ട്' എന്നു ചോദിക്കുന്നില്ല ശാസ്ത്രം ചോ ദിക്കുന്നത് 'എന്ത്' എന്നാണ്. അതുകൊണ്ടാണ് സയൻസ് ഒരു അന്തി മസ്ഥാനം ആകാത്തത്. മതവും 'എന്തുകൊണ്ട്' എന്നു ചോദിക്കുന്നി ല്ല, 'എന്ത്' എന്നാണ് ചോദിക്കുന്നത്. സയൻസും മതവും വളരെ അടുത്തു നിൽക്കുന്നവയാണ്. സയൻസിന് ഒരു ശത്രു ഉണ്ടെങ്കിൽ അത് തത്ത്വചിന്തയാണ്. സാധാരണയായി ജനങ്ങൾ ചിന്തിക്കുന്നത് മതം ഒരു തത്ത്വചിന്തയാണെന്നാണ്. പക്ഷേ മതം പരിപൂർണമായും തത്ത്വചിന്തയില്ലാത്ത ഒന്നാണ്. മതം എന്നാൽ അറിയുക എന്നാണ്. മതം 'എന്ത്' എന്നു ചോദിക്കുന്നു. 'എന്തുകൊണ്ട്' എന്നു ചോദിക്കു

ന്നില്ല. കാരണം മതത്തിനറിയാം 'എന്താണ് അസ്തിത്വം' എന്ന ചോദ്യത്തിനുത്തരമുണ്ടെന്നും, 'എന്തുകൊണ്ട്?' എന്ന ചോദ്യത്തിനുത്തരമില്ലെന്നും. സയൻസ് ചോദിക്കുന്നതും 'എന്ത്' എന്നു തന്നെ.

എന്താണ് ജലം? ഉത്തരമുണ്ട്. ജലം ഹൈഡ്രജനും ഓക്സിജനും കൂടിച്ചേർന്ന് നിർമ്മിതമായതാണ്. ജലം ഉണ്ടാകാൻ ഹൈഡ്രജനും ഓക്സിജനും കൂടിച്ചേർന്നത് എന്തുകൊണ്ട്? എന്ന് നിങ്ങൾ ചോദിച്ചാൽ സയന്റിസ്റ്റുകൾ ഉത്തരം പറയും, തത്ത്വചിന്തകരോട് ചോദിച്ചു നോക്കൂ എന്ന്. 'എന്ത്' എന്ന ചോദ്യത്തിനുള്ള ഉത്തരത്തിന്റെ അടിസ്ഥാനത്തിലാണ് ഞങ്ങളുടെ പരീക്ഷണശാലകളിലെ ഗവേഷണം. ഹൈഡ്രജനും ഓക്സിജനും കൂടിച്ചേരുമ്പോൾ ജലം ഉണ്ടാകുന്നത് ഞങ്ങൾക്ക് കാണിച്ചുതരാൻ കഴിയും. നിങ്ങൾ 'എന്ത്' എന്ന് ചോദിച്ചാൽ ഞങ്ങൾ നിങ്ങൾക്കൊരുത്തരം തരും. ഞങ്ങൾ ആ ഉത്തരം തെളിയിക്കുകയും ചെയ്യും. നിങ്ങൾ 'എങ്ങനെ' എന്നു ചോദിച്ചാൽ ഞങ്ങൾക്കതിന് ഉത്തരം തരാനും തെളിവു തരാനും കഴിയും. പക്ഷേ 'എന്തുകൊണ്ട്?'എന്ന ചോദ്യം ചോദിക്കരുത്. ഈ ചോദ്യം ദയവായി ഭ്രാന്തന്മാരോടോ തത്ത്വചിന്തകരോടോ ചോദിച്ചു നോക്കൂ.

ഞങ്ങൾ എത്ര തന്നെ ഗവേഷണം നടത്തിയാലും 'എന്ത്' എന്ന ചോദ്യത്തിനുള്ള ഉത്തരം അറിയാനേ ഞങ്ങൾക്ക് കഴിയുകയുള്ളൂ. ഒരിക്കൽ ആ ഉത്തരം 'എങ്ങനെ?' എന്നുള്ളതിന്റെ അടിസ്ഥാനത്തിലുള്ള പ്രക്രിയ ഞങ്ങൾക്ക് നിങ്ങളെ കാണിച്ചു തരാനാകും. ഹൈഡ്രജൻ, ഓക്സിജൻ ആറ്റങ്ങൾ കൂടിച്ചേർന്നാണ് ജലം നിർമ്മിതമായിരിക്കുന്നതെന്ന് നിങ്ങൾക്കറിയാം. ജലത്തിന്റെ ഘടനയെന്തെന്ന് ഞങ്ങൾക്കറിയാം. ഈ ആറ്റങ്ങൾ പരസ്പരം സംയോജിച്ചിരിക്കുന്നുവെന്നും ഞങ്ങൾ കണ്ടെത്തിയിരിക്കുന്നു. 'എന്ത്?' എന്ന ചോദ്യത്തിന്റെ അടിസ്ഥാനത്തിലാണ് സയൻസ് നിലകൊള്ളുന്നത്. പരീക്ഷണശാലയിലെ ഗവേഷണമാകട്ടെ 'എങ്ങനെ' എന്നതിന്റെ അടിസ്ഥാനത്തിലാണ് (ഗീതാദർശനം - സാംഖ്യയോഗം- ഓഷോ)

അടിസ്ഥാനപരമായ പ്രശ്നങ്ങൾ കൈകാര്യം ചെയ്യുന്നതിൽ ആധുനിക ശാസ്ത്രത്തിന് (Modern science) എത്രമാത്രം വിജയം കൈവരിക്കാൻ സാധിച്ചിട്ടുണ്ട്? ആധുനികശാസ്ത്രത്തിന്റെ പ്രയോഗത്തിൽ വന്ന പ്രമാദങ്ങൾ കാരണം ലോകം മഹാദുരിതങ്ങളിൽ അകപ്പെട്ടിരിക്കുന്നു. ഇതിനു കാരണം പ്രയോഗത്തിലെ പിഴവു മാത്രമല്ല, പ്രകൃതി നിയമങ്ങളോട് പൊരുത്തപ്പെടാത്ത സമീപനങ്ങളും കൂടിയാണ്.

പ്രശ്നപരിഹാരവും പ്രശ്നത്തോടൊപ്പം ജീവിക്കലും

നമ്മുടെ പ്രശ്നങ്ങളെ വിലയിരുത്തുന്നതിലും ശരിയായ രീതിയിൽ സമീപിക്കുന്ന കാര്യത്തിലും ആധുനിക ശാസ്ത്രം പരാജയമാണ്. പ്രശ്നങ്ങളെ ആഴത്തിൽ പഠിച്ച് മൂലകാരണങ്ങൾ കണ്ടെത്തുന്നതിനും പ്രായോഗിക പരിഹാരങ്ങൾ നിർദ്ദേശിക്കുന്നതിനും ആധുനിക ശാസ്ത്രവും പാശ്ചാത്യരീതികളും അപ്രായോഗികമായ സമീപനമാണ് സ്വീകരിച്ചുകൊണ്ടിരിക്കുന്നത്.

പ്രശ്നപരിഹാരമാണ് (problem solving) പാശ്ചാത്യരീതി. എല്ലാ പ്രശ്നങ്ങളും മനുഷ്യനാൽ പരിഹരിക്കപ്പെടാവുന്നതല്ല എന്ന യാഥാർത്ഥ്യം ഇപ്പോഴും ആധുനികശാസ്ത്രത്തിന് ബോധ്യമായിട്ടില്ല. ആധുനികശാസ്ത്രം പ്രകൃതിയുടെ കഴിവിനേയും പ്രവർത്തനങ്ങളേയും വേണ്ടത്ര പരിഗണിക്കാതെ, പലപ്പോഴും അത്തരം പരിഹാര പ്രവർത്തനങ്ങൾ കൊണ്ടുണ്ടാകുന്ന പാർശ്വഫലങ്ങൾ കണ്ടില്ലെന്ന് നടിക്കുകയാണ് ചെയ്യുന്നത്. ഉദാഹരണം: കീടനാശിനി പ്രയോഗം. കൃഷിയിടങ്ങളിലെ കീടനാശിനി പ്രയോഗം കൊണ്ട് താത്കാലികമായി കീടങ്ങൾ നശിക്കുമെങ്കിലും അതുകൊണ്ടുണ്ടാകുന്ന മാരകരോഗങ്ങളെ ആധുനികശാസ്ത്രം അവഗണിക്കുന്നു. പ്രകൃതിയിലെ മണ്ണിര ഉൾപ്പെടെയുള്ള കൃമി കീടങ്ങൾ നമുക്കു എത്രമാത്രം സഹായകരമാണെന്നു ചിന്തിക്കാതെയാണ് നാം അവയ്ക്കെതിരെ യുദ്ധപ്രഖ്യാപനം നടത്തുന്നത്. മനുഷ്യനെ ശല്യം ചെയ്യുന്ന ചെറുതും വലുതുമായ എല്ലാ ജീവജാലങ്ങളേയും കൊന്നൊടുക്കി നമ്മളും നമുക്കാവശ്യമുള്ളതും മാത്രം ജീവിച്ചാൽ മതി എന്ന സമീപനം ശാസ്ത്രീയമോ അശാസ്ത്രീയമോ? നമുക്കു ഗോചരമല്ലാത്ത സൂക്ഷ്മജീവികളെ ഉന്മൂലനം ചെയ്യാൻ കോടികൾ മുടക്കി ഗവേഷണം നടത്തുന്നത് എത്രത്തോളം പ്രായോഗികമാണ്? പ്രകൃതിയിൽ ധാരാളം സൂക്ഷ്മജീവികളുണ്ട്. ഓരോന്നിനും എതിരായ വാക്സിൻ ഉണ്ടാക്കുക എന്നത് പ്രായോഗികമാണോ?

നമുക്കു ഗോചരമായ കൊതുകിനെതിരായ യുദ്ധം നാം തുടങ്ങിയിട്ട് പതിറ്റാണ്ടുകളായി. എന്നിട്ടും കൊതുക് പൂർവാധികം ശക്തിയോടെ നമുക്കു പലതരം രോഗങ്ങൾ തന്നുകൊണ്ടേയിരിക്കുന്നു.

ഞങ്ങളുടെ നാട്ടിൽ കൊതുകിനെ പേടിച്ച് ഉറങ്ങാതിരുന്ന ഒരാളുടെ കഥ കേട്ടിട്ടുണ്ട്. സർക്കാർ ഉദ്യോഗസ്ഥനായിരുന്ന അയാൾക്ക്, കൊതുക്, വണ്ട് എന്നിവയെ ഭയങ്കര പേടിയാണ്. രാത്രി ഏഴു മണി മുതൽ ഇദ്ദേഹം കിടക്ക വിരിക്കാൻ തുടങ്ങും. നല്ല തൂവെള്ള വിരി പല

തവണ മുട്ടി വിരിക്കും, മണിക്കൂറുകളോളം. ഏതാണ്ട് പത്ത് മണിയാവുമ്പോൾ കിടക്കും. അപ്പോഴായിരിക്കും ഏതെങ്കിലും കൊതുകിന്റെയോ മറ്റോ മൂളൽ കേൾക്കുക. ഉടൻ ലൈറ്റ് ഓണാക്കുമ്പോൾ ലൈറ്റിനടുത്ത് ഏതെങ്കിലും പ്രാണികളെ കണ്ടെന്നു വരും. വീണ്ടും അവയെ പുറത്താക്കി ലൈറ്റ് അണയ്ക്കും. വീണ്ടും മൂളൽ കേൾക്കും. ലൈറ്റ് ഓണാക്കും.... ഇങ്ങനെ അയാളുടെ ദിവസങ്ങൾ മിക്കവാറും ഉറക്കമില്ലാതെ കഴിയും.

ഇത്തരത്തിലാണ് നമ്മളും ചെയ്തുകൊണ്ടിരിക്കുന്നത്. മുൻകാലങ്ങളിൽ സുഗന്ധദ്രവ്യങ്ങളും ആയുർവേദ എണ്ണകളും ലേപനങ്ങളും മറ്റും ഉപയോഗിച്ച് നമ്മുടെ ശരീരം നാം ശുദ്ധമാക്കുമായിരുന്നു.വീടും പരിസരവും മാലിന്യമുക്തമാക്കാൻ ധൂപങ്ങളുപയോഗിക്കുകയും തുളസി, വേപ്പ് തുടങ്ങിയ ചെടികൾ നട്ടുപിടിപ്പിക്കുകയും ചെയ്യും. ഇതുവഴി രോഗകാരികളായ സൂക്ഷ്മ ജീവികൾക്ക് താമസിക്കാൻ ഇടം കൊടുക്കാതെ പ്രതിരോധിക്കാൻ നമുക്കു കഴിഞ്ഞിരുന്നു. കൊതുകുകളെ പിടിക്കാൻ ഓടുന്നതിന് പകരം അവ നമ്മെ ഉപദ്രവിക്കാതിരിക്കാൻ മുൻകരുതൽ ഉണ്ടാക്കുന്നതല്ലേ അഭികാമ്യം?

പൗരസ്ത്യസമീപനവും ശീലങ്ങളും പ്രശ്നപരിഹാരമല്ല, മറിച്ച് എങ്ങനെ പ്രശ്നങ്ങൾ നമ്മെ ബാധിക്കാതിരിക്കാനുള്ള വൈദഗ്ധ്യം നേടാം അഥവാ എങ്ങനെ പ്രശ്നത്തോടൊപ്പം ജീവിക്കാം എന്നതിനാണ് പ്രാധാന്യം നൽകുന്നത്. ആധുനികശാസ്ത്രവും ടെക്നോളജിയും മനുഷ്യന് നല്ല ജീവിതം പ്രദാനം ചെയ്യാൻ പര്യാപ്തമായിട്ടില്ല. തൽഫലമായി മനുഷ്യമനസ്ഥിതിയും പരിസ്ഥിതിയും ദിവസേനയെന്നോണം മോശമായി വരികയാണ്. സംഘർഷങ്ങളും മാലിന്യങ്ങളും കുമിഞ്ഞുകൂടുന്നു. സന്തോഷം അപഹരിക്കപ്പെടുകയും സങ്കടങ്ങൾ പെരുകുകയും ചെയ്യുന്നു.

പ്രാചീന ഭാരതത്തിലെ വിദ്യാഭ്യാസക്രമത്തിന്റെ ലക്ഷ്യം ഒരിക്കലും കേവലമായ ഭൗതികനേട്ടങ്ങൾ മാത്രമായിരുന്നില്ല. ‘ധർമ്മം’ എന്നത് നമ്മുടെ ജീവിതചര്യയായിരുന്നു. നാം ചെയ്യുന്ന ഓരോ കർമ്മവും ഭൗതികനേട്ടം ഉണ്ടാക്കുമ്പോഴും അതിൽ നിന്നും നമുക്കോ മറ്റുള്ളവർക്കോ പ്രകൃതിക്കോ ഒരു ദോഷവും ഉണ്ടാവുകയില്ല എന്ന് ഉറപ്പുവരുത്തുകയാണ് ധർമ്മബോധം.

ധർമ്മവും സയൻസും വേണ്ട രീതിയിൽ ഒന്നിക്കലാണ് ഈ ദുരവസ്ഥക്ക് പരിഹാരം. അന്ധമായി ഭൗതികനേട്ടങ്ങൾ ഉണ്ടാക്കാൻ വേണ്ടി നമ്മൾ പ്രകൃതിയെ കൈയേറി. പതിറ്റാണ്ടുകളായി ക്ഷണിച്ചുവരുത്തിയ

ദുരിതങ്ങൾ ഇന്ന് ലോകത്തെ വാസയോഗ്യമല്ലാതാക്കിയിരിക്കുന്നു. എന്നാൽ ഏറ്റവും ദുഃഖകരമായ കാര്യം ഇതിനു പരിഹാരമായി ഇതേ സംവിധാനത്തെയാണ് നാം വീണ്ടും വീണ്ടും പരീക്ഷിച്ചുകൊണ്ടിരിക്കുന്നത് എന്നാണ്. ധർമ്മബോധമുള്ള ഒരു സമൂഹത്തെ നാം എല്ലാ മേഖലയിൽ നിന്നും പതിറ്റാണ്ടുകളായുള്ള പാശ്ചാത്യവിദ്യാഭ്യാസ ക്രമത്തിലൂടെ നിഷ്കാസനം ചെയ്തുകഴിഞ്ഞു. സർക്കാർ അവരുടെ ക്രിയാത്മകതയും ചിന്താശേഷിയും പൂർണമായും നശിച്ച ഒരു ഉദ്യോഗസ്ഥ വൃന്ദത്തിലൂടെ തയ്യാറാക്കി നടത്തുന്ന വിദ്യാഭ്യാസവിഷയങ്ങളിൽ അവർ ചോദിക്കുന്ന ചോദ്യങ്ങൾക്ക് അവർ പറയുന്ന ഉത്തരമെഴുതി ബിരുദങ്ങളുമായി ഭരണസ്ഥാനത്തിരിക്കുന്ന ഉദ്യോഗസ്ഥവൃന്ദം ഏത് സർക്കാരുകൾ വന്നാലും അവരുടെ പാശ്ചാത്യ അടിമത്ത രീതി തുടർന്നുകൊണ്ടേയിരിക്കും. എന്തിനു വേണ്ടിയാണ് താൻ ഈ ജോലി ചെയ്യുന്നത് എന്നുപോലും അറിയാതെ ഒരു യാന്ത്രിക സമൂഹമാണ് നമ്മുടെ വിദ്യാഭ്യാസത്തെ നിയന്ത്രിക്കുന്നത്. സമൂഹത്തിലെ ക്രിയാത്മകമായ വ്യക്തിത്വങ്ങളെപ്പോലും യന്ത്രവത്കരിക്കുക എന്നതായി മാറിയിരിക്കുന്നു ഇന്നത്തെ പാശ്ചാത്യവത്കരിക്കപ്പെട്ട വിദ്യാഭ്യാസക്രമം.

സമൂഹത്തിന്റെ യന്ത്രവത്കരണം

കാര്യക്ഷമതയുള്ള ഏതാനും യന്ത്രങ്ങളാക്കി സമൂഹത്തെ മാറ്റിമറിക്കുക എന്നതാണ് നിലവിലെ വിദ്യാഭ്യാസ രീതി. ഇന്ന് മിക്കവാറും മത്സരപരീക്ഷകൾ കമ്പ്യൂട്ടറുകളെ അടിസ്ഥാനമാക്കിയുള്ളതാണ് (computer based examination). പരീക്ഷയുടെ ഉത്തരങ്ങൾ പരിശോധിക്കുന്നതും നിർമ്മിത ബുദ്ധി (Artificial Intelligence) ഉപയോഗിച്ച് കമ്പ്യൂട്ടറുകൾ തന്നെയാണ്. അതായത് കാര്യങ്ങൾ പ്രോഗ്രാം ചെയ്ത അതേ ഉത്തരങ്ങൾ തന്നെ വിദ്യാർത്ഥി രേഖപ്പെടുത്തിയാൽ വിദ്യാർത്ഥികൾക്ക് മികച്ച വിജയം നേടാം. ഇവിടെ വിദ്യാർത്ഥികളുടെ ചിന്തയ്ക്കും ക്രിയാത്മകതയ്ക്കും എന്ത് സ്ഥാനമാണുള്ളത്? മികച്ച വിജയം നേടുന്ന വിദ്യാർത്ഥി ഈ കമ്പ്യൂട്ടറിന് സമാനമായ മറ്റൊരു യന്ത്രമായി മാറുകയാണ് ചെയ്യുന്നത്. നമ്മുടെ മസ്തിഷ്കത്തെ കേവലം ഒരു കമ്പ്യൂട്ടർ ആക്കി മാറ്റുകയാണ് ഈ വിദ്യാഭ്യാസ ക്രമം ചെയ്തത്. നമ്മുടെ മെമ്മറിയിൽ അവർക്ക് വേണ്ടതായ ഡാറ്റ ഫീഡ് ചെയ്യുകയും വേണ്ടപ്പോൾ എടുക്കുകയും ചെയ്യുന്ന ഒരു സമ്പ്രദായം. എന്നാൽ ഈ ഡാറ്റയെ സ്വതന്ത്രമായി വിശകലനം (analyse) ചെയ്യാനുള്ള സ്വാത

ന്ത്ര്യം പോലും ഈ സമ്പ്രദായം വിദ്യാർത്ഥിക്കു നൽകുന്നില്ല. വിദ്യാർത്ഥികളുടെ ഓർമ്മശക്തിയിൽ (memory) വളരെ വലിയ വ്യത്യാസമൊന്നുമില്ല. നമ്മുടെ കമ്പ്യൂട്ടർ സിസ്റ്റം പോലെ നമ്മുടെ മെമ്മറി എത്രത്തോളം ഏതെല്ലാം ഫയൽ കൊണ്ട് നിറയ്ക്കപ്പെടുന്നുവോ അതനുസരിച്ചായിരിക്കും ഓർമ്മയും മറവിയും. ഓർമ്മയും (Remembrance) മറവിയും (Forgetting) തമ്മിൽ ഒരു ചെറിയ വ്യത്യാസമേ ഉള്ളൂ.

> "Remberance is the forgetting of unnecessary things."
> "Forgetting is the remembarance of unnecessary things."

അനാവശ്യ കാര്യങ്ങൾ ഓർക്കുന്നതാണ് മറവി, അനാവശ്യകാരണങ്ങൾ മറക്കുന്നത് ഓർമ്മ. ഇവിടെ പ്രധാന പ്രശ്നം അനാവശ്യകാര്യങ്ങൾ എന്ത് എന്നതാണ്. അത് യഥാർത്ഥത്തിൽ വ്യക്തിഗത താല്പര്യത്തിനനുസരിച്ചായിരിക്കും. എന്നാൽ ഈ സ്വാതന്ത്ര്യത്തെ നമ്മുടെ വിദ്യാഭ്യാസ ബോർഡ് തീർത്തും അപഹരിച്ചിരിക്കുകയാണ്.

ഓരോ വ്യക്തിയിലുമുള്ള വ്യത്യസ്തമായ കഴിവുകളെ അംഗീകരിക്കാനോ വളർത്താനോ ഉള്ള സാധ്യതകൾക്കു പകരം, പരീക്ഷാ ബോർഡുകൾ നിശ്ചയിക്കുന്ന ചോദ്യോത്തരങ്ങൾ മാത്രം ഓർമ്മയിൽ വയ്ക്കുക എന്ന പ്രക്രിയ നമ്മുടെ യുവതലമുറയിലെ പ്രതിഭകളെ കെടുത്തുകയാണ് ചെയ്യുന്നത്. ഒരു സ്വകാര്യവിദ്യാലയത്തിൽ ഒരിക്കൽ ഞാൻ പ്രീഡിഗ്രി കെമിസ്ട്രി പഠിപ്പിച്ചു കൊണ്ടിരിക്കയായിരുന്നു. ഹെയ്സൻ ബെർഗിന്റെ അനിശ്ചിതത്വ നിയമം (Heisenberg uncertainty principle) എന്നതായിരുന്നു വിഷയം. ആ ക്ലാസ്സിൽ ഏറ്റവും നന്നായി പഠിച്ചിരുന്ന ഒരു കുട്ടി ക്ലാസ്സ് കഴിഞ്ഞതിന് ശേഷം എന്നോട് ചോദിച്ചു, "സർ, ഞാൻ എന്തിനാണ് ഇത് പഠിക്കുന്നത്, ഇതുകൊണ്ട് എന്താണ് പ്രയോജനം?" ഞാൻ ഈ തത്ത്വത്തിന്റെ പ്രായോഗികത എന്നാലറിയുന്ന വിധം പറഞ്ഞുകൊടുത്തു. അപ്പോൾ ആ വിദ്യാർത്ഥി എന്നോട് ചോദിച്ചു. "സർ കരുതുന്നുണ്ടോ നമ്മുടെ ക്ലാസ്സിലെ ഏതെങ്കിലും ഒരു കുട്ടിയെങ്കിലും ഈ മേഖലയിൽ എത്തുമെന്ന്. പിന്നെന്തിനാണ് ആയിരക്കണക്കിന് വിദ്യാർത്ഥികളെ സമയവും പണവും മുടക്കി ഇത് പഠിപ്പിക്കുന്നത്?" പിന്നീട് എനിക്ക് ഒരുത്തരമേ ഉണ്ടായിരുന്നുള്ളു, നിങ്ങൾക്ക് ഒരുവിധം ഭേദപ്പെട്ട ജോലി ലഭിക്കണമെങ്കിൽ ഒരു ബിരുദം വേണം. അതിന് ഇതൊക്കെ പഠിക്കണമെന്ന് സർക്കാർ തീരുമാനിച്ചിരിക്കുന്നു. സർക്കാർ സർട്ടിഫിക്കറ്റ് കിട്ടണമെങ്കിൽ അവർ

പറയുന്ന ചോദ്യങ്ങൾക്ക് അവർ പറയുന്ന ഉത്തരങ്ങൾ നാം എഴുതേണ്ടിയിരിക്കുന്നു.

ഈ യാന്ത്രിക വിദ്യാഭ്യാസക്രമത്തിനെതിരെ ബദൽ വിദ്യാഭ്യാസക്രമങ്ങൾക്കായി ലോകത്തിന്റെ പല ഭാഗങ്ങളിൽ ശ്രമങ്ങൾ നടന്നിരുന്നു. വിദ്യാഭ്യാസ നവീകരണ പ്രക്രിയയിൽ ഏർപ്പെട്ടു കൊണ്ടിരുന്നവരെ 1970കളിൽ സ്വാധീനിച്ചിരുന്ന പ്രധാന കൃതിയാണ് പൗലോഫ്രെയറുടെ 'മർദ്ദിതരുടെ ബോധനശാസ്ത്രം' (Pedagogy of the oppressed) ബ്രസീലിലെ പാവപ്പെട്ട നിരക്ഷരരായ കർഷകരുമായാണ് ഫ്രെയർ ഇടപഴകിയത്. ഔപചാരിക വിദ്യാഭ്യാസം നിഷേധിക്കപ്പെട്ടവർക്കിടയിൽ ഒരു രാഷ്ട്രീയ പ്രക്രിയ എന്ന നിലയിൽ വിദ്യാഭ്യാസത്തിനുള്ള പ്രധാന്യവും ഉടനടി അത് നടപ്പിലാക്കേണ്ടതിന്റെ ആവശ്യകതയും ബോധ്യപ്പെടുത്താൻ അദ്ദേഹത്തിന്റെ പരീക്ഷണങ്ങൾക്കും വിശകലനങ്ങൾക്കുമായി.

അദ്ദേഹത്തിന്റെ കണ്ടെത്തലുകളായ മനഃസാക്ഷിയുടെ വിശുദ്ധീകരണം, ബാങ്കിംഗ് എഡ്യുക്കേഷൻ (അറിവ് പഠിതാവിലേക്ക് നിക്ഷേപിക്കുന്ന രീതി) തുടങ്ങിയ പ്രയോഗങ്ങൾ ത്രസിപ്പിക്കുന്നതായിരുന്നു. വിദ്യാഭ്യാസത്തിന്റെ പ്രശ്നാധിഷ്ഠിത കാഴ്ചപ്പാടും ബാങ്കിംഗ് കാഴ്ചപ്പാടും തമ്മിലുള്ള വ്യത്യാസത്തെ അദ്ദേഹം അവതരിപ്പിച്ചു.

ബാങ്കിംഗ് എഡ്യുക്കേഷൻ, നിലനിൽക്കുന്ന യാഥാർത്ഥ്യത്തെ കാല്പനികമാക്കി മാറ്റിക്കൊണ്ട് ചില സത്യങ്ങളെ മൂടിവയ്ക്കുകയാണ് ചെയ്യുന്നത്. മനുഷ്യൻ ഈ ലോകത്ത് നിലനിന്നു പോകുന്നത് എങ്ങനെയെന്ന സത്യമാണ് ഈ കാൽപനീകരണം വഴി മൂടിവയ്ക്കപ്പെടുന്നത്.

പ്രശ്നാധിഷ്ഠിത വിദ്യാഭ്യാസത്തിൽ യാഥാർത്ഥ്യത്തെ തുറന്നു കാട്ടാനുതകുന്ന ചർച്ചകൾ അനിവാര്യമാണ്. ബാങ്കിംഗ് എഡ്യുക്കേഷൻ രീതിയിൽ കുട്ടികളെ സഹായ വസ്തുക്കളായി പരിഗണിക്കുമ്പോൾ പ്രശ്നാധിഷ്ഠിത വിദ്യാഭ്യാസം അവരെ വിമർശകചിന്തകരാക്കി മാറ്റുന്നു. ലോകത്തു നിന്നും പ്രബുദ്ധതയെ മാറ്റിനിർത്തുകയും സർഗാത്മകതയെ മറച്ചുവയ്ക്കുകയുമാണ് ഇത്തരം വിദ്യാഭ്യാസ രീതികൾ ചെയ്യുന്നത്. ഇതുകാരണം സമ്പൂർണരായ മനുഷ്യരാക്കുക എന്ന ചരിത്രപരവും ജീവശാസ്ത്ര പരവുമായുള്ള കർമ്മത്തെ ഈ രീതി തിരസ്കരിക്കുകയും ചെയ്യുന്നു.

എന്നാൽ പ്രശ്നാധിഷ്ഠിത വിദ്യാഭ്യാസം സർഗാത്മകതയിൽ നിന്നുകൊണ്ട് യാഥാർത്ഥ്യത്തിനു നേരെ ശരിയായ പ്രതിഫലനവും പ്രവർത്തനവും കാഴ്ച വയ്ക്കുന്നു. അന്വേഷണത്തിലും സർഗാത്മകമായ രൂപാന്തരീകരണത്തിലും മുഴുകുമ്പോൾ മാത്രമാണല്ലോ ജീവിയെ

ന്ന നിലയിൽ മനുഷ്യന് ആധികാരികത കൈവരുന്നത്. ചുരുക്കത്തിൽ നിക്ഷേപക സിദ്ധാന്തവും പ്രയോഗവും മനുഷ്യനെ ഏറെ ചരിത്രമുള്ള ജീവിയാണെന്നു പരിഗണിക്കാതെ, ചലനാത്മകതയില്ലാത്ത നിന്നിടത്തു നിൽക്കുന്ന ശക്തിയായി മാറ്റുകയാണ് ചെയ്യുന്നത്. എന്നാൽ വിമർശനാത്മക രീതിയും പ്രയോഗവും മനുഷ്യന്റെ ചരിത്രത്തെ അംഗീകരിക്കുകയും അതിൽ നിന്നും പ്രവർത്തനം ആരംഭിക്കുകയുമാണ് ചെയ്യുന്നത്.

'മർദ്ദിതരുടെ ബോധനശാസ്ത്രം' (Pedagogy of the oppressed) ഇവിടെ പരാമർശിക്കാനുള്ള പ്രധാന കാരണം പ്രശ്നാധിഷ്ഠിത വിദ്യാഭ്യാസ രീതി, നമ്മുടെ പ്രാചീന വിദ്യാഭ്യാസ രീതിയുമായി ഒരുപാട് സമാനതകളുണ്ട് എന്നതു കൊണ്ടാണ്. ഇതിൽ പ്രധാനപ്പെട്ടത് ആത്മവിദ്യയാണ്. പുറത്ത് ഭൗതിക കാര്യങ്ങൾ പഠിക്കുന്നതോടൊപ്പം തന്നിലേക്കിറങ്ങിച്ചെന്ന് ആത്മനിഷ്ഠമായൊരു പഠനരീതി കൂടി പ്രാചീനവിദ്യാഭ്യാസത്തിന്റെ ഭാഗമായുണ്ടായിരുന്നു. ഒപ്പം സ്വന്തം കഴിവുകളേയും താല്പര്യങ്ങളേയും തിരിച്ചറിയാൻ സാധ്യമായതുമായിരുന്നു ഈ സമ്പ്രദായം. ഇത് പ്രശ്നാധിഷ്ഠിത വിദ്യഭ്യാസരീതിയിൽ നിർദ്ദേശിച്ചതു പോലെ പഠിതാക്കളിൽ ചോദന ജനിപ്പിക്കുകയും അതിൽ നിന്നുയരുന്ന ചോദ്യങ്ങൾക്ക് ഉത്തരം കണ്ടെത്തുകയുമായിരുന്നു ചെയ്തിരുന്നത്. നമ്മുടെ ഉപനിഷത്തുകൾ പരിശോധിച്ചാൽ നമുക്കു ഇത് ബോധ്യമാകും. അഥർവ വേദത്തിലെ പ്രശ്നോപനിഷത്ത് അവതരിപ്പിച്ച രീതി പ്രശ്നോത്തരിയായാണ്. സാമവേദത്തിലെ താലവകാര ഉപനിഷത്തും ബ്രാഹ്മണത്തിന്റെ ഒരു ഭാഗമായ കേനോപനിഷത്തും ഉദാഹണരണങ്ങളാണ്. (കേന എന്ന പദത്തിന് 'ആരാൽ' അല്ലെങ്കിൽ 'എന്തിനാൽ' എന്നാണർത്ഥം.) ഈ ചരാചരത്തിലുള്ളതെല്ലാം ഭോക്താവ്, ഭോജ്യം എന്ന നിലയിലാണ് നില നില്ക്കുന്നതെന്നാണ് ഇതു പറയുന്നത്. ഇന്ദ്രിയങ്ങൾക്ക് ഇന്ദ്രിയാർത്ഥങ്ങൾ ഭോജ്യങ്ങളാണ്. കണ്ണ് രൂപവും ചെവി ശബ്ദവും ഭുജിക്കുന്നു. ഇന്ദ്രിയ ജ്ഞാനവും ബ്രഹ്മജ്ഞാനവും വ്യക്തമാക്കുന്ന ഒരു ഉപനിഷത്ത് കൂടിയാണിത്. ഇതിൽ അഹങ്കാരത്തിൽ നിന്ന് അഹംബോധത്തിലേക്ക് നയിക്കുന്ന ഉപദേശ കഥകളുണ്ട്. ദേവന്മാരുടെ അഹങ്കാരത്തെ ഇല്ലായ്മ ചെയ്ത് അഹംബോധത്തിലേക്ക് നയിക്കുന്ന ഉപദേശകഥ 'ഞാൻ' എന്നാൽ എന്ത് എന്ന് യക്ഷരൂപത്തിൽ പ്രത്യക്ഷപ്പെട്ട് ദേവന്മാരെ ബോധ്യപ്പെടുത്തി അഹംബോധത്തിലേക്ക് നയിക്കുന്ന കഥയാണ്.

ആധുനിക വിദ്യാഭ്യാസം നമ്മെ ശീലിപ്പിക്കുന്നത് അഹംബോധം നഷ്ടപ്പെടുത്തി അഹങ്കാരത്തിലേക്ക് നയിക്കാനാണ്. ഞാൻ എന്താണ്, ഞാൻ എന്തെല്ല എന്ന തിരിച്ചറിവ് എല്ലാ ജീവജാലങ്ങൾക്കും പ്രകൃതിയിൽ നിന്നും ലഭിക്കുന്നതാണ്. എന്നാൽ ആധുനിക/പാശ്ചാത്യ വിദ്യാഭ്യാസം ആ കഴിവിനെ നശിപ്പിക്കുകയും അഹങ്കാരം വളർത്തുകയും ചെയ്യുന്നു. ഞാൻ ബിരുദധാരിയാണ്, അല്ലെങ്കിൽ ബിരുദാനന്തര ബിരുദധാരിയാണ്, എഞ്ചിനീയറാണ്, ഡോക്ടറാണ്, ശാസ്ത്രജ്ഞനാണ് എന്നെല്ലാമുള്ള അഹങ്കാരത്തോടൊപ്പം ഔപചാരിക വിദ്യാഭ്യാസം ലഭിക്കാത്തവർ വിവരമില്ലാത്തവരാണ് എന്നൊരു ബോധം കൂടി ആധുനികവിദ്യാഭ്യാസം സമൂഹത്തിൽ പടർത്തുന്നുണ്ട്. പരീക്ഷാബോർഡുകൾ നൽകുന്ന സർട്ടിഫിക്കറ്റുകൾ സമൂഹത്തിൽ വ്യാപരിക്കുന്ന അപകർഷതാബോധവും ഉത്കർഷതാബോധവും നമ്മുടെ സമൂഹത്തിന് വളരെയേറെ ദോഷകരമാണ്. നമ്മുടെ കാർഷിക മേഖല മുതൽ എല്ലാ രംഗങ്ങളിലും ഇതിന്റെ ദോഷഫലങ്ങൾ നാം അനുഭവിച്ചുകൊണ്ടിരിക്കുകയാണ്. നമ്മുടെ പരമ്പരാഗതമായ ചെലവ് കുറഞ്ഞ കാർഷികമേഖലയിൽ ഉല്പാദനക്ഷമത വർദ്ധിപ്പിക്കാൻ വേണ്ടി നാം കോടികൾ മുടക്കി ഹരിതവിപ്ലവം നടപ്പിലാക്കി. രാസകീടനാശിനികളും രാസവളങ്ങളും അത്യുല്പാദന ശേഷിയുള്ളതും പ്രത്യുല്പാദന ശേഷിയില്ലാത്തതുമായ വിത്തിനങ്ങളിറക്കി കാർഷിക മേഖല ഭരണകൂടത്തിന്റെ അധീനതയിലാക്കി, പാരമ്പര്യകൃഷിയെ ഏകദേശം ഉന്മൂലനം ചെയ്യുകയും കൃഷി ചെലവേറിയതാക്കുകയും ചെയ്തു. മണ്ണിനെയോ കൃഷിയെയോ കാലാവസ്ഥയെയോ പ്രകൃതിയെയോ തൊട്ടറിഞ്ഞിട്ടില്ലാത്ത കാർഷിക ബിരുദധാരികൾ നമ്മുടെ കൃഷിയെ നിയന്ത്രിക്കാൻ തുടങ്ങി. പതിറ്റാണ്ടുകളായി പ്രകൃതിയേയും കൃഷിയേയും സ്നേഹിച്ച്, പ്രകൃതിയുടെ ഭാഗമായി സുഖമായി ജീവിച്ചിരുന്ന കർഷകരെ നോക്കുകുത്തികളാക്കി. ഈ കാർഷിക മേഖലയെ നശിപ്പിക്കാൻ നമ്മുടെ നികുതിപ്പണത്തിൽ നിന്നും ശതകോടികൾ ചെലവാക്കി, ഫലമോ ക്യാൻസർ പോലുള്ള മാരകരോഗങ്ങൾ, ജനിതക വൈകല്യവുമുള്ള തലമുറ. കേരളത്തിലെ കാസർഗോഡ് ജില്ലയിൽ എൻഡോസൾഫാൻ തളിച്ച്, പ്രകൃതിയെ വെല്ലുവിളിച്ച മനുഷ്യന് പകരമായി കിട്ടിയത്, വൈകല്യങ്ങൾ നിറഞ്ഞ ഒരു തലമുറയെയാണ്. ഏതോ ലാഭക്കൊതിയന്മാർ ഉണ്ടാക്കിയ ഈ ദുരന്തം അനുഭവിക്കുന്നത് ദാരിദ്ര്യത്തോടും കഷ്ടപ്പാടിനോടും പൊരുതി ജീവിച്ചിരുന്ന ഒരു സമൂഹമാണ്. അവരുടെ പ്രതീക്ഷകൾ പൂർണമായും തകർത്തവർക്കെതിരെ ഒന്നു പ്രതിഷേധിക്കാൻ പോലും

പറ്റാത്ത ഒരു സമൂഹം. എന്നാൽ ഇതിനു കാരണക്കാരായ അധികാരികളും മറ്റും യാതൊരുവിധ പ്രയാസങ്ങളുമില്ലാതെ ജീവിക്കുന്നു.

പ്രകൃതിയിലെ എല്ലാ വിഭവങ്ങളും എനിക്ക് ലാഭമുണ്ടാക്കാൻ മാത്രമാണെന്ന അഹങ്കാരം മനുഷ്യനിലുണ്ടാക്കിയത് നമ്മുടെ ഇന്ത്യൻ പാശ്ചാത്യ വിദ്യാഭ്യാസമാണ്. പ്രകൃതിയെ നാം വെല്ലുവിളിക്കുമ്പോൾ പ്രകൃതി അതിനോട് പ്രതികരിക്കും അല്ലെങ്കിൽ ക്ഷോഭിക്കും. അതാണ് പ്രകൃതിക്ഷോഭവും പ്രകൃതി ദുരന്തങ്ങളും.

ഒരാൾ കൃഷി നടത്തുമ്പോൾ അതിൽ ഒരു പ്രകൃതി നിയമമുണ്ട്. ഉദാഹരണമായി കശുമാവ് (കാസർഗോഡ് കശുമാവ് കൃഷിയായിരുന്നു) കൃഷി. അത് പൂവിടുമ്പോൾ ആ പൂവിന്റെ അംശം വണ്ടുകൾക്കും ശലഭങ്ങൾക്കും മറ്റും ഉള്ളതാണ്. ഈ ജീവികൾ പരാഗണത്തിനും മറ്റും സഹായിക്കുന്നു. എന്നാൽ ലാഭക്കൊതിയരായ നമ്മൾ ഈ കീടങ്ങൾക്ക് ഒന്നും തരില്ലെന്നും എന്റെ മാവിലെ വിളവുകൾ പൂർണമായും എന്റേതാണെന്നും പറഞ്ഞ് കീടങ്ങളെ മാരക വിഷമുപയോഗിച്ച് കൊല്ലുന്നു. മൊത്തം ഉണ്ടാവുന്ന പൂവിന്റെ ചെറിയൊരു ഭാഗം കീടങ്ങൾ ഭക്ഷിക്കുന്നതിന് യോദ്ധാക്കളെ വെച്ച് രാസായുധങ്ങളുമായി നാം യുദ്ധം പ്രഖ്യാപിക്കുന്നു. അതിന് പണം ചെലവഴിക്കാൻ നമുക്കു മടിയില്ല. പിന്നീട് അത് ഫലമായി മാറുമ്പോൾ അതിൽ ഒരു പങ്ക് പക്ഷിമൃഗാദികൾക്കുള്ളതാണ്. അവയ്ക്കെതിരായും നാം യോദ്ധാക്കളെ അയയ്ക്കുന്നു. പ്രകൃതിയെ സംബന്ധിച്ചിടത്തോളം കൃമിയും കീടവും പക്ഷിമൃഗാദികളും അണ്ണാനും മനുഷ്യനും എല്ലാം അതിന്റെ സൃഷ്ടികളാണ്. അപ്പോൾ മനുഷ്യനെന്ന ഒരു വർഗം മറ്റുള്ളവർക്ക് അവകാശപ്പെട്ടതൊന്നും നൽകാതെ എല്ലാം കീഴടക്കുന്നതിനോടുള്ള പ്രതികരണമായി പ്രകൃതി നമുക്കു ക്യാൻസർ മുതലുള്ള എല്ലാ മാരകരോഗങ്ങളും നൽകുന്നു. എന്നിട്ടും ഇതിൽ നിന്നും ഒരു പാഠവും നാം പഠിക്കുന്നില്ല. നാം വീണ്ടും വീണ്ടും പ്രകൃതിയെ വെല്ലുവിളിച്ചു കൊണ്ടിരിക്കുന്നു. പ്രകൃതി നമുക്കു ദുരന്തങ്ങൾ വീണ്ടും വീണ്ടും നൽകിക്കൊണ്ടിരിക്കുന്നു. ചുരുക്കത്തിൽ ആധുനികവിദ്യാഭ്യാസം നമുക്കു കൂടുതൽ കൂടുതൽ അജ്ഞതകൾ നൽകിക്കൊണ്ടിരിക്കുകയാണ്.

ഇത് കേവലം രണ്ടു വിദ്യാഭ്യാസ ക്രമങ്ങൾ തമ്മിലുള്ള തർക്കമല്ല. രണ്ട് ഫിലോസഫികൾ തമ്മിലുള്ള തർക്കമാണ്. പാശ്ചാത്യവും പൗരസ്ത്യവുമായ ദർശനങ്ങളുടെ പ്രശ്നമാണ്. പാശ്ചാത്യദർശനം എപ്പോഴും യുദ്ധത്തിന്റേയും ശത്രുനിർമാജ്ജനത്തിന്റേയും ദർശനമാണ്. എല്ലാ ജീവജാലങ്ങളേയും ഭൗതികമായി മാത്രം കാണുന്ന ഒരു

ദർശനമാണിത്. ജീവൻ എന്നതു തന്നെ എന്തെന്ന് ഉൾക്കൊള്ളാൻ കഴിയാത്ത ഒരു ദർശനം. പൗരസ്ത്യദർശനം സമന്വയത്തിന്റെ ദർശനമാണ്. പ്രപഞ്ചത്തിലെ എല്ലാ ഉരുവങ്ങളെയും ഒന്നായിക്കാണുന്ന ദർശനമാണത്. ഈ വ്യത്യാസം എല്ലാ മേഖലയിലും കാണാവുന്നതാണ്.

കാർഷികരംഗം

പൗരസ്ത്യരീതി

പ്രകൃതി രീതിയിൽ ഉണ്ടായിട്ടുള്ള വിത്തും ചെടികളും പ്രകൃതി രീതിയിലുള്ള പരാഗണങ്ങളും ചെറുപ്രാണികളും ശലഭങ്ങളും എല്ലാം കൃഷിയുടെ അവകാശികളാണ്. അവ പരാഗണം നടത്തുകയും അതിന്റെ വിസർജ്യത്തിലൂടെ വളം നൽകുകയും ചെയ്യുന്നു. പക്ഷി, അണ്ണാൻ മുതലായവ വിത്തുവിതരണം നടത്തുകയും അവയ്ക്കവകാശപ്പെട്ട പഴങ്ങൾ കഴിക്കുകയും ചെയ്യുന്നു. വിസർജ്യങ്ങൾ കൃഷിയിടങ്ങളിൽ നൽകുന്നു. മണ്ണിരകൾ മണ്ണിനെ കിളയ്ക്കുന്നു. അത് വിസർജ്ജ്യങ്ങൾ മണ്ണിനു നൽകുകയും അതിന്റെ ശരീരം തന്നെ വളമാക്കി മണ്ണിന്റെ ജീവാംശത്തെ നിലനിർത്തുകയും ചെയ്യുന്നു. ഈ ചെടികൾ പ്രകൃതിയിൽ നിന്ന് സൂര്യപ്രകാശം സ്വീകരിക്കുകയും കാർബൺ ഡയോക്സൈഡ് സ്വീകരിച്ച് പ്രാണവായു നമുക്കു നൽകുകയും ചെയ്യുന്നു. വീഴുന്ന മഴവെള്ളം ശേഖരിച്ച് നീരാവിയായി പുറത്തുവിടുന്നു. അതിന്റെ ജീവിതാവസാനം മറ്റു മരമായോ വിറകായോ അല്ലെങ്കിൽ ഏതെങ്കിലും ഫോസിൽ ഇന്ധനമായോ നാം വീണ്ടും ഉപയോഗിക്കുന്നു. പ്രകൃതിയിലെ ഈ സന്തുലിതാവസ്ഥ എത്രത്തോളം അത്ഭുതകരമാണ്. സൂര്യനും ഭൂമിയും പക്ഷിമൃഗാദികളും മണ്ണിരയും എല്ലാം തന്നെ പരസ്പരം സഹകരിച്ച് ജീവിക്കുന്ന ഒരവസ്ഥ. അവിടെ ഭക്ഷ്യപ്രശ്നമില്ല. രോഗപ്രശ്നമില്ല, വിസർജ്യപ്രശ്നമില്ല. ഈ പ്രക്രിയയിൽ മനുഷ്യന് കേവലം ഒത്താശക്കാരന്റെ റോൾ മാത്രമാണുള്ളത്. അതിൽ കൂടുതലുള്ള നമ്മുടെ ഇടപെടലുകൾ എന്തു മേന്മയാണ് ഉണ്ടാക്കിയിട്ടുള്ളത്.

പാശ്ചാത്യരീതി

ഭൗതികതയിൽ മാത്രം ഊന്നൽ കൊടുക്കുന്ന ഒരു ദർശനം എങ്ങനെയാണ് നമ്മുടെ ജീവിതത്തെ ബാധിക്കുക എന്ന് ആധുനികവിദ്യാഭ്യാസം നേടിയ പലർക്കും ബോധ്യപ്പെടാൻ പ്രയാസകരമാണ്.

ആത്മീയത ഒരിക്കലും ഭൗതികതയുമായി പൊരുത്തപ്പെട്ടുപോവുകയില്ല എന്ന ധാരണയും ഈ ചിന്താഗതിയിലുള്ളതാണ്. ഭൗതിക നേട്ടം മാത്രം ലക്ഷ്യം വച്ചുകൊണ്ടുള്ളതാണ് പാശ്ചാത്യ ദർശനം. പ്രകൃതിയിലെ എല്ലാ പ്രതിഭാസങ്ങളേയും നിയന്ത്രിക്കാൻ മനുഷ്യനു സാധിക്കും എന്നും മനുഷ്യനു വേണ്ടി മാത്രമാണ് ഈ പ്രകൃതിയെന്നും ഇതു കരുതുന്നു. നാം നിർമ്മിക്കുന്ന നിയമമനുസരിച്ച് മറ്റെല്ലാ ജീവിജാലങ്ങളും പ്രവർത്തിക്കണമെന്നുമുള്ള ധാരണയാണ് പലപ്പോഴും പാശ്ചാത്യദർശനത്തിന്റേയും ആധുനിക ചിന്താധാരയുടെയും ദൗർബ്ബല്യം. മനുഷ്യന്റെ സാധ്യതകളെ തിരിച്ചറിയുമ്പോൾ തന്നെ നമ്മുടെ പരിമിതികളേയും നാം തിരിച്ചറിയേണ്ടതുണ്ട്.

പാശ്ചാത്യരീതി അഥവാ ആധുനിക രീതി, ശാസ്ത്രീയരീതി എന്നൊക്കെ നാം വിളിക്കുന്ന സമ്പ്രദായങ്ങളിൽ നാം ചോദിക്കുന്ന ഒരു ചോദ്യമാണ് ശാസ്ത്രീയ തെളിവുകൾ. എന്താണ് നാം പറയുന്ന ശാസ്ത്രീയ തെളിവുകൾ? നമ്മുടെ ജ്ഞാനേന്ദ്രിയങ്ങൾക്കും മനസ്സിനും ബുദ്ധിക്കും ബോധ്യപ്പെടുന്നത് എന്ന അർത്ഥത്തിലാണ് നാം ഇതു പ്രയോഗിക്കുന്നത്. നാം മുമ്പു പറഞ്ഞതുപോലെ പ്രകൃതിയിലെ അടിസ്ഥാന പ്രതിഭാസങ്ങൾക്കു കാരണം കണ്ടെത്താൻ നമുക്കു സാധ്യമല്ല. പല പ്രക-ൃതി പ്രതിഭാസങ്ങളും എങ്ങനെ എന്നു വിശദീകരിക്കാൻ നമുക്കു കഴിഞ്ഞേയ്ക്കാം. അതിന്റെ അടിസ്ഥാനത്തിൽ നാം ഒട്ടേറെ കണ്ടുപിടുത്തങ്ങൾ നടത്തിയിട്ടുമുണ്ട്. എന്തുകൊണ്ട് നമ്മുടെ ഹൃദയം മിടിക്കുന്നു എന്നും എന്തുകൊണ്ട് ഭൂമി സൂര്യനെ ചുറ്റുന്നു എന്നും കണ്ടുപിടിക്കുക പ്രയാസമാണ്. എങ്ങനെയാണ് ഹൃദയം മിടിക്കുന്നതെന്ന് വിശദീകരിക്കാം. ഇവിടെ ഭാഷാപ്രയോഗത്തിലെ പരിമിതികൾ കാരണം പലപ്പോഴും ആശയക്കുഴപ്പം ഉണ്ടാകാറുണ്ട്. പ്രകൃതിയിലെ അടിസ്ഥാന പ്രതിഭാസങ്ങൾക്ക് കാരണം കണ്ടെത്തുക ഒട്ടേറെ ദുഷ്കരമാണ്. നാം നമ്മുടെ ചിന്തകളെ പലപ്പോഴും രൂപപ്പെടുത്തിയെടുക്കുന്നത് നമുക്കു ലഭ്യമായ അറിവുകളിലൂടെയാണ്. ഈ അറിവുകൾ നമുക്കു ലഭ്യമാകുന്നത് ജ്ഞാനേന്ദ്രിയങ്ങൾ മുഖേനയും. എന്നാൽ നമ്മുടെ ഇന്ദ്രിയങ്ങളുടെ പരിമിതികൾ അംഗീകരിക്കാനും ഉൾക്കൊള്ളാനും നമുക്ക് പ്രയാസമാണ്. അപ്പോൾ എന്താണ് യാഥാർത്ഥ്യം എന്ന് കണ്ടെത്താൻ പൂർണമായും നമ്മുടെ ഇന്ദ്രിയങ്ങളെ മാത്രം ആശ്രയിക്കാൻ സാധ്യമല്ല.

മഞ്ഞപ്പിത്തമുള്ള ഒരാൾ എല്ലാം മഞ്ഞയായി കാണുന്നു. ചിലർ വർണാന്ധതയുള്ളവരാണ്. പത്തിലൊരാൾക്ക് വർണാന്ധതയുണ്ട്.

ചിലർ ഒരു വർണം മാത്രം കാണാൻ കഴിയാത്തവരാണ്. മറ്റുചിലർക്ക് ഒന്നിലധികം വർണങ്ങൾ കാണാൻ കഴിയില്ല. എന്നാൽ മിക്ക ആളുകളും ഇതറിയാത്തവരാണ്. തങ്ങൾ കാണുന്നത് ശരിയല്ലെന്നും തങ്ങളുടെ കണ്ണുകളെ വിശ്വസിക്കരുതെന്നും അവരെ ബോധ്യപ്പെടുത്താൻ പ്രയാസകരമാണ്.

ബർണാഡ് ഷാ വർണാന്ധനായിരുന്നു. പക്ഷേ അദ്ദേഹം അതു തിരിച്ചറിഞ്ഞത് 60ാം വയസ്സിലായിരുന്നു. അദ്ദേഹത്തിന്റെ അറുപതാം പിറന്നാൾ ദിവസം അദ്ദേഹത്തിന് ആരോ ഒരു പച്ചനിറമുള്ള സ്യൂട്ട് സമ്മാനിച്ചു. അതിനു യോജിക്കുന്ന ഒരു ടൈ വാങ്ങിക്കാൻ കടയിൽ പോയി എന്നിട്ട് ഒരു മഞ്ഞ ടൈ വാങ്ങി. തെരുവിൽ വച്ച് അദ്ദേഹത്തിന്റെ സെക്രട്ടറി അദ്ദേഹത്തെ കണ്ടു. അവർ ചോദിച്ചു, “സർ എന്താണ് പച്ച സ്യൂട്ടിന് മഞ്ഞ ടൈ കെട്ടിയത്?” അപ്പോൾ ബർണാഡ് ഷാ അവരോടു ചോദിച്ചു, “സ്യൂട്ടും ടൈയും ഒരേ നിറമല്ലേ? അങ്ങു തമാശ പറയുകയാണോ?” സെക്രട്ടറി താൻ തമാശ പറയുകയല്ല, എന്ന് ബർണാഡ് ഷായോടു പറഞ്ഞു. ഷാ ഒരു നേത്രപരിശോധയ്ക്കു പോവുകയും താൻ വർണാന്ധനാണെന്ന് മനസ്സിലാക്കുകയും ചെയ്തു. അദ്ദേഹത്തിന് പച്ചനിറം കാണാൻ കഴിയില്ലായിരുന്നു.

നമ്മുടെ കണ്ണുകളിലൂടെ നാം കാണുന്നവ യഥാർത്ഥമായും നിലനിൽക്കുന്നുണ്ടോ, അവ യഥാർത്ഥത്തിൽ നാം കാണുന്നതുപോലെ തന്നെയാണോ എന്നൊന്നും നമുക്കു ഉറപ്പിച്ചു പറയാൻ കഴിയുകയില്ല. നാം എന്തു കാണുന്നുവോ, അത് നമ്മുടെ ഒരു അനുമാനമാണ്, യാഥാർത്ഥ്യമാണെന്ന് നമുക്കു വിശ്വസിക്കുക മാത്രം ചെയ്യാം.

നമ്മുടെ ഇന്ദ്രിയങ്ങളുടെ കഴിവ് ഓരോ വ്യക്തിയിലും ഓരോ ജീവിയിലും വ്യത്യസ്തമാണ്. നമ്മുടെ ഇന്ദ്രിയങ്ങളുടെ പരിധിയിൽ വരുന്നതു മാത്രമാണ് യാഥാർത്ഥ്യമെന്ന് നമുക്കു ശഠിക്കാൻ കഴിയില്ല. കേൾക്കാൻ സാധിക്കാത്ത ശബ്ദവും നമുക്കറിയാൻ കഴിയാത്ത ഗന്ധവും നമ്മുടെ അടുത്തു നിൽക്കുന്ന ഒരു പട്ടിക്ക് ചിലപ്പോൾ അറിയാൻ കഴിയും. നമ്മുടെ ഇന്ദ്രിയങ്ങളുടെ പരിമിതികളെ മറികടക്കാൻ സാധിക്കുന്നതു കൊണ്ടാണ് പോലീസിലും പട്ടാളത്തിലും നാം ശ്വാനസേനയുണ്ടാക്കുന്നതും ശുനകന്മാർ നമ്മുടെ പരിമിതികളെ മറികടന്ന് തെളിവുകൾ ഉണ്ടാക്കുന്നതും.

ഇന്ദ്രിയങ്ങളുടെ കഴിവിനെ തിരിച്ചറിയുക

ഇന്ദ്രിയങ്ങളുടെ പരിമിതികളെ തിരിച്ചറിയുന്നതുപോലെ തന്നെ അവയുടെ സാധ്യതകളേയും നാം തിരിച്ചറിയേണ്ടിയിരിക്കുന്നു. പ്രാചീനകാലത്തെ ഭാരതത്തിന്റെ സംഭാവനകൾ നമുക്കൊന്നു പരിശോധിക്കാം. മഹാഭാരതം ഒരുലക്ഷത്തി ഇരുപതിനായിരം ശ്ലോകങ്ങളും നാലായിരത്തിലേറെ കഥാപാത്രങ്ങളും പ്രപഞ്ചത്തിലെ എല്ലാ ഉരുവങ്ങളും ഉൾപ്പെടുത്തി ഐന്ദ്രജാലികയാഥാർത്ഥ്യം (Magical Realism) എന്ന ആഖ്യാനരീതിയിൽ ചിട്ടപ്പെടുത്തിയ അത്ഭുത ഗ്രന്ഥമാണ്. മഹാഭാരതം ഒരാൾക്ക് രചിക്കാൻ സാധ്യമാണോ എന്നു പോലും ആധുനികർക്ക് സംശയമാണ്. പതിനെട്ടോ ഇരുപതോ വർഷമെടുത്ത് മുഴുവൻ സമയ സ്കൂൾ കോളേജ് വിദ്യാർത്ഥികളായി ബിരുദാനന്തര ബിരുദം എടുത്ത്, ഇരുപത് ശ്ലോകങ്ങൾ പോലും രചിക്കാൻ കഴിയാത്തവർക്ക് ഇത് അത്ഭുതമായിരിക്കും. ഇവിടെയാണ് നാം ധ്യാനത്തിന്റെ സാധ്യത കാണേണ്ടത്. എല്ലാ ഇന്ദ്രിയങ്ങളേയും പുറത്തേക്കു വിട്ട് നമ്മുടെ ഉള്ളിലെ സാധ്യതകളെ നാം തിരിച്ചറിയാതെ പോകുന്നു. ഭാരതീയരുടെ പ്രാചീനമായ അറിവുകളേയും കണ്ടെത്തലുകളേയും നാം നിരാകരിക്കുന്നു. നമ്മുടെ പൂർണ സമയവും ചോദ്യ ബാങ്ക് (question bank) പഠിച്ച് മറ്റൊന്നും ചിന്തിക്കാൻ അനുവദിക്കാത്തതു കൊണ്ടാണ് പ്രാചീന ഭാരതീയ പ്രതിഭകളെപ്പോലെ ആധുനിക കാലത്ത് ലോകത്തിന് പ്രതിഭകളെ സംഭാവന ചെയ്യാൻ നമുക്കു കഴിയാത്തത്. പക്ഷേ നാം കരുതുന്നത് പ്രാചീനഭാരതത്തിലെ പ്രതിഭകളെക്കാൾ നാം മികച്ചവരാണെന്നാണ്. അവരുടെ കണ്ടുപിടുത്തങ്ങൾ നമുക്കൊന്നു പരിശോധിക്കാം. അത് ഏത് ആധുനിക കാലഘട്ടത്തിലേതിനേക്കാളും മികച്ചതും പൂർണമായതുമാണ്. നാം നവീകരണം (innovation) എന്നു പറഞ്ഞ് പലപ്പോഴും ഇത്തരം വിജ്ഞാനങ്ങളെ വികൃതപ്പെടുത്തുക മാത്രമേ ചെയ്തിട്ടുള്ളൂ.

സംഗീതം

ഗാനഗന്ധർവൻ യേശുദാസ് ഒരിക്കൽ ഗൾഫിൽ വന്നപ്പോൾ ഒരു പരിപാടിക്കിടെ പാശ്ചാത്യ, അറബ് ഉൾപ്പെടെ പല ഭാഷകളിലുമുള്ള സംഗീതം അവതരിപ്പിച്ചു. അദ്ദേഹം പറഞ്ഞത് ലോകത്തിലെ എല്ലാ സംഗീതവും നമ്മുടെ ശാസ്ത്രീയസംഗീതത്തിന് വഴങ്ങുന്നതാണെന്നാണ്. കാരണം അത് പൂർണമാണ്. സപ്തസ്വരങ്ങളെ അഷ്ടസ്വരങ്ങളാക്കാനോ പഞ്ചസ്വരങ്ങളാക്കാനോ സാധ്യമല്ല. അങ്ങനെയുള്ള ഈ

സംഗീതം ചിട്ടപ്പെടുത്തിയ മഹാരഥന്മാരെ നാം ഓർക്കുന്നുണ്ടോ, അവ രാരെന്ന് പഠിപ്പിക്കുന്നുണ്ടോ?

നാട്യശാസ്ത്രം

ഭാരതത്തിന്റെ വിവിധ പ്രദേശങ്ങളിലെ വിവിധ നാട്യരൂപങ്ങൾ ശാസ്ത്രീയമായി ചിട്ടപ്പെടുത്തി നാട്യശാസ്ത്രം പോലെ നൃത്തത്തിനായി ഒരു ശാസ്ത്രീയഗ്രന്ഥം ലോകത്തിലെവിടെയുണ്ട്? എന്നാൽ ഭരതമുനിയെക്കുറിച്ച് നാം പഠിക്കാറില്ല. നവരസങ്ങളെ നാം പരിശീലിപ്പിക്കുകയും അവതരിപ്പിക്കുകയും ചെയ്യും. എന്നാൽ ഇതു ചിട്ടപ്പെടുത്തിയതിനെക്കുറിച്ചും ചിട്ടപ്പെടുത്തിയവരെക്കുറിച്ചും നാം ചിന്തിക്കാറില്ല. കേരളത്തിന്റെ തനതു കലാരൂപങ്ങളായറിയപ്പെടുന്ന കഥകളി, കൂടിയാട്ടം, കൃഷ്ണനാട്ടം, രാമനാട്ടം മുതൽ തെയ്യങ്ങൾ വരെ ആയിരക്കണക്കിനു വർഷങ്ങൾ പഴക്കമുള്ളതാണ്. കേരളപ്പിറവിക്കു ശേഷം നാം ഇവയെ കേരളത്തിന്റെ കലാരൂപങ്ങളായി കണക്കാക്കുന്നു. ഈ കലാരൂപങ്ങൾ യുവജനോത്സവങ്ങളിലെ ഒരു മത്സര ഇനം എന്നതിലുപരി ഇതിന്റെയൊന്നും ചരിത്രം നാം പഠിപ്പിക്കാറില്ല. കഥകളിയിലെ ചുട്ടി (3d makeup) പൂർണമായും പ്രകൃതി വിഭവങ്ങൾ ഉപയോഗിച്ചാണുണ്ടാക്കുന്നത്. 3d makeup, മെയ്ക്കപ്പ് കമ്പനികൾ അടുത്ത കാലത്ത് പ്രയോഗത്തിൽ കൊണ്ടുവന്നവയാണ്. ലോകത്തിലെ ഏറ്റവും മികച്ച ശാസ്ത്രീയ നൃത്ത രൂപങ്ങൾ ആയിരക്കണക്കിനു വർഷം മുമ്പു തന്നെ ഇവിടെ പ്രചാരത്തിലുണ്ടായിരുന്നു. എന്നാൽ അതിന്റെയൊന്നും മഹത്വം നാം തിരിച്ചറിയുന്നില്ല. നമ്മുടെ നൃത്തരൂപങ്ങൾ, സാഹിത്യവും സംഗീതവും അഭിനയവും അലങ്കാരവും എല്ലാം ചേർന്ന അത്ഭുതകരമായ കലാരൂപങ്ങളാണ്.

ചിത്രരചനയും ശില്പകലയും വാസ്തുകലയും

നമ്മുടെ ചുമർചിത്രങ്ങൾ ഇന്നും ഒരു വിസ്മയമാണ്. തികച്ചും പ്രകൃതിവിഭവങ്ങൾ ഉപയോഗിച്ചായിരുന്നു അവ ചെയ്തിരുന്നത്. ഇത് നൂറ്റാണ്ടുകളോളം ഒരു കേടുപാടും കൂടാതെ നിലനിന്നു. അതുപോലെ ഇന്ത്യയിലങ്ങോളമിങ്ങോളമുള്ള പ്രാചീന കാലത്തെ ക്ഷേത്രങ്ങളും കൊട്ടാരങ്ങളും സന്ദർശിച്ചാൽ നമ്മുടെ ശില്പചാതുരിയുടെ മഹത്വം മനസ്സിലാക്കാവുന്നതാണ്. സപ്താത്ഭുതങ്ങളിലൊന്നായ താജ്മഹലും ഇന്നും കേടുപാടുകൾ കൂടാതെ നിൽക്കുന്ന നമ്മുടെ അതിപുരാതന

ക്ഷേത്രങ്ങളും മനോഹരമായ കൊട്ടാരങ്ങളും നാടിന്റെ അഭിമാനവും പ്രാചീനകാലത്തെ വാസ്തുവിദ്യയുടെ തെളിവുകളുമാണ്. എന്നാൽ ആധുനികകാലത്ത് നാം പടുത്തുയർത്തിയ കോൺക്രീറ്റ് കണ്ണാടിക്കൂടുകളിൽ എത്രയെണ്ണം ഇതിനോട് കിടപിടിക്കത്തക്കതായുണ്ട്?

വൈദ്യശാസ്ത്രം

ലോകത്തിലെ തന്നെ ഏറ്റവും പഴയ വൈദ്യശാസ്ത്ര സംവിധാനം ഇന്ത്യയിലാണ്. ചരകസംഹിതയും ശുശ്രുത സംഹിതയും കൂടാതെ ഒട്ടേറെ ഗ്രന്ഥങ്ങൾ വൈദ്യശാസ്ത്രരംഗത്തുണ്ടായിരുന്നു. ഈ ഗ്രന്ഥങ്ങളെല്ലാം നൂറുകണക്കിനു വർഷങ്ങൾ ഋഷിവര്യൻമാരുടെ പരമ്പരകൾ പരീക്ഷണ നിരീക്ഷണങ്ങൾ നടത്തി കണ്ടെത്തിയവയായിരുന്നു. എന്നാൽ ഈ പരീക്ഷണങ്ങൾ പലതും പാശ്ചാത്യ ശാസ്ത്രജ്ഞന്മാർ നൂറ്റാണ്ടുകൾക്കു ശേഷം പേറ്റന്റ് എടുക്കുകയും അത് അവരുടെ പേരിൽ പ്രസിദ്ധീകരിക്കുകയും ചെയ്തു. രോഗാണുക്കളെക്കുറിച്ച് (pathogenic micro - oganism) വിശദമായി ബി.സി 300ൽ ചരകസംഹിതയിൽ രേഖപ്പെടുത്തിയതു നോക്കുക.

> അണവോവൃത്താശ്ച സൂക്ഷ്മത്വാ ചൈകാ ഭവന്ത്യദൃശ്യാ
> വർണതാമ്രഃ നാമാനി കേശാമാ ലോമാ ലോമ ദ്വീപാ
>
> (ബി.സി 300 ചരക സംഹിത വിമാന സ്ഥാനം)

വിവിധതരം രോഗാണുക്കൾ വൃത്താകൃതിയിലുള്ളതും അതിസൂക്ഷ്മവും താമ്ര നിറത്തോടുകൂടിയതും രോമമുള്ളതും ഇല്ലാത്തതും രോമത്താൽ ചുറ്റപ്പെട്ടതുമായ ശരീരത്തോടു കൂടിയതുമാണ്.

ഇത്തരത്തിലുള്ള ചെറുതും വലുതുമായ ഓരോ രോഗത്തെക്കുറിച്ചും പൂർണമായ ശരീരശാസ്ത്രം, രോഗ ചികിത്സ എന്നിവയെക്കുറിച്ചുമെല്ലാമുള്ള ഒട്ടേറെ ഗ്രന്ഥങ്ങൾ നമ്മുടെ ഭാരതത്തിലുണ്ട്. എന്നാൽ ഈ മേഖലയെക്കുറിച്ച് വേണ്ടവിധം പഠിക്കാനോ ഗവേഷണങ്ങൾ നടത്താനോ നാം ശ്രമിച്ചില്ല. എന്നു മാത്രമല്ല, ഇവിടെ ആരോഗ്യരംഗത്തെ പൂർണമായും ആലോപ്പതി വിഭാഗത്തിന് തീറെഴുതി കൊടുത്തിരിക്കുകയാണിപ്പോൾ. ആരോഗ്യരംഗത്തെ നയരൂപവത്കരണം മുതൽ എല്ലാ നിയന്ത്രണങ്ങളും അലോപ്പതിക്കാരുടെ കൈവശമാണ്. അതിപ്രഗത്ഭരും പരിചയ സമ്പന്നരുമായ ആയുർവേദ വിദഗ്ദ്ധർ നമ്മുടെ രാജ്യത്തുണ്ട്. ആയുർവേദ സമ്പ്രദായം വളരെ പ്രചാരത്തിലുണ്ടായിരുന്ന

ഒരു സംസ്ഥാനമായിരുന്നു കേരളം (കേരളപ്പിറവിക്ക് മുമ്പ്). ഈയിടെ ദിവംഗതനായ പത്മശ്രീ. പി.കെ വാര്യർ നേതൃത്വം നൽകുന്ന കോട്ടയ്ക്കൽ ആര്യവൈദ്യശാല മുതൽ ലോകപ്രശസ്തരായ ആയുർവേദ ഭിഷഗ്വരന്മാരാൽ നയിക്കപ്പെടുന്ന ഒട്ടേറെ വൈദ്യമഠങ്ങൾ കേരളത്തിലുണ്ട്. ലോകത്തിന്റെ വിവിധ ഭാഗങ്ങളിൽ നിന്ന് ഒട്ടേറെ പ്രഗത്ഭന്മാർ ഇവിടങ്ങളിൽ വന്നു ചികിത്സ തേടുകയും സുഖം പ്രാപിച്ചു പോകുകയും ചെയ്യുന്നുണ്ട്. എല്ലാ ഗ്രാമങ്ങളിലും ഉണ്ടായിരുന്ന പാരമ്പര്യ വൈദ്യന്മാരായിരുന്നു കേരളത്തിൽ ഒരു ആരോഗ്യശീലത്തിന് അടിത്തറയിട്ടത്. ലാഭേച്ഛ കൂടാതെ ആരോഗ്യരംഗത്തു പ്രവർത്തിച്ചിരുന്ന പാരമ്പര്യവൈദ്യന്മാർ നൂറ്റാണ്ടുകളിലൂടെ തലമുറകളായി നേടിയ നാട്ടറിവുകളിലൂടെ പ്രായോഗിക പരീശീലനത്തിന്റെ കലവറകളായിരുന്നു.

ഈ അറിവുകളെ സംരക്ഷിക്കാനും വളർത്താനും ആവശ്യമായ പ്രവർത്തനം ഊർജിതമാക്കേണ്ടതാണ്. എന്റെ ഒരു സുഹൃത്ത് ജപ്പാനിലെ ടൊയോ സർവകലാശാലയിലെ (TOYO University) ശാസ്ത്രജ്ഞനാണ്. അദ്ദേഹം ഉൾപ്പെടെയുള്ള വലിയൊരു ശാസ്ത്രസംഘം ഇപ്പോൾ ഗവേഷണം നടത്തുന്നത് ആയുർവേദ മരുന്നുകളിലെ നാനോ പാർട്ടിക്കിളിനെ (Nanoparticle) ക്കുറിച്ചാണ് ബ്രഹ്മി, വയമ്പ്, സ്വർണം മുതലായവയിലെ നാനോ പാർട്ടിക്കിൾ എങ്ങനെ ബുദ്ധിശക്തി വളർത്താൻ സഹായിക്കുന്നുവെന്നാണ് അവർ അന്വേഷിക്കുന്നത്. ഇന്ന് നമ്മുടെ ആയുർവേദ മരുന്നുകൾ കൃഷി ചെയ്യുകയും ഗവേഷണം നടത്തുകയും ചെയ്യുന്നത് ജപ്പാൻ, ജർമ്മനി മുതലായ രാജ്യങ്ങളിലാണ്.

വൈദ്യലക്ഷണം (Quality of doctors)

ഒരു വൈദ്യന്റെ ലക്ഷണം എന്തായിരിക്കണമെന്ന് ചരകസംഹിത രേഖപ്പെടുത്തിയിട്ടുണ്ട്.

> “മൈത്രീ കാരുണ്യമാർത്തേഷ്ഠ
> ശക്യേ പ്രീതി രൂപേക്ഷണം
> പ്രകൃതി സ്ഥേഷൂ ഭൂതേഷൂ വൈദ്യവൃത്തിശ്ചതുർ വിധേധ”
>
> (ചരക സംഹിത സൂത്രസ്ഥാനം 9626)

സർവരോടും സൗഹൃദം, രോഗിയോട് കാരുണ്യം വൈദ്യവൃത്തിയോട് ആദരവ്, സർവചരാചരങ്ങളോടും തത്ത്വചിന്താപരമായ സമീപനം ഇതാണ് വൈദ്യവൃത്തിയിലുള്ളവർക്കുണ്ടാകേണ്ട നാലു ഗുണങ്ങൾ.

ആയുർവേദരംഗത്തും അലോപ്പതി രംഗത്തുള്ളതുപോലെ ബിരുദധാരികളുണ്ട്. ഇവർ പിന്തുടരുന്നത് അലോപ്പതി ഡോക്ടർമാർ നിർമ്മിച്ച നയങ്ങളും പരീക്ഷാ സമ്പ്രദായങ്ങളുമാണ്. പലപ്പോഴും പാരമ്പര്യ ചികിത്സകരിൽ നിന്ന് അറിവു നേടേണ്ടതിനു പകരം അവർ പാരമ്പര്യ ചികിത്സരെ തള്ളിപ്പറയുകയും അപമാനിക്കുകയും ചെയ്യുന്നതാണ് കാണപ്പെടുന്നത്. ഒരു കാര്യം പരിശോധിച്ചാൽ നമുക്കു മനസ്സിലാകുന്നത് ഇന്നും ഏറ്റവും പ്രഗത്ഭരായ ആയുർവേദ ആശുപത്രികളും ഭിഷഗ്വരന്മാരും ഉള്ളത് പാരമ്പര്യസമ്പ്രദായത്തിൽ ഉള്ളവയിലാണെന്നാണ്. അവിടങ്ങളിലെല്ലാം തന്നെ പാരമ്പര്യരീതിയിൽ പരിശീലനം നേടിയ ആചാര്യന്മാരുണ്ടാകും. വിവിധ ലോകനേതാക്കൾ അടക്കമുള്ളവർ ഇത്തരം ആചാര്യന്മാരെ തേടിയാണ് വൈദ്യമഠങ്ങളിലെത്തുന്നത്. ഭാരതത്തിലങ്ങോളമിങ്ങോളമുള്ള പാരമ്പര്യവൈദ്യന്മാരെയും അവരുടെ നാട്ടറിവുകളെയും വേണ്ട രീതിയിൽ ക്രോഡീകരിച്ചാൽ നമ്മുടെ ആരോഗ്യരംഗത്ത് വിപ്ലവാത്മകമായ മാറ്റം വരുത്താവുന്നതാണ്. ഈ പരിചയസമ്പത്തും നാട്ടറിവുകളും നശിപ്പിക്കുന്നത് വരും തലമുറയോടും ലോകത്തോടും ചെയ്യുന്ന വലിയൊരു പാതകമായിരിക്കും.

നമ്മുടെ നാട്ടിൻപുറങ്ങളിലെ സാധാരണക്കാരായ ആളുകൾക്ക് ആരോഗ്യരംഗത്ത് ആശ്രയമായിരുന്ന പാരമ്പര്യ വൈദ്യന്മാരെ 'വ്യാജ വൈദ്യന്മാർ' എന്ന മുദ്ര കുത്തി, അവർക്ക് തലമുറകളായി പകർന്നു കിട്ടിയ അറിവിനെ, ഒന്നു പഠിക്കാൻ പോലും തയ്യാറാകാതെ സമൂഹമദ്ധ്യത്തിൽ താറടിച്ച് ഒറ്റപ്പെടുത്തി തരം കിട്ടിയാൽ തുറങ്കിലടയ്ക്കുകയുമാണ് ഇപ്പോൾ ചെയ്യുന്നത്. ഈ പാരമ്പര്യ വൈദ്യസമ്പ്രദായത്തിലൂടെ ആയുർവേദം ആർജ്ജിച്ച വിശ്വാസ്യത മുതലെടുക്കുന്ന രീതിയിൽ വൻ വ്യവസായ ലോബി വളർന്നു കൊണ്ടിരിക്കുകയാണ്. ആയുർവേദ പഠനം, അലോപ്പതി പോലെ നാലു വർഷത്തെ കേവല ബിരുദമാക്കിയെടുക്കുകയും രോഗത്തിന് ചികിത്സ എന്ന അലോപ്പതി മാതൃകയിൽ ഇൻസ്റ്റന്റ് കഷായങ്ങളും അരിഷ്ടങ്ങളും മരുന്നുകളും നിർമ്മിച്ചു നൽകുന്ന ഒരു സമ്പ്രദായമാക്കി മാറ്റുകയുമാണ് ഇപ്പോൾ ചെയ്തുകൊണ്ടിരിക്കുന്നത്. യഥാർത്ഥ ആയുർവേദ ക്രമം രോഗത്തിനേയോ രോഗലക്ഷണങ്ങളേയോ ചികിത്സിക്കുകയല്ല. അത് രോഗിയെ ചികിത്സിക്കുന്നതാണ്. ഒരേ രോഗലക്ഷണം രണ്ടു വ്യത്യസ്ത രോഗികളിൽ കണ്ടാൽ രണ്ടു പേർക്കും രണ്ടു തരം ചികിത്സ നല്കുന്നതാണ് ആയുർവേദരീതി.

ഒന്നുരണ്ട് വർഷങ്ങൾക്കു മുമ്പ് കോട്ടക്കൽ ആര്യവൈദ്യശാല സന്ദർശിക്കാനും ഡോ.പി.കെ വാര്യരെ കാണാനും സന്ദർഭമുണ്ടായി. പ്രഗത്ഭനായ ഒരു അലോപ്പതി ഡോക്ടറോടൊപ്പമായിരുന്നു ഞാൻ അവിടെ സന്ദർശിച്ചത്. ഞങ്ങൾ അദ്ദേഹത്തിന്റെ ദിനചര്യകളെക്കുറിച്ച് അന്വേഷിച്ചു. അപ്പോൾ അദ്ദേഹം പറഞ്ഞു. രാത്രി വളരെ നേരത്തെ ഉറങ്ങും. പുലർച്ചെ നാലു മണിക്ക് ഉണരും. ദിനചര്യകളെല്ലാം കഴിഞ്ഞ്, അമ്മാവന്റെ സ്മൃതിയിൽ വിളക്കു വയ്ക്കും. പിന്നീട് ധ്യാനം, പ്രാർത്ഥന. ഒപ്പം എല്ലാ ദിവസവും അഷ്ടാംഗഹൃദയം ഓരോ അദ്ധ്യായമായി ചൊല്ലും. അപ്പോൾ എന്റെ സുഹൃത്ത് ഡോക്ടർ അദ്ദേഹത്തോട് ചോദിച്ചു. എന്തിനാണ് ദിവസവും അഷ്ടാംഗഹൃദയം ചൊല്ലുന്നതെന്ന്. അദ്ദേഹം അതിനു നൽകിയ മറുപടി ചിന്തനീയമാണ്. അദ്ദേഹം പറഞ്ഞു, “ഞങ്ങളുടേത് അലോപ്പതി സമ്പ്രദായത്തിൽ നിന്നും തികച്ചും വിഭിന്നമാണ്. നിങ്ങൾ മരുന്ന് നൽകുന്നത് രോഗലക്ഷണത്തിനും രോഗത്തിനുമാണ്. ലബോറട്ടറിക്കാരൻ രോഗമെന്താണെന്നും മെഡിക്കൽ റപ്രസന്റേറ്റീവ് മരുന്നെന്താണെന്നും പറഞ്ഞു തരും. ഇത് രണ്ടും കൂട്ടിയോജിപ്പിച്ചാൽ ചികിത്സിക്കാം. കൂടാതെ നിങ്ങൾക്ക് ലഭിച്ച വൈദ്യശാസ്ത്ര ബിരുദം ആജീവനാന്തം ഉപയോഗിക്കാൻ അധികാരപ്പെട്ടതുമാണ്. ഞങ്ങളുടെ സമ്പ്രദായം രോഗികളെ ചികിത്സിക്കുന്നതാണ്. ഓരോ രോഗിയുടെയും പ്രകൃതം കൃത്യമായി പഠിക്കേണ്ടിയിരിക്കുന്നു. പണ്ട് കിട്ടിയ ഒരു ബിരുദത്തിന്റെ ബലത്തിൽ ചികിത്സിക്കാൻ പറ്റില്ല. അതുകൊണ്ട് എല്ലാ ദിവസവും പഠിക്കണം.” കൂടെ അദ്ദേഹം ഒരു കാര്യം കൂടി ചോദിച്ചു. അദ്ദേഹത്തിന്റെ പ്രായത്തിലുള്ള (അദ്ദേഹത്തിന്റെ പ്രായം 98 വയസ്സ്) എത്ര അലോപ്പതി ഡോക്ടർമാർ രോഗികളെ ചികിത്സിക്കുന്നുണ്ട്? അദ്ദേഹം ഇപ്പോഴും ഒരു നിശ്ചിത എണ്ണം രോഗികളെ സൗജന്യമായി പരിശോധിക്കുന്നുണ്ട്. നൂറാമത്തെ വയസ്സിലാണ് അദ്ദേഹം മരണമടഞ്ഞത്.

നമ്മുടെ നാടിന്റെ ആരോഗ്യരംഗത്തിന്റെ നട്ടെല്ലായിരുന്ന ഒട്ടേറെ വൈദ്യമഠങ്ങൾ ഇന്ന് സർക്കാർ നിയമത്തിന്റെ ബലത്തിൽ അടച്ചുപൂട്ടപ്പെടുകയും പുതിയ തലമുറ മറ്റു ജോലികൾ അന്വേഷിച്ചു പോവുകയുമാണുണ്ടായത്. BAMS ബിരുദധാരികൾ ഉൾപ്പെടെയുള്ള ആയുർവദ ഡോക്ടർമാരോട് ഒരഭ്യർത്ഥനയുള്ളത്, ആയുർവേദത്തിന്റെ നട്ടെല്ലായിരുന്ന പാരമ്പര്യവൈദ്യന്മാരെ വ്യാജവൈദ്യന്മാരെന്നു പരിഹസിച്ചു തള്ളുന്നതിനു പകരം അവർ ആർജ്ജിച്ചിട്ടുള്ള വിജ്ഞാനവും രീതിയും അവരെ ഗുരുക്കന്മാരായി കണ്ട് നിങ്ങൾ പഠിക്കുകയാണ് വേണ്ടത്.

രോഗത്തിനു ചികിത്സ നൽകുന്നതിനു പകരം, രോഗിയെ പഠിക്കാൻ നിങ്ങൾക്ക് ഇവരിൽ നിന്നും സാധിക്കും. ഇത്തരമൊരു സംവിധാനം ഒരുക്കുന്നതിനും ഈ പാരമ്പര്യ അറിവുകൾ സംരക്ഷിക്കുന്നതിനും പ്രയോഗിക്കുന്നതിനും സർക്കാർ മുൻകൈയെടുക്കേണ്ടതുണ്ട്. കോഴിക്കോട്ടുകാരനായിരുന്ന, പരേതനായ ശിവരാമൻ വൈദ്യർ എന്ന പാരമ്പര്യ വൈദ്യൻ പേപ്പട്ടി വിഷത്തിന് മരുന്നു കണ്ടുപിടിക്കുകയും നീണ്ട 32 വർഷത്തെ യുദ്ധത്തിനു ശേഷം അതിന് അംഗീകാരം നേടുകയും ചെയ്തതായി വർഷങ്ങൾക്കു മുമ്പ് മാധ്യമങ്ങളിൽ വാർത്തയുണ്ടായിരുന്നു. എന്നാൽ പിന്നീട് അതിനെക്കുറിച്ച് ഒന്നും കേട്ടിട്ടില്ല. കാര്യമായ സഹായങ്ങളൊന്നുമില്ലാതെ ഒരു ആയുസ്സ് നാടിനായി ഹോമിച്ച അദ്ദേഹം കണ്ടെത്തിയ മരുന്നിന് അംഗീകാരം നൽകാൻ മൂന്നു പതിറ്റാണ്ടിലേറെ വേണ്ടി വന്നു. അതിനുശേഷവും ആ മരുന്ന് പുറത്തിറക്കാൻ ഈ ആധുനിക ആരോഗ്യ ലോബി അനുവദിക്കുന്നില്ല. പേപ്പട്ടി വിഷയബാധയേറ്റ് ഈ മൂന്നര പതിറ്റാണ്ടിലേറെക്കാലം ലോകത്ത് മരിച്ചു വീണവരുടെ എണ്ണം എത്രയാണ്? ഇതിനു പരിഹാരം കണ്ടെത്തിയതിനെ പ്രോത്സാഹിപ്പിക്കുകയല്ല ഇവരുടെ ലക്ഷ്യം, ലാഭം ഉണ്ടാക്കുക മാത്രമാണ്. എന്നാൽ മറുവശത്ത് ശതകോടികൾ ചെലവഴിച്ച് മരുന്ന് പരീക്ഷണങ്ങൾ നടത്തി വിവിധ രാസമരുന്നുകൾ മാർക്കറ്റിലിറക്കാൻ ചുരുങ്ങിയ സമയം കൊണ്ട് അനുമതി നേടിയെടുക്കുകയും ചെയ്യുന്നു. ആരോഗ്യരംഗത്തെ ഇത്തരത്തിൽ ഒരു ലോബി പൂർണമായും കീഴ്പ്പെടുത്തി ലോകത്തിലെ തന്നെ ഏറ്റവും ലാഭകരമായ ഒരു വ്യവസായമാക്കി മാറ്റിക്കഴിഞ്ഞു.

യോഗയും ആയോധന കലയും

ആരോഗ്യരംഗത്ത് പ്രാചീന ഭാരതത്തിൽ ഉണ്ടായിരുന്ന ശീലം രോഗപ്രതിരോധം വർദ്ധിപ്പിക്കുക എന്നതായിരുന്നു. നല്ല ആഹാര സമ്പ്രദായം, കായിക പരിശീലനം മുതലായ ചര്യകളായിരുന്നു നമ്മുടെ ആരോഗ്യ രഹസ്യം. ഇന്നു നമ്മുടെ യോഗ സമ്പ്രദായം ലോകം അംഗീകരിച്ചു എന്നത് ആശ്വാസകരമാണ്. ഇന്ന് മിക്കവാറും രാജ്യങ്ങളിൽ യോഗ പാഠ്യപദ്ധതിയുടെ ഭാഗമായിരിക്കയാണ് എന്നാൽ അതിന് നമ്മുടെ രാജ്യം വേണ്ടത്ര പരിഗണന നൽകുന്നുണ്ടോ എന്നത് പരിശോധിക്കേണ്ടിയിരിക്കുന്നു. 'കളരി' പോലുള്ള ആയോധന കലകൾ നമ്മുടെ ജീവിതചര്യയുടെ ഭാഗമായിരുന്നു. അതോടൊപ്പം തന്നെ പ്രശസ്തമായ

കളരി, മർമ്മ ചികിത്സാ സ്ഥാപനങ്ങളും നമുക്കുണ്ടായിരുന്നു.

ഒരിക്കൽ, വീണ് തുടയെല്ല് പൊട്ടിയ ഒരു സുഹൃത്തിനെ അദ്ദേഹത്തിന്റെ നിർബന്ധത്തിനു വഴങ്ങി ഞാൻ ഒരു കളരി ചികിത്സാകേന്ദ്രത്തിലെത്തിച്ചു. കളരി ചികിത്സാകേന്ദ്രത്തിലെ പ്രധാന ഗുരുക്കൾ വന്നു പരിശോധിച്ചു. കൂടെയുള്ളവർക്ക് നിർദേശങ്ങൾ നൽകി. അവർ ഉടനെ തന്നെ എണ്ണപ്പാത്തിയിൽ (ഉഴിച്ചിൽ നടത്താൻ ഉപയോഗിക്കുന്ന മരത്തിൽ ഉണ്ടാക്കിയ സംവിധാനം) എണ്ണകൾ എല്ലാം തയ്യാറാക്കി എല്ല് പൊട്ടിയ രോഗിയെ അതിൽ കിടത്തി പ്രധാന ഗുരുക്കളും സഹായികളും സാവധാനം ഉഴിച്ചിൽ നടത്തി തുടങ്ങി. പെട്ടെന്ന് അവർ പൊട്ടി നില്ക്കുന്ന തുടയെല്ല് അമർത്തി പൊസിഷനിലാക്കി, തയ്യാറാക്കി വച്ചിരുന്ന മുളക്കഷണങ്ങൾ വച്ച് മരുന്നിൽ കുതിർത്തെടുത്ത ബാൻഡേജ് വച്ച് കെട്ടി. എക്സ്റേ എടുത്തു നോക്കാതെ വേദന സംഹാരിയോ അനസ്തേഷ്യയോ നൽകാതെ, ചികിത്സ നടത്തിയതിനെക്കുറിച്ച് ഞാൻ പ്രധാന ഗുരുക്കളോട് ചോദിച്ചു. അദ്ദേഹം പറഞ്ഞ ഉത്തരം വളരെ യുക്തിഭദ്രമായി തോന്നി. അദ്ദേഹം പറഞ്ഞത്, എല്ല് ഒടിഞ്ഞതിന്റെ ഏകദേശരൂപം മനസ്സിലാക്കാമെന്നല്ലാതെ എക്സ്റേയിലൂടെ നമുക്ക് ബാൻഡേജ് ചെയ്യാൻ പറ്റില്ലല്ലോ. അതിന് തുടയെല്ലിൽ കൈകൊണ്ടു തടവി തന്നെയല്ലേ ചെയ്യാൻ സാധിക്കുകയുള്ളൂ എന്നാണ്. കൂടാതെ അദ്ദേഹം പറഞ്ഞു, ഒന്നിടവിട്ട ദിവസങ്ങളിൽ ഞങ്ങൾ ഉഴിയുകയും കെട്ട് മാറ്റിക്കെട്ടുകയും ചെയ്യുന്നുണ്ട്. നേരെയല്ല എല്ലുകൾ കൂടിച്ചേരുന്നതെങ്കിൽ ഞങ്ങൾക്കത് മനസ്സിലാക്കാൻ കഴിയും. എക്സ്റേ എടുത്ത് ഒരു പ്രഗത്ഭനായ ഓർത്തോ സർജൻ പ്ലാസ്റ്ററിട്ട് 21 ദിവസത്തിന് ശേഷം കൈത്തണ്ടയിലെ എല്ലുകൾ തെറ്റായി യോജിച്ച അനുഭവം ഞാൻ ഓർത്തു. 21 ദിവസത്തിനു ശേഷം എക്സ്റേ എടുത്തപ്പോളാണ് എല്ല് തെറ്റായാണ് യോജിച്ചതെന്ന് ഡോക്ടർക്ക് മനസ്സിലായത്. ഓപ്പറേഷൻ തീയേറ്ററിൽ പോയി വീണ്ടും എല്ല് പൊട്ടിച്ച് പ്ലാസ്റ്റർ ചെയ്തു. അനസ്തീഷ്യയും വേദനാസംഹാരിയും നൽകുന്നതിനെക്കുറിച്ച് ഈ ഗുരുക്കൾ പറഞ്ഞത്, "വേദന എന്നത് രോഗലക്ഷണമാണ്. വേദന എവിടെയാണെന്നും കൂടുതലുണ്ടോ എന്നും കൂടി നോക്കിയാണ് അസുഖം കണ്ടുപിടിക്കുന്നത്. അപ്പോൾ രോഗിയെ മയക്കി കിടത്തിയാൽ രോഗിക്ക് രോഗലക്ഷണങ്ങൾ മനസ്സിലാക്കാൻ കഴിയില്ല. ഓപ്പറേഷൻ സമയത്തും മറ്റും അനസ്തേഷ്യ നൽകുന്നതുപോലെയല്ല രോഗിക്ക് വേദനസംഹാരി നൽകുന്നത്." പതിറ്റാണ്ടുകളുടെ പാരമ്പര്യമുള്ള ഇത്തരം പരമ്പരാഗത സ്ഥാപനങ്ങൾ ഇന്നും

സജീവമായി നിലനിൽക്കുന്നത് അവരിൽ ജനങ്ങൾ തലമുറകളായി അർപ്പിച്ച വിശ്വാസം കൊണ്ടാണ്. അത് നിലനിർത്തേണ്ടതും സംരക്ഷിക്കേണ്ടതും അനിവാര്യമാണ്.

ഇത്തരത്തിൽ നമ്മുടെ പ്രാചീന ഭാരതത്തിലെ സംഭാവനകളെ നാം പരിശോധിച്ചാൽ ഗണിതം, രസതന്ത്രം, ജ്യോതിശാസ്ത്രം തുടങ്ങി സർവമേഖലകളിലും നാം പ്രാഗത്ഭ്യം പുലർത്തിയതായി കാണാം.

ഭയം, യുദ്ധം, വിദ്യാഭ്യാസം

പാശ്ചാത്യ വിദ്യാഭ്യാസ സമ്പ്രദായവും അതിന്റെ ഉല്പന്നങ്ങളായ ആധുനിക ജീവിതരീതിയും സമൂഹത്തിൽ ഭയം വ്യാപിപ്പിച്ചു കൊണ്ടാണ് നടപ്പിലാക്കുന്നത്. ഭരണകൂടത്തിന് ഇഷ്ടപ്പെടാത്ത ഒന്നും തന്നെ ചിന്തിക്കാനോ ചോദിക്കാനോ സാധ്യമല്ലാത്ത ഒരു ക്രമമാണ് ഇതിലൂടെ സൃഷ്ടിക്കുന്നത്. അനാരോഗ്യകരമായ വിവരങ്ങൾ ഏർപ്പെടുത്തിക്കൊണ്ടുള്ള വിദ്യാഭ്യാസ ഘടന കുട്ടികൾക്ക് വഴങ്ങാത്ത മൂല്യങ്ങളും താൽപര്യങ്ങളും സംരക്ഷിക്കുന്നതിന് പ്രേരിപ്പിക്കുന്നു.

കുട്ടികളെപ്പറ്റി അനാവശ്യമായ ആകുലതകൾ രക്ഷിതാക്കളിൽ ഉണ്ടാക്കി വയ്ക്കുന്നതിൽ ആധുനിക വിദ്യാഭ്യാസത്തിന്റെ അരാജക ലക്ഷ്യം വിജയിച്ചിരിക്കുന്നു. മികച്ച വിദ്യാഭ്യാസം എന്നാൽ മികച്ച കെട്ടിടങ്ങളും മികച്ച യൂണിഫോമും മികച്ച ഫീസും (ഉയർന്ന ഫീസ്) ആണെന്ന ധാരണ ബഹുഭൂരിപക്ഷം രക്ഷിതാക്കളേയും പഠിപ്പിച്ചിട്ടുണ്ട്. കൂടാതെ പൊങ്ങച്ചം പറയാനുള്ള ഉപകരണങ്ങളായും സ്കൂൾ ബ്രാൻഡുകൾ മാറിയിരിക്കുന്നു. ഈ വെപ്രാളങ്ങളിൽ പൂർണമായും

തമസ്കരിക്കപ്പെടുന്നത് കുട്ടിയും കുട്ടിയുടെ വാസനയും താൽപര്യങ്ങളുമാണ്. ഒപ്പം രക്ഷിതാക്കളുടെ വെപ്രാളത്തിലും സമ്മർദ്ദത്തിലും പെട്ട് കുഴങ്ങി മറിയുന്ന അദ്ധ്യാപകരും. രണ്ടു വയസ്സുള്ള കുട്ടിയെ കെ.ജി ക്ലാസ്സിലേക്കുള്ള അഡ്മിഷനു വേണ്ടി, ഇന്റർവ്യൂ പരിശീലിപ്പിക്കുന്ന രക്ഷിതാക്കൾ വരെ നമ്മുടെ സമൂഹത്തിൽ ധാരാളമായുണ്ട്. ഇവർ കുട്ടിയിലുണ്ടാക്കുന്ന മുഷിപ്പും സമ്മർദ്ദവും എത്രയാണെന്ന് അവർ തന്നെ അറിയുന്നില്ല. ജീവസ്സുറ്റ, ബുദ്ധിയുള്ള കുട്ടിയെ മുഷിപ്പും ജീവനില്ലാത്തതുമായ അവസ്ഥയിൽ നിർത്തുന്നതാണ് ഈ വിദ്യാഭ്യാസ ക്രമം.

സ്വയം കണ്ടെത്താനുള്ള കുട്ടികളുടെ മഹത്തായ ത്വരയെ പ്രോത്സാഹിപ്പിക്കാത്തതും അതിനാവശ്യമായ സമയവും ഇടവും നൽകാത്തതും അവരെ മനസ്സിലാക്കാത്തതും അംഗീകരിക്കാത്തതുമായ ഒരു പാഠ്യപദ്ധതിയാണ് നിലവിലുള്ളത്. ഓരോ വ്യക്തിയുടെയും പ്രത്യേകമായ കഴിവുകളേയും താൽപര്യങ്ങളേയും പ്രാപ്തിയേയും ഒട്ടും തന്നെ പരിഗണിക്കാതെ ഓരോ മാസവും ഓരോ കൊല്ലവും കുട്ടികളിൽ നിറക്കേണ്ട അറിവിന്റെ അളവ് കണക്കാക്കി നിറയ്ക്കുന്ന ബാങ്കിംഗ് വിദ്യാഭ്യാസം കുട്ടികൾ മടുത്തിരിക്കുന്നു. സാധാരണയായി നാം ബാങ്കിൽ പണം നിക്ഷേപിക്കുമ്പോൾ കൂടുതൽ മാസങ്ങളും വർഷവും കഴിയഞ്ഞാൽ പലിശയടക്കം മുതൽ സംഖ്യ വർദ്ധിക്കുമെന്ന് നാം പ്രതീക്ഷിക്കുന്നു. എന്നാൽ ഈ ബാങ്കിംഗ് വിദ്യാഭ്യാസക്രമത്തിൽ മാസങ്ങളും വർഷങ്ങളും കഴിയുമ്പോൾ മുതലു തന്നെ നഷ്ടപ്പെടുന്ന അവസ്ഥയാണുള്ളത്. സാർവത്രിക വിദ്യാഭ്യാസത്തിലൂടെ നാം നിർബന്ധിക്കുന്നത് ഭരണകൂടം തീരുമാനിച്ച ഈ മുഷിപ്പൻ വിദ്യാഭ്യാസത്തെ നിർബന്ധപൂർവം അടിച്ചേൽപ്പിക്കുകയാണ്.

ഒരു ഇന്ത്യൻ വിദ്യാലയത്തിൽ അദ്ധ്യാപകരുമായി സംവദിക്കാൻ എനിക്കവസരം കിട്ടി. ഇന്ത്യക്ക് പുറത്തുള്ള ഒരു സി.ബി.എസ്.ഇ വിദ്യാലയമായിരുന്നു അത്. ഞാൻ ഹൈസ്കൂൾ ക്ലാസ്സിലെ വിദ്യാർത്ഥികളുമായി സംവദിച്ചു കൊണ്ടിരിക്കെ, ഇന്ത്യ ലോകകപ്പ് നേടി, അവരുടെ വിദ്യാലയം നാഷണൽ ലെവൽ ഫുട്ബോൾ വിജയിച്ചു തുടങ്ങി പത്തു വാർത്തകൾ അവരോടു പറഞ്ഞു. എന്നിട്ട് അതിൽ ഏതു വാർത്തയാണ് അവർക്ക് ഏറ്റവും സന്തോഷകരമെന്ന് ചോദിച്ചു. “നാളെ സ്കൂൾ അവധിയാണ്” എന്ന വാർത്തയാണ് ഏറ്റവും സന്തോഷകരമായ വാർത്തയായി അവർ തിരഞ്ഞെടുത്തത്. സ്വകാര്യമായി അദ്ധ്യാപകരും ഈ വാർത്തയോടുള്ള അവരുടെ ഇഷ്ടം അറിയിച്ചു. ബഹുഭൂരിപക്ഷ

ത്തിനും വിരസമായ ഈ വിദ്യാഭ്യാസക്രമം പിന്നെ ആർക്കുവേണ്ടി? കുട്ടികളും രക്ഷിതാക്കളും ഭയക്കുന്നതും വെറുക്കുന്നതുമായ ഈ സമ്പ്രദായം തുടരുന്നത് എന്തിനുവേണ്ടി?

ഈ വിദ്യാഭ്യാസക്രമം ഏതെല്ലാം തരത്തിലുള്ള ഭയങ്ങളാണ് കുട്ടികളിലും രക്ഷിതാക്കളിലും സൃഷ്ടിക്കുന്നതെന്നു പരിശോധിക്കാം:

ഭയം 1

ഒരു രക്ഷിതാവിനെ സംബന്ധിച്ച ആദ്യത്തെ ഭയം എന്റെ കുട്ടിക്ക് മികച്ച സ്കൂളിൽ നഴ്സറി അഡ്മിഷൻ കിട്ടുമോ എന്നതാണ്.

ഭയം 2

എന്റെ കുട്ടി നഴ്സറി മുതൽ ഒന്നാം സ്ഥാനം കരസ്ഥമാക്കുമോ എന്നതാണ് അടുത്ത ഭയം. നഴ്സറി സ്കൂളിൽ ഒന്നാം സ്ഥാനം നേടിയവരും നഴ്സറി റൈംസ് നന്നായി ചൊല്ലിയവരുമായ എത്രപേർ അതുകൊണ്ടു മാത്രം ജീവിതവിജയം നേടിയിട്ടുണ്ട് എന്ന് പരിശോധിക്കുക.

ഭയം 3

ഒന്നാം ക്ലാസ്സ് മുതൽ എന്റെ കുട്ടിക്ക് എല്ലാ വിഷയങ്ങൾക്കും ഒന്നാം സ്ഥാനം തന്നെ കിട്ടണം. അത് താഴ്ന്ന സ്ഥാനങ്ങളായിപ്പോകുമോ എന്ന ഭയം.

ഭയം 4

പത്താം ക്ലാസ്സിൽ എന്റെ കുട്ടിക്ക് എല്ലാറ്റിനും എ പ്ലസ് കിട്ടാതിരിക്കുമോ എന്ന ഭയം.

ഭയം 5

പത്താം ക്ലാസ്സിനു ശേഷം രക്ഷിതാക്കൾ ആഗ്രഹിക്കുന്ന ഗ്രൂപ്പിന് അഡ്മിഷൻ കിട്ടുമോ എന്ന ഭയം.

ഭയം 6

എൻട്രൻസ് എക്സാം അഥവാ എക്സിറ്റ് എക്സാം

നാം ഉപയോഗിക്കുന്ന പല പദങ്ങളും വിപരീത അർത്ഥത്തിലാണ്. ഉദാഹരണമായി എൻട്രൻസ് എക്സാം അഥവാ പ്രവേശന പരീക്ഷ. ഉന്നതവിദ്യാഭ്യാസത്തിനും സാങ്കേതിക വിദ്യാഭ്യാസത്തിനും വിദ്യാർത്ഥികളെ തിരഞ്ഞെടുക്കാൻ നടത്തുന്ന പരീക്ഷകളാണ് 'എൻട്രൻസ് എക്സാം' (പ്രവേശന പരീക്ഷ) എന്നറിയപ്പെടുന്നത്. യഥാർത്ഥത്തിൽ ഇത് 'എക്സിറ്റ് എക്സാം' (പുറത്താക്കൽ പരീക്ഷ) അല്ലേ? ഉദാഹരണമായി ഒരു സംസ്ഥാനത്ത് 5000 മെഡിക്കൽ സീറ്റുകളും 4000 അപേക്ഷകരുമാണെങ്കിൽ ഒരു പരീക്ഷയുടെ ആവശ്യമില്ല. പകരം 5000 സീറ്റും അൻപതിനായിരം അപേക്ഷകരുമുണ്ടെങ്കിൽ 45000 പേരെ ഒഴിവാക്കാൻ നടത്തുന്ന പരീക്ഷയല്ലേ ഇത്. നിരവധി പരീക്ഷകൾ ഒന്നാം തരം മുതൽ പന്ത്രണ്ടാം തരം വരെ എഴുതി ബോറടിച്ച വിദ്യാർത്ഥികൾക്ക് മറ്റൊരു പരീക്ഷ കൂടി നടത്തുക. എന്നാൽ ഈ പരീക്ഷ ഒരു വിദ്യാർത്ഥിയുടെ ഏതു കഴിവിനെയാണ് പരിശോധിക്കുന്നത്? ഇത് എത്രത്തോളം ബാലിശമാണ്. കഴിഞ്ഞ കാലങ്ങളിൽ വന്ന പരീക്ഷാ ചോദ്യോത്തരങ്ങൾ രാവും പകലും കാണാപ്പാഠം പഠിച്ച് മികച്ച പരിശീലിന കേന്ദ്രങ്ങളിൽ വൻതുക കൊടുത്ത് എങ്ങനെയങ്കിലും പരീക്ഷ വിജയിക്കുക. മികച്ച നിലയിൽ പാസ്സായാൽ കുറഞ്ഞ ഫീസിന് അഡ്മിഷൻ ലഭിക്കും. മാനേജ്മെന്റ് ക്വാട്ടയിൽ ലക്ഷങ്ങൾ നൽകാൻ തയ്യാറുള്ളവന് മിനിമം മാർക്കു മതി. അതുപോലെ തന്നെ സംവരണ വിഭാഗത്തിനും. പരീക്ഷ പാസ്സായി വരുമ്പോൾ എല്ലാവർക്കും തുല്യസർട്ടിഫിക്കറ്റുകൾ. പ്രവേശന പരീക്ഷയെന്നത് വലിയ കാര്യമല്ല എന്ന് ഇതു നടത്തുന്നവനും പരീക്ഷ എഴുതുന്നവനും അറിയാം. വൻ വ്യവസായമായി മാറിയ ഈ മേഖല ആർക്കും തൊടാൻ കഴിയാത്ത രീതിയിൽ വളർന്നു.

ഈ പരീക്ഷയിൽ പ്രവേശനം കിട്ടാതിരിക്കുമോ എന്ന വലിയ ഭയമാണ് 11,12 ക്ലാസിലെ വിദ്യാർത്ഥികൾക്കും രക്ഷിതാക്കൾക്കും ഉള്ളത്. ഈ സാമൂഹിക ഭയത്തിന് അടിമപ്പെട്ട് ജീവിക്കുകയാണ് ബഹുഭൂരിപക്ഷം രക്ഷിതാക്കളും. മരണഭയത്തെക്കാൾ വലിയ ഭയമായി ഇന്ന് ഈ പരീക്ഷാഭയം മാറിയിരിക്കുന്നതിന്റെ തെളിവാണ് പരീക്ഷയെ ഭയന്ന് കുട്ടികൾ ആത്മഹത്യ ചെയ്യുന്ന വാർത്തകൾ. ആത്മവിശ്വാസം നഷ്ടപ്പെടുമ്പോഴാണ് ഭയം ജനിക്കുന്നത്. ആത്മവിശ്വാസം ഉണ്ടാവണമെങ്കിൽ ആത്മബോധം വേണം. എത്രത്തോളം പ്രകൃതിയിൽ നിന്ന് അകന്നു പോകുന്നുവോ അത്രത്തോളം നമ്മുടെ ആത്മവിശ്വാസവും നഷ്ടപ്പെടും. പ്രകൃതിയിൽ ആത്മബോധവും ആത്മവിശ്വാസവും ഇല്ലാത്ത ഏകവിഭാഗം ആധുനികരെന്നവകാശപ്പെടുന്ന നമ്മളാണ്.

ലേഖകനും കുടുംബവും ആഫ്രിക്കയിലെ മസൈമാര കാടുകളിലെ ആദിവാസി വിദ്യാലയത്തിൽ

കുറച്ചു മുമ്പ് ഞങ്ങൾക്ക് കിഴക്കനാഫ്രിക്കയിൽ സന്ദർശനം നടത്താൻ അവസരമുണ്ടായി. ലോകത്തിലെ തന്നെ ഏറ്റവും വലിയ കാടുകളിലൊന്നായ മസൈമാര കാടുകളിൽ രണ്ടുമൂന്നു ദിവസം താമസിച്ചു. ടൂറിസം, വനംവകുപ്പുകളുടെ നിയന്ത്രണത്തിലുള്ള പ്രത്യേക ട്രക്കുകളിലായിരുന്നു യാത്ര. 900 ഹെക്ടറിലേറെ വിസ്തീർണമുള്ളതും സിംഹം, പുലി, ജിറാഫ്, സീബ്ര, ആന തുടങ്ങി നിരവധി ജീവജാലങ്ങൾ വിഹരിക്കുന്നതുമായ വനമാണത്. 100-150 കിലോമീറ്റർ വനത്തിന്റെ ഉള്ളിലേക്ക് നമുക്ക് സഞ്ചരിക്കാം. വനത്തിനുള്ളിൽ വനപ്രകൃതിക്കനുരൂപമായ റിസോർട്ടുകളുണ്ട്. ധാരാളം വനവാസികൾ ഈ വനത്തിൽ താമസിക്കുന്നുണ്ട്. അഞ്ചും ആറും വയസ്സുള്ള കൊച്ചുകുട്ടികൾ ഈ കൊടുങ്കാടുകളിൽ പശുക്കളെ മേച്ചുനടക്കുന്നുണ്ടായിരുന്നു. ഞങ്ങളുടെ (അ) പരിഷ്കൃത മനസ്സിൽ സഹതാപം തോന്നി. സ്കൂളിൽ പോകാതെ കാട്ടിൽ അലഞ്ഞുതിരിഞ്ഞു നടക്കുന്നതിലായിരുന്നു സഹതാപം. അങ്ങനെ ഞങ്ങൾ വനവാസി ഗ്രാമം സന്ദർശിച്ചു. 10 യൂറോ ആയിരുന്നു ഒരാൾക്ക് ഗ്രാമത്തിലേക്കുള്ള പ്രവേശന ഫീസ്. അത് വനവാസികൾക്ക് അവകാശപ്പെട്ടതായിരുന്നു. ഓരോ ഗ്രാമത്തിനും ടൂറിസ്റ്റുകളെ നയിക്കാൻ ചുമതലയുള്ള ആളുണ്ടാകും. ഏതു ഭാഷയിൽ ഇവരുമായി സംസാരിക്കും എന്നുള്ള ഞങ്ങളുടെ ആശങ്ക ഗ്രാമത്തിലേക്ക് പ്രവേശിക്കുമ്പോൾ

ആദിവാസി വിദ്യാലയത്തിലെ ക്ലാസ് മുറി

തന്നെ മാറിക്കിട്ടി. ഈ ഗ്രാമത്തിന്റെ ചുമതലക്കാരനായ സാം (Mr. Sam) അതിമനോഹരമായ ഇംഗ്ലീഷിൽ ഞങ്ങളെ സ്വാഗതം ചെയ്തു. ആദിവാസി വേഷമണിഞ്ഞു നിൽക്കുന്ന ചെറുപ്പക്കാർ മനോഹരമായി എല്ലാം വിശദീകരിച്ചു തന്നു. ആദ്യം തന്നെ ഇവരിൽ ചെറുപ്പക്കാരായ ഒരുകൂട്ടം സ്വാഗത നൃത്തം ചെയ്ത് (welcome dance) ഞങ്ങളെ സ്വീകരിച്ചു. സാം ഈ ചെറുപ്പക്കാരെപ്പറ്റി ഞങ്ങളോട് വിശദീകരിച്ചു. ഈ ചെറുപ്പക്കാരെ ഒരു വർഷത്തേക്ക് ആയുധങ്ങളുമായി കാടിന്റെ ഉൾഭാഗത്തേക്ക് വിട്ടിരിക്കുകയാണ്. നിശ്ചിത ദിവസങ്ങളിൽ പകൽസമയത്തു മാത്രം അവർക്ക് ഊരിലേക്ക് വരാം. സ്കൂൾ വിദ്യാഭ്യാസവും ആയുധ പരിശീലനവും ആയോധനകലയും അഭ്യസിച്ച ശേഷമാണ് അവരെ ഇങ്ങനെ കാട്ടിലേക്കയക്കുന്നത്. ഒരു വർഷത്തിനുള്ളിൽ ഓരോരുത്തരും ഒരു സിംഹത്തെ കീഴടക്കണം. എങ്കിൽ മാത്രമേ അവരെ ഗ്രാമം അംഗീകരിക്കുകയും വിവാഹം കഴിക്കാൻ അനുവാദിക്കുകയുമുള്ളൂ. ചെറിയ കുട്ടികൾ സ്കൂളിൽ പോകാതെ കാട്ടിൽ പശുക്കളെ മേച്ച് നടക്കുന്നതിനെപ്പറ്റി ഞങ്ങൾ തിരക്കി. അപ്പോൾ അതിന്റെ കാരണം സാം വിശദീകരിച്ചു തന്നു. ആദ്യം അവർ കാടിന്റെ ഭാഷ പഠിക്കണം. കാടിനെ അറിയണം അതാണ് പ്രധാനം. അല്ലെങ്കിൽ അവർക്ക് കാട്ടിൽ ജീവി

ക്കാനോ സ്കൂളിൽ പോകാനോ കഴിയില്ല. അതിനുശേഷം കാട്ടിനുള്ളിൽ ക്രിസ്ത്യൻ മിഷനറിമാർ നടത്തുന്ന സ്കൂളുകളിൽ ചേർക്കുവാൻ ഇവർക്ക് അവർ പുതിയ ക്രിസ്ത്യൻ പേരു നൽകും. അങ്ങനെയുള്ള പേരാണ് സാമിന്റെത്. അദ്ദേഹത്തിന്റെ യഥാർത്ഥ പേര് മറ്റെന്തോ ആണ്. സാം ഞങ്ങളെ അയാൾ പഠിച്ച വനത്തിലെ സ്കൂളിലേക്ക് കൂട്ടിക്കൊണ്ടുപോയി. അവിടെ ഇംഗ്ലീഷ്, കണക്ക്, സയൻസ്, ഭരണഘടന മുതലായവയാണ് പഠിപ്പിക്കുന്നത്. വളരെ ചിട്ടയായി പഠനം നടക്കുന്നതായി അനുഭവപ്പെട്ടു. കൂടാതെ സ്വയം അച്ചടക്കവും (self discipline) തന്റെ സ്വത്വം നിലനിർത്താൻ സ്വാതന്ത്ര്യമുള്ളതായും തോന്നി. ഓരോ ജീവിവർഗത്തിനും അതു ജീവിക്കുന്നതും ശീലിച്ചതുമായ ഒരു ആവാസ വ്യവസ്ഥ (Eco system) ഉണ്ട്. കാടിനെ ആസ്വദിച്ച് അനാവശ്യ സമ്മർദ്ദങ്ങളില്ലാതെ പ്രകൃതിയിലെ ശുദ്ധവിഭവങ്ങളും വെള്ളവും ശുദ്ധവായവും ശ്വസിച്ച് സന്തോഷത്തോടെ ജീവിക്കുന്ന ആ വനവാസികൾ ഭാഗ്യവാന്മാരാണ്. കോൺക്രീറ്റ് കൂടുകൾ നിർമ്മിച്ച് ആരും തന്നെ അവരെ നിർബന്ധിച്ച് കാട്ടിൽ നിന്നും അകറ്റി പട്ടിണിക്കിടുന്നില്ല. ആരും കാട്ടിൽ പട്ടയം നൽകിയിട്ടില്ല. കാടുമുഴുവൻ മറ്റു ജീവികളെപ്പോലെ അവർക്കു കൂടി അവകാശപ്പെട്ടതാണ്. ഗ്രാമത്തിലെ എല്ലാ ആചാരാനുഷ്ഠാനങ്ങളും പ്രകൃതിയോടടുത്തു നിൽക്കുന്നതു കൂടിയാണ്. താല്പര്യമുള്ളവർക്ക് കാട്ടിനു പുറത്ത് പഠനം നടത്താനും ജോലി ചെയ്യാനുമുള്ള അവകാശമുണ്ട്.

കെനിയയിലെ നെയ്റോബിയിലെ ഏറ്റവും പ്രശസ്തമായ ഒരു വിദ്യാലയം ഞങ്ങൾ സന്ദർശിച്ചു. ഇന്ത്യൻ രൂപ ഏകദേശം 25 ലക്ഷത്തിന് സമാനമായി ശരാശരി ഫീസ് വാങ്ങുന്ന സ്കൂളാണിത്. 300 ഏക്കർ സ്ഥലത്ത് എല്ലാവിധ ആധുനിക സൗകര്യങ്ങളോടും കൂടിയ സ്കൂൾ. ഇവിടെ കുട്ടികളുടെ സ്വാതന്ത്ര്യത്തിന്റെ പരിമിതിയും ഭയപ്പാടോടെയുള്ള അച്ചടക്കവും കാണുമ്പോൾ എത്രത്തോളം യന്ത്രവത്കരണമാണ് ഇവിടെ നടക്കുന്നതെന്നു മനസ്സിലാക്കാൻ കഴിയും.

വനവാസി സ്കൂളിൽ പഠിച്ച ഒരു കുട്ടി ജീവിതത്തിലെ ഏതു സന്ദിഗ്ദ്ധഘട്ടവും മറികടക്കുമെന്നു നമുക്കു മനസ്സിലാവും. എന്നാൽ യന്ത്രവത്കരിക്കപ്പെട്ട ആധുനിക വിദ്യാലയത്തിൽ നിന്നും ബിരുദമെടുത്ത് പുറത്തു വരുന്നവർ കൂടുതൽ കൂടുതൽ ഭയമുള്ളവരും ജീവിതത്തിന്റെ പ്രതിസന്ധി ഘട്ടങ്ങളിൽ പകച്ചു നിൽക്കുന്നവരുമായിരിക്കും. കൂടുതൽ കൂടുതൽ ബിരുദങ്ങൾ നേടുമ്പോൾ കൂടുതൽ കൂടുതൽ ഭയമുണ്ടാക്കുകയാണു ചെയ്യുന്നത്. ആധുനിക വിദ്യാഭ്യാസം നഴ്സറി ക്ലാസ്സു മുതൽ

ആദിവാസി വിദ്യാലയത്തിലെ അധ്യാപകൻ വിദ്യാഭ്യാസരീതികൾ വിശദീകരിക്കുന്നു

ഒരു 'don't do' പരിശീലനമാണ്. അതു മിക്കവാറും യുക്തിക്കും ബുദ്ധിക്കും നിരക്കുന്നതായിരിക്കുകയുമില്ല. ഇങ്ങനെ, എന്തു ചെയ്യാനും ഭയമുള്ള, സ്വന്തമായി ഒന്നും ചെയ്യാൻ ശേഷിയില്ലാത്ത ഒരു വിഭാഗത്തെയാണ് നമ്മുടെ വിദ്യാഭ്യാസ ക്രമം വളർത്തിയെടുക്കുന്നത്. എന്റെ ഒരു സുഹൃത്ത് കൂടിയായ ഒരു ഐ.എ.എസുകാരൻ രാജി വച്ച് ഒരു വിദ്യാഭ്യാസ സ്ഥാപനം തുടങ്ങി. അത് പ്രതീക്ഷിച്ച വിജയം കൈവരിച്ചില്ല. അതിനെക്കുറിച്ച് അദ്ദേഹം പറഞ്ഞത് ഞങ്ങൾ ഐ.എ.എസുകാർക്ക് സ്വന്തമായി തീരുമാനമെടുക്കാൻ ഭയമാണ്. ഞങ്ങൾക്ക് എപ്പോഴും ആജ്ഞാപിക്കാൻ ഒരാൾ വേണം. അത് ശീലമായിപ്പോയി. വളരെ സത്യസന്ധനും ബുദ്ധിമാനുമായ ഇദ്ദേഹത്തിന്റെ വിലയിരുത്തൽ കൃത്യമായതാണ്. അദ്ദേഹം പറഞ്ഞത് ഈ വിദ്യാഭ്യാസക്രമത്തെ ചോദ്യം ചെയ്ത് പുറത്തു വന്നവൻ ജീവിതത്തിൽ വിജയിക്കും എന്നാണ്.

ഭയം മനസ്സിനെ സ്വാധീനിക്കുമ്പോൾ നമുക്ക് ഒന്നും ചെയ്യാൻ പറ്റാതാവും. ഉദാഹരണമായി, ഒരടി വീതിയും നൂറടി നീളവുമുള്ള ഒരു പലക നിലത്തിട്ട് അതിലൂടെ നടക്കാൻ പറഞ്ഞാൽ നമുക്കു നടക്കാൻ സാധിക്കും, എന്നാൽ ഇതേ പലക ഒരു കെട്ടിടത്തിന്റെ മുകളിൽ നിന്ന് തൊട്ടടുത്ത മറ്റൊരു കെട്ടിടത്തിലേക്ക് വയ്ക്കുകയാണെങ്കിൽ

അതിലൂടെ നടക്കാൻ നമുക്കു കഴിയില്ല. അതിനു കാരണം ഭയവും നമുക്കു നമ്മിൽ വിശ്വാസ (ആത്മവിശ്വാസം) മില്ലായ്മയുമാണ്. എന്നാൽ ഒരു പൂച്ച അതിലൂടെ എളുപ്പം നടന്നുപോകും. പൂച്ചയ്ക്ക് പൂച്ചയിൽ വിശ്വാസമുണ്ട്. വനവാസികൾക്കും താരതമ്യേന ഔപചാരിക ബിരുദങ്ങൾ കുറഞ്ഞവർക്കും ആത്മവിശ്വാസമുണ്ട്. ഉദാഹരണമായി വളരെ ഉയരമുള്ള ടവറുകളിലും മറ്റും ജോലി നടക്കുമ്പോൾ ഏറ്റവും ഉയർന്ന എഞ്ചിനീയർമാരും മറ്റും താഴെ നിന്ന് നിർദ്ദേശങ്ങൾ നൽകുകയും വിദ്യാഭ്യാസം ഏറ്റവും കുറഞ്ഞ മസ്ദൂറുകൾ ടവറിനു മുകളിൽ ധൈര്യപൂർവം കയറി ജോലി ചെയ്യുന്നതും കാണാം.

പലപ്പോഴും മസ്ദൂറുകളെക്കാളും കായികക്ഷമതയുള്ള ഉന്നത ഉദ്യോഗസ്ഥർ ഉന്നതവിദ്യാഭ്യാസം നേടുമ്പോൾ അവരിലെ ആത്മവിശ്വാസം ചോർന്നു പോകുന്നു. അതുപോലെതന്നെ പ്രായോഗികജീവിതത്തിലെ ചെറുതും വലുതുമായ ഓരോ സന്ദിഗ്ധഘട്ടത്തിലും ഇവർ പകച്ചുനിൽക്കുന്നതായി കാണാം.

ഭയം 7

ആധുനികവിദ്യാഭ്യാസരംഗം നൽകുന്ന ഏറ്റവും വലിയ ഭയമാണ് പരാജയഭീതി. വിദ്യാർത്ഥികളിൽ രക്ഷിതാക്കളും അധ്യാപകരും ഉൾപ്പെടെയുള്ള സമൂഹമാണ് പരാജയഭീതി പടർത്തുന്നത്. ഒരു പരീക്ഷയെഴുതുമ്പോൾ രണ്ട് സാധ്യതകളാണുള്ളത്. ഒന്നുകിൽ വിജയിക്കുക, അല്ലെങ്കിൽ പരാജയപ്പെടുക. പരാജയം ഏറ്റുവാങ്ങാൻ തയ്യാറുള്ളവൻ മാത്രമാണ് ഒരു പരീക്ഷയെഴുതാൻ യോഗ്യനും വിജയത്തിന് അർഹനും. വിജയവും പരാജയവും ഒരേപോലെ സ്വീകരിക്കാൻ തയ്യാറായാലേ നമുക്കു ക്രിയാത്മകമായി എന്തെങ്കിലും ചെയ്ത് വിജയം നേടാൻ സാധ്യമാകൂ. ജീവിതവിജയം എന്നാൽ ഏതെങ്കിലും ഒരു പരീക്ഷയിൽ ഉന്നതവിജയം നേടുന്നതല്ല. മറിച്ച്, മൂല്യബോധത്തോടെ ജീവിച്ച് വിജയം കൈവരിക്കലാണ്. സമ്പന്നതയാണ് ജീവിതവിജയത്തിന്റെ ഏക അളവുകോലെന്നും ബുദ്ധിശക്തിയുടെ ഏകമാനദണ്ഡമെന്നും ഉള്ള ചിന്താഗതി തികഞ്ഞ മൗഢ്യമാണ്. മഹാകോടീശ്വരനായിരുന്ന സ്റ്റീവ് ജോബ് ആയിരുന്നോ ശങ്കരാചാര്യ സ്വാമികളായിരുന്നോ വലിയ ബുദ്ധിമാൻ എന്നു ചോദിച്ചാൽ എനിക്കു തോന്നിയിട്ടുള്ള ഉത്തരം സംശയലേശമന്യേ പറയാം യഥാർത്ഥ ബുദ്ധിമാൻ ശങ്കരാചാര്യ സ്വാമികൾ തന്നെ. സ്റ്റീവ് ജോബ് കാൻസർ രോഗം പിടിപെട്ട് അദ്ദേഹത്തിന്റെ

അന്ത്യനാളുകളിൽ പറഞ്ഞ വാക്കുകൾ വളരെ ശ്രദ്ധേയമാണ്. 56ാം വയസിലാണ് സ്റ്റീവ് ജോബ്സ് പാൻക്രിയാസ് ക്യാൻസർ പിടിപെട്ട് മരണപ്പെട്ടത്. അദ്ദേഹത്തിന്റെ അവസാനവാക്കുകൾ ലോകത്തിന് ജീവിതത്തെക്കുറിച്ചുള്ള വീക്ഷണം തന്നെ മാറ്റിമറിക്കുന്നതാണ്. "ബിസിനസ് ലോകത്ത് ഞാൻ വലിയ വിജയങ്ങൾ കരസ്ഥമാക്കിയിട്ടുണ്ട്. കഠിനാദ്ധ്വാനത്തോടൊപ്പം അല്പം വിനോദവും ഉണ്ടായിരുന്നു. അവസാനം ധാരാളം പണം സമ്പാദിച്ചു. ഇപ്പോൾ രോഗാവസ്ഥയിൽ മരണത്തോട് മല്ലിടുമ്പോൾ ഞാൻ എന്റെ ജീവിതത്തെ അയവിറക്കുന്നു. ഞാൻ ഇപ്പോൾ തിരിച്ചറിയുന്നു ഞാൻ അഭിമാനത്തോടെ നേടിയ സമ്പത്ത് നഷ്ടപ്പെട്ടാൽ കണ്ടെത്താൻ കഴിയും. എന്നാൽ ഒരിക്കൽ നഷ്ടപ്പെട്ടാൽ പിന്നീട് തിരിച്ചു കിട്ടാത്ത ഒന്നുണ്ട്, അത് ആരോഗ്യമുള്ള ജീവിതമാണ്. നിങ്ങൾക്ക് നിങ്ങളുടെ കാർ ഡ്രൈവ് ചെയ്യാൻ ഒരു ഡ്രൈവറെ വയ്ക്കാം. എന്നാൽ നിങ്ങളുടെ രോഗം ഏറ്റെടുക്കാൻ ഒരാളെ വയ്ക്കാൻ സാധ്യമല്ല." ഇങ്ങനെ മുമ്പു ചെയ്ത ചെറിയ ചെറിയ കാര്യങ്ങളിലെപ്പോലും അർത്ഥശൂന്യതയെ ഒന്നൊന്നായി ഏറ്റുപറഞ്ഞു കൊണ്ട് സമ്പത്തിനു ഉപരിയായുള്ള ആരോഗ്യകരമായ ജീവിതത്തിന്റെ പ്രാധാന്യത്തെക്കുറിച്ച് അദ്ദേഹം വിലയിരുത്തുന്നു. സ്റ്റീവ് ജോബിന് ജീവിതത്തിന്റെ അർത്ഥത്തേയും അർത്ഥശൂന്യതയേയും തിരിച്ചറിയാനായത് 56ാം വയസ്സിൽ രോഗശയ്യയിൽ മരണത്തോട് മല്ലടിക്കുമ്പോഴാണ്. എന്നാൽ ശങ്കരാചാര്യ സ്വാമികൾക്ക് ഇത് വളരെ ചെറുപ്പത്തിൽ തന്നെ ബോധ്യപ്പെട്ടു എന്നതും അത് ലോകത്തിന് പഠിപ്പിച്ചു കൊടുക്കാൻ ശ്രമിച്ചു എന്നതുമാണ് അദ്ദേഹത്തിന്റെ മാഹാത്മ്യം.

ഭയം 8

ജീവിതത്തിൽ സന്തോഷിക്കാവുന്ന കൗമാരം ദാനം നൽകി പണവും നൽകി ഉദ്ദേശിച്ച (രക്ഷിതാക്കൾ) കോഴ്സിൽ ഉദ്ദേശിച്ച വിദ്യാലയത്തിൽ ചേർത്ത് വീണ്ടും മുഷിപ്പൻ വിഷയങ്ങൾ പഠിച്ച് പരാജയഭീതിയെ മറികടന്ന് വിജയിച്ചാൽ അടുത്ത ഭയം ആരംഭിക്കുകയായി. പ്രതീക്ഷിച്ച രീതിയിലുള്ള ശമ്പളവും സൗകര്യങ്ങളുമുള്ള ജോലി ലഭിക്കുക എന്നതാണത്. പിന്നീട് അതിനായുള്ള നെട്ടോട്ടം, പരീക്ഷകൾ, ഇന്റർവ്യൂകൾ, അങ്ങനെ തന്നത്താനറിയാതെയുള്ള ഓട്ടം വീണ്ടും തുടരുന്നു.

അത്യാവശ്യം സാമ്പത്തികശേഷിയുള്ളവർ പോലും സ്വന്തമായി ഒരു സ്ഥാപനം തുടങ്ങാൻ ശ്രമിക്കില്ല. അവിടെയും കാരണം ഭയം തന്നെ. സ്ഥാപനം പൊളിഞ്ഞു പോയാൽ സമ്പാദ്യം നഷ്ടപ്പെടുമല്ലോ എന്ന

ഭയം. ഒരു സ്ഥാപനം വിജയകരമാകണമെങ്കിൽ ആദ്യം നാം പരാജയപ്പെടാൻ തയ്യാറാവുകയാണ് വേണ്ടത്. ഒരു സ്ഥാപനം ആരംഭിക്കുമ്പോൾ രണ്ടു സാധ്യതകളാണുള്ളത്. ഒന്നുകിൽ പരാജയം അല്ലെങ്കിൽ വിജയം. പരാജയപ്പെട്ടാലുള്ള മാർഗങ്ങൾ കണ്ടുവച്ചാൽ, നമുക്കു പരാജയത്തിന്റെ പാഠങ്ങൾ ഉൾക്കൊണ്ട് വീണ്ടും ശ്രമിക്കാവുന്നതാണ്. നൂറു ശതമാനം വിജയം ഉറപ്പിച്ച് പരാജയപ്പെട്ടാൽ മാനസികമായുണ്ടാകുന്ന തകർച്ച, സമൂഹത്തിൽ നിന്നും കുടുംബത്തിൽ നിന്നും ഉണ്ടാകുന്ന പഴി, പരാജയത്തിലെ മാനസിക സംഘർഷം തുടങ്ങിയ കാരണങ്ങളാൽ പിന്നീട് നമുക്കു ഉയർന്നുവരാൻ പ്രയാസമാണ്. എന്നാൽ നൂറു ശതമാനം പരാജയം കണക്കാക്കുമ്പോൾ ഇത്തരം പഴികളും പ്രശ്നങ്ങളും പരിഹാരങ്ങളുമെല്ലാം നേരിടാൻ സംരംഭം തുടങ്ങുന്നതിനു മുമ്പു തന്നെ നാം മാനസികമായി തയ്യാറെടുക്കുമെന്നതിനാൽ അതു നമ്മുടെ മുന്നോട്ടുള്ള പ്രയാണത്തെ തടസ്സപ്പെടുത്തുന്നില്ല.

ഈ ഭയം സമൂഹത്തിൽ വളർത്തുന്നതിൽ പ്രധാന പങ്ക് സമൂഹത്തിനും കുടുംബത്തിനും നമ്മെ സ്നേഹിക്കുന്നവർക്കുമാണ്. ചെറുതും വലുതുമായ വിജയങ്ങൾ ആഘോഷിക്കുമ്പോൾ, ബഹുഭൂരിപക്ഷം വരുന്ന ഒരു സമൂഹത്തെ പരാജിതർ എന്ന് മുദ്ര കുത്തി നാം അവരെ അവഹേളിക്കുന്നു. ഒരു പരീക്ഷയിൽ എല്ലാ വിഷയത്തിലും 'എ പ്ലസ്' വാങ്ങിയ കുട്ടിയെ അനുമോദിക്കുമ്പോൾ മറ്റുള്ള ബഹുഭൂരിപക്ഷത്തെ പരാജിതരെന്നു പറഞ്ഞ് പുറന്തള്ളുന്നു. എന്നാൽ എനിക്കു പലപ്പോഴും ബോധ്യപ്പെട്ടിട്ടുള്ളത് സമൂഹവും അദ്ധ്യാപകരും മികച്ചതെന്ന് സർട്ടിഫിക്കറ്റ് നൽകിയ പലരും ജീവിതത്തിൽ പരാജയവും പരാജിതരെന്ന് മുദ്ര കുത്തിയവർ ജീവിത വിജയം നേടിയവരുമാണെന്നാണ്. ജീവിതവിജയം എന്നതു കൊണ്ട് ഞാൻ ഉദ്ദേശിക്കുന്നത് സാമ്പത്തികനേട്ടം ഉണ്ടാക്കി എന്നല്ല, കുടുംബത്തിനും സമൂഹത്തിനും ഉപകരിക്കുന്ന രീതിയിൽ ധാർമിക ബോധമുള്ള പരസഹായി കൂടിയായ ഒരു വ്യക്തിത്വം എന്നാണ്. എന്റെ തന്നെ അനുഭവത്തിൽ 'മികച്ച വിജയം' പരീക്ഷകളിൽ നേടി, അറിയപ്പെടുന്ന കൈക്കൂലി വീരന്മാരായ എത്രയോ പേരുണ്ട്. കൈക്കൂലി വാങ്ങിയും കൊടുത്തും ഉന്നതസ്ഥാനങ്ങളിലെത്തിയ ഒരു വ്യക്തി ജീവിതവിജയം നേടി എന്നു പറയാനാകുമോ? എന്നാൽ നമുക്കു പരിശോധിച്ചാൽ മനസ്സിലാകുന്ന മറ്റൊരു വസ്തുത നമ്മുടെ നാട്ടിലൊക്കെയുള്ള ധാരാളം യഥാർത്ഥ പൊതുപ്രവർത്തകരുണ്ട്, അവരിൽ ബഹുഭൂരിപക്ഷവും താഴ്ന്ന വിദ്യാഭ്യാസയോഗ്യതയുള്ളവരാണ്. കഷ്ടിച്ച് ജീവിതം തള്ളിനീക്കാൻ മാത്രം വരുമാനമുള്ളവ

രും. വേണമെങ്കിൽ പരീക്ഷ കഴിഞ്ഞപ്പോൾ 'പരാജിതർ' എന്നു മുദ്ര കുത്തപ്പെട്ടവരുമാണ്. ഏതു പാതിരാത്രിയിലും എന്താവശ്യത്തിനും വിളിക്കാവുന്ന ഇവരാണ് നമ്മുടെ സമൂഹത്തിന്റെ സംരക്ഷകർ. ഇവർ കൈക്കൂലി പോയിട്ട് കൂലി പോലും വാങ്ങാത്തവരാണ്. ഇവർ ആരും തന്നെ നേതൃനിരയിലുള്ളവരല്ല. മരണവീട്ടിലോ മറ്റപകട മേഖലയിലോ കേവലം സന്ദർശകരല്ല. ആത്മാർത്ഥമായ സേവനം എന്നതിലപ്പുറം മറ്റു യാതൊരു താല്പര്യവുമില്ലാത്തവരാണ്.

കാണാപ്പാഠം പഠിച്ച് പരീക്ഷകളിൽ ഉയർന്ന ശതമാനം നേടുന്നവർ മാത്രമാണ് ആദരിക്കപ്പെടുന്നത് എന്നു വരുമ്പോൾ അത് സമൂഹത്തിന് മറ്റൊരു സന്ദേശം കൂടി നൽകുന്നുണ്ട്. നിങ്ങൾക്ക് ഞങ്ങൾ അംഗീകാരം നൽകണമെങ്കിൽ നിങ്ങൾക്ക് പദവിയോ പണമോ ഉണ്ടാക്കിയിരിക്കണം. അത് എന്തു തെറ്റായ മാർഗത്തിലൂടെയായാലും കുഴപ്പമില്ല. വളരെ ധാർമികമൂല്യത്തോടെ വൻ ബിസിനസ് സാമ്രാജ്യങ്ങൾ നടത്തുന്ന ഉന്നത വ്യക്തിത്വങ്ങൾ നമ്മുടെ രാജ്യത്തുണ്ട്. അവർ നമ്മുടെ രാജ്യത്തിന്റെ നട്ടെല്ലാണ്. ബഹുമാന്യരുമാണ്. അവർ പ്രശസ്തിക്കു വേണ്ടി ഒന്നും ചെയ്യാറുമില്ല.

പലപ്പോഴും നമ്മുടെ പാശ്ചാത്യ വിദ്യാഭ്യാസം ലക്ഷ്യം വയ്ക്കുന്നത് സാമ്പത്തികനേട്ടം മാത്രമാണ്. അതുകൊണ്ടു തന്നെ ഒരു വിദ്യാർത്ഥി പലപ്പോഴും കഷ്ടപ്പെട്ട്, ഉറക്കില്ലാതെ പഠിക്കുന്നത് ഉന്നതപദവിയും പണവും ലക്ഷ്യം വെച്ചുകൊണ്ടായിരിക്കും. അപ്പോൾ സേവനം എന്ന കടമ തഴയപ്പെടുന്നു. ഉന്നത തലത്തിൽ അഴിമതിയും സ്വജനപക്ഷപാതവും ഉണ്ടാകുമ്പോൾ ഉന്നതങ്ങളെ പ്രീതിപ്പെടുത്താൻ എന്തും ചെയ്യുന്ന അവസ്ഥയിൽ ബഹുഭൂരിപക്ഷവും എത്തിച്ചേരുന്നു. വളരെ സത്യസന്ധരായവർക്ക് പിടിച്ചു നിൽക്കാൻ തന്നെ ബുദ്ധിമുട്ടുള്ള ഒരു സംവിധാനമാണ് നമ്മുടെ ഉദ്യോഗസ്ഥ മേധാവിത്വ സംവിധാനം.

ഭയം 9

കഷ്ടപ്പെട്ട് ജോലി നേടി, ജോലിയിൽ പ്രവേശിച്ചു കഴിഞ്ഞാൽ, അടുത്ത ഭയം തന്റെ മേലധികാരിയെക്കുറിച്ചായിരിക്കും. കാരണം താഴോട്ട് ഉത്തരവിറക്കാനുള്ള അധികാരം മുകളിലുള്ള ഉദ്യോഗസ്ഥർക്കാണ്. പലപ്പോഴും മുതിർന്ന ഉദ്യോഗസ്ഥർ, അവരുടെ മുഖം മിനുക്കാൻ താഴെയുള്ളവരെ ബലിയാടാക്കാറുണ്ട്. അങ്ങനെ മുകളിലുള്ളവരുടെ തെറ്റു കുറ്റങ്ങൾ പേറി, ഭയന്നു കഴിയുന്നവരായി മാറും താഴെയുള്ളവർ.

വളരെ സത്യസന്ധനായ ഒരാൾ, ജോലിയിൽ പ്രവേശിച്ച് മാസാവസാനം പ്യൂൺ ഒരു കവറിൽ പണം നൽകി. എന്താണെന്ന് ചോദിച്ചപ്പോൾ ഇത് ഈ ഉദ്യോഗസ്ഥനുള്ള വിഹിതമാണെന്ന് പറഞ്ഞു. കൈക്കൂലി വിഹിതം വാങ്ങാൻ തയ്യാറാകാത്ത അദ്ദേഹം, തന്റെ സർവീസ് പൂർത്തിയാക്കുന്നതിന്റെ മുമ്പു തന്നെ ഔദ്യോഗിക മാനസിക സംഘർഷത്താൽ ആത്മഹത്യ ചെയ്തെന്നാണറിവ്. ജോലി കിട്ടി കഴിഞ്ഞാൽ കൈക്കൂലി വാങ്ങുന്നവനും വാങ്ങാത്തവനും ഒരുപോലെ ഭയപ്പെട്ടാണിരിക്കുന്നത്. ഉന്നത ഉദ്യോഗസ്ഥരെ ഭയം, ശിക്ഷാ നടപടികളിലെ ഭയം, ജോലി ശരിയായി തീർക്കാനുള്ള ഭയം, ജോലിയിൽ തെറ്റ് സംഭവിക്കുമോ എന്ന ഭയം തുടങ്ങി ഭയങ്ങളുടെ ശൃംഖല തുടർന്നുകൊണ്ടേയിരിക്കുന്നു.

സമൂഹമനസ്സ് അഴിമതിക്കെതിരാണ്. പക്ഷേ സ്വന്തം ആവശ്യം വരുമ്പോൾ അഴിമതിയുമായി അഡ്ജസ്റ്റ് ചെയ്യും. അഴിമതിയെ അറിഞ്ഞോ അറിയാതെയോ പ്രോത്സാഹിപ്പിക്കും. നിയമലംഘകരെ ഉണ്ടാക്കിയെടുക്കുന്നതും ഉദ്യോഗസ്ഥമേധാവികളെ ഭയപ്പെട്ടും ജീവിക്കേണ്ട ഒരു സമൂഹത്തെയാണ് നമ്മുടെ വ്യവസ്ഥ വളർത്തിയെടുക്കുന്നത്.

അഴിമതിയ്ക്കെതിരെ പ്രതികരിക്കാൻ ആരെങ്കിലും ശ്രമിച്ചാൽ നീയും നിയമലംഘകനാണ് എന്നുപറഞ്ഞ് ഭയപ്പെടുത്താനുതകും വിധമാണ് പല നിയമങ്ങളും ഉണ്ടാക്കിയിട്ടുള്ളത്. കാലഹരണപ്പെട്ട പല നിയമങ്ങളും സമൂഹത്തിനു പാലിക്കാൻ തക്കവിധം മാറേണ്ടതുണ്ട്.

പലതരം നികുതികളും നികുതി നിയമങ്ങളും സുതാര്യവും സാമാന്യജനതയ്ക്ക് മനസ്സിലാക്കാനും പാലിക്കാനും ഉതകും വിധം പുനഃക്രമീകരിക്കേണ്ടതുണ്ട്. ഉദാഹരണമായി വില്പന നികുതി (Sales Tax). ഇതിന്റെ പേര് കേൾക്കുമ്പോൾ സാധാരണക്കാരായ ആളുകൾ കരുതുക ഇത് കച്ചവടക്കാർ നൽകേണ്ട നികുതിയാണെന്നാണ്. ഇതിന്റെ പേര് വാങ്ങൽ നികുതി (buyers tax) എന്നാക്കി മാറ്റേണ്ടതാണ്. നികുതി അടക്കേണ്ട സാധനം വാങ്ങുമ്പോൾ കച്ചവടക്കാരൻ ബില്ല് വേണോ എന്നു ചോദിക്കുമ്പോൾ മിക്കവാറും ആളുകൾ ബില്ല് വേണ്ട എന്നു പറയും. ഇവിടെ ആത്യന്തിക ഉപഭോക്താവ് (end customer) ആണ് യഥാർത്ഥ നികുതി വെട്ടിപ്പ് നടത്തുന്നത്. പലപ്പോഴും സാധാരണക്കാരായ ആത്യന്തിക ഉപഭോക്താവിന് (end customer) ഇത് ബോധ്യമുണ്ടാവില്ല. വളരെ താഴെത്തട്ടിലുള്ള നൂറു രൂപയുടെയോ ആയിരം രൂപയുടെയോ ചെറിയ ചെറിയ അഴിമതിയേ നാം കാണാറുള്ളൂ. അതിനെതിരെ പലപ്പോഴും സർക്കാർ നടപടി ഉണ്ടാവുകയും

ചെയ്യും. എന്നാൽ ഉന്നതതലത്തിലെ ശതകോടികളുടെ അഴിമതിയിൽ എന്താണ് നടപടിക്രമങ്ങൾ? മിക്കവാറും ഉന്നതതല അഴിമതികളും അഴിമതിക്കാരും സുരക്ഷിതരും സമൂഹ്യമധ്യത്തിൽ മാന്യന്മാരുമായി നടക്കും. രാഷ്ട്രീയമായും മറ്റും പരസ്പര സഹകരണത്തോടെ കാര്യങ്ങൾ നിർവഹിച്ചു രക്ഷപ്പെടുന്ന ഉന്നതർ സാധാരണ ജനത്തെ കബളിപ്പിക്കുകയാണ് ചെയ്യുന്നത്. കാരണം അവർ നമ്മെ പേടിപ്പിക്കാൻ ശക്തരാണ്. ഏതെങ്കിലും പാവപ്പെട്ടവൻ വിശപ്പടക്കാൻ ഒരപ്പക്കഷണമെടുത്ത് തിന്നാൽ നിയമം ലംഘിച്ച് അടിച്ചു കൊലപ്പെടുത്തും. നമ്മുടെ ധാർമ്മിക രോഷം ആളിക്കത്തും. ഒരു പ്രതികരണവും എവിടെയും ഉണ്ടാവില്ല. പിറ്റെദിവസം കോടികളുടെ അഴിമതിയെ ലജ്ജയില്ലാതെ ന്യായീകരിക്കുകയും ചെയ്യും.

ചുമട്ടുതൊഴിലാളികളുടെ നോക്കുകൂലിക്കെതിരെ ശക്തമായ പ്രതിഷേധങ്ങൾ കേരളത്തിൽ ഉയർന്നപ്പോൾ പലരും ശക്തമായ ധാർമികരോഷം രേഖപ്പെടുത്തി. നോക്കുക്കൂലി സമ്പ്രദായം പ്രോത്സാഹിപ്പിക്കപ്പെടേണ്ടതല്ല എന്ന കാര്യത്തിൽ തർക്കമില്ല. എന്നാൽ ഈ രോഷപ്രകടനം അഴിമതിക്കെതിരായ ആത്മാർത്ഥമായ പ്രതികരണമാണോ എന്നു നാം പരിശോധിക്കേണ്ടതുണ്ട്. ഈ കാര്യത്തിൽ എന്റെ ഒരനുഭവം ഞാൻ രേഖപ്പെടുത്തുകയാണ്. ഞാൻ കോളേജിൽ പഠിച്ചിരുന്ന കാലത്ത് കോഴിക്കോട് പാളയം ബസ്സ് സ്റ്റാന്റിൽ ബസ്സ് കാത്ത് നിൽക്കുമ്പോൾ എന്റെ കുറച്ചകലെയായി ബസ്സ് കാത്ത് നിൽക്കുകയായിരുന്ന, വളരെ നന്നായി വസ്ത്രധാരണം ചെയ്ത, ഒരു വ്യക്തി (വേഷവിധാനം കൊണ്ട് അയാൾ ഒരു ഉയർന്ന ജോലി ചെയ്യുന്നയാളാണെന്നൂഹിക്കാം.) പെട്ടെന്ന് തലകറങ്ങി വീണു. അടുത്തു നിന്നിരുന്ന ഒരുപാട് മാന്യവസ്ത്രധാരികൾ ഇത് കാണുന്നുണ്ടായിരുന്നു. പക്ഷെ ആരും ഒന്നും ചെയ്യുന്നില്ല. അദ്ദേഹത്തിന്റെ വായിൽ നിന്ന് അല്പം നുര വരുന്നുണ്ടായിരുന്നു. അന്നെനിക്ക് അല്പം വിദ്യാർത്ഥി സംഘടനാ പ്രവർത്തനവും മറ്റും ഉണ്ടായിരുന്നതു കൊണ്ട് ചുമട്ടു തൊഴിലാളികളെ പരിചയമുണ്ടായിരുന്നു. അവർ കൂട്ടമായി ഇരിക്കുന്ന ബസ്സ് സ്റ്റാന്റിന്റെ ഭാഗത്തു പോയി ഞാൻ വിവരമറിയിച്ചു. അവർ ഓടിയെത്തി ഇദ്ദേഹത്തെ എടുത്ത് ആശുപത്രിയിലെത്തിച്ചു. അവർ കൊണ്ടുപോയ്ക്കൊളാമെന്നും എന്നോട് കൂടെ വരേണ്ടെന്നും പറഞ്ഞു. വൈകീട്ട് ഞാൻ ചുമട്ടു തൊഴിലാളി സുഹൃത്തുക്കളോട് തിരക്കിയപ്പോൾ അദ്ദേഹം മെഡിക്കൽ കോളേജ് ഐ.സി.യുവിൽ ആണെന്നും ഹൃദയാഘാതം ആയിരുന്നെന്നും പറഞ്ഞു. ഞാൻ പറഞ്ഞുവരുന്നത് ഈ ചുമട്ടുതൊഴിലാ

ളികൾ പലപ്പോഴും നമ്മുടെ പൊതു ഇടങ്ങളിലെ കാവൽക്കാരാണ്. പലപ്പോഴും വൻതുകകളും മറ്റും കളഞ്ഞു കിട്ടിയാൽ പോലും അവരത് സത്യസന്ധമായി തിരിച്ചേൽപ്പിക്കും. അവർ പുറമേ പരുക്കന്മാരായിരിക്കാം, ഔപചാരികമായി വിദ്യാഭ്യാസം കുറഞ്ഞവരായിക്കാം, മുഷിഞ്ഞ വസ്ത്രം ധരിക്കുന്നവരായിരിക്കാം, പക്ഷേ ഔപചാരിക വിദ്യാഭ്യാസം കൂടുതൽ ഇല്ലാത്തതുകൊണ്ടു തന്നെ അവരുടെ ഹൃദയം കൂടുതൽ മലിനപ്പെട്ടിട്ടില്ല. അഴിമതിക്കെതിരെയുള്ള പ്രതിഷേധം താഴെക്കിടയിൽ മാത്രം പ്രകടിപ്പിച്ച് ഉന്നതങ്ങളിലെ കൊള്ളകൾക്കെതിരെ മൗനം പാലിച്ചുകൊണ്ടിരിക്കുന്ന ഒരു സമൂഹമായി നാം മാറിയിരിക്കുന്നു. ഉന്നതങ്ങളിലെ അഴിമതിയാണ് ആദ്യം ചെറുക്കേണ്ടത്.

ഭയം 10

ജോലിയിൽ പ്രവേശിക്കുന്നതോടെ നാം നമ്മുടെ പലവിധ ഉത്തരവാദിത്തങ്ങളിലേക്ക് കടക്കുന്നു. പണം സമ്പാദിച്ചു തുടങ്ങുമ്പോൾ പുതിയ മത്സരങ്ങൾ നേരിടുകയായി. മിക്കപ്പോഴും അവനവന് താല്പര്യമില്ലാത്ത ജോലിയായിരിക്കും ലഭിക്കുക. സാമ്പത്തിക നേട്ടം ലക്ഷ്യമാക്കി നേടുന്ന ജോലികൾ പലപ്പോഴും നാം വെറുക്കുന്ന ജോലി കൂടി ആയേക്കാനിടയുണ്ട്. ജോലി നേടുന്നതിനെക്കുറിച്ച് കൺഫ്യൂഷ്യസ് പറഞ്ഞതിപ്രകാരമാണ്. “നിങ്ങൾക്കിഷ്ടപ്പെട്ട ജോലിയാണ് നിങ്ങൾക്കു ലഭിക്കുന്നതെങ്കിൽ നിങ്ങൾ ഒരു ദിവസം പോലും ജോലി ചെയ്യുന്നില്ല. മറിച്ച് നിങ്ങൾക്ക് ലഭിക്കുന്നത് നിങ്ങൾ വെറുക്കുന്ന ജോലിയാണെങ്കിൽ നിങ്ങളുടെ ജീവിതം പൂർണമായും മുരടിച്ചു പോവുകയേ ഉള്ളൂ.”

സ്വന്തമായി പണം സമ്പാദിച്ചു തുടങ്ങുമ്പോൾ നേരിടുന്ന മത്സരങ്ങൾ ജോലിയിൽ മികവ് കാണിക്കുക, ജോലിക്കയറ്റം കിട്ടുക തുടങ്ങിയവയാണ്. പിന്നെ സാമൂഹികമായ മത്സരങ്ങളായി. മറ്റുള്ളവരുടേതിനെക്കാൾ മികച്ച വീടും ജീവിത സൗകര്യങ്ങളും ഉണ്ടാക്കുകയെന്നതും മറ്റുള്ളവരുമായി മത്സരിക്കുകയെന്നതും വീണ്ടും പരാജയഭീതിയും ഭയവും ഉണ്ടാക്കുന്നു. ഇതു സംബന്ധമായി ഉണ്ടാകുന്ന മാനസികവും ശാരീരികവുമായ പ്രശ്നങ്ങൾ മൂലം രോഗങ്ങൾ ഉണ്ടാകുമോ എന്ന ഭീകരഭയം വേറെയും. ഭയം ജനിപ്പിക്കുന്ന പരസ്യങ്ങൾ നൽകുന്ന ആശുപത്രികൾ മുതൽ ഇൻഷൂറൻസ് കമ്പനികൾ വരെ നമ്മുടെ വിനോദ സമയങ്ങളിൽ പോലും നമ്മെ ഭയപ്പെടുത്തിക്കൊണ്ടിരിക്കുകയാണ്. കൂടാതെ നവമാധ്യമങ്ങളിൽ നമ്മെ ബോധവാന്മാരാക്കുന്ന നിരവധി ആരോഗ്യ ടിപ്സും നമ്മെ ഭീഷണിപ്പെടുത്തുന്നു. ഒട്ടേറെ

ഭീകര രോഗലക്ഷണങ്ങൾ പറഞ്ഞ് നമ്മെ ഭയപ്പെടുത്തി നിസ്സാര രോഗങ്ങൾക്കു പോലും വലിയ ആശുപത്രികളിൽ പോയി നിരവധി പരിശോധനകൾ നടത്തി ആജീവനാന്തരോഗികളായി മരണപ്പെടുന്നവരുടെ എണ്ണം കൂടി വരികയാണ്. നമ്മുടെ മെഡിക്കൽ ഇൻഷൂറൻസ്, മെഡിക്കൽ ചെക്കപ്പ് മുതലായവയുടെ നിലനില്പ് തന്നെ നമ്മുടെ ഭയത്തിലാണ്, ലോകത്ത് മരുന്നുകൾ മൂലമുള്ള മരണം (medicinal death) കൂടിക്കൊണ്ടിരിക്കയാണ്. ദിനംപ്രതി മുളച്ച് പൊങ്ങിക്കൊണ്ടിരിക്കുന്ന ബഹുനില ആശുപത്രികൾ നമ്മുടെ മരണഭയത്തിന്റെ സൂചികകളാണ്. അങ്ങനെ ഭയപ്പെട്ട് രോഗിയായി മരണനേരത്ത് ഉറ്റവരെയും ഉടയവരെയും കാണാതെ, വായിൽ ഒരു തുള്ളി വെള്ളം പോലും കിട്ടാതെ യന്ത്രങ്ങളുടെ നടുവിൽ യന്ത്രം പറയുമ്പോൾ മരണം ഡോക്ടർ പറയും. സാധാരണ ഒരാൾ സോറി (sorry) പറയുമ്പോൾ ഉള്ള അർത്ഥമാണോ ഒരു ഡോക്ടർ നമ്മളോട് സോറി എന്നുപറയുമ്പോൾ ഉണ്ടാകുന്നത്? അങ്ങനെ നഴ്സറി ക്ലാസ്സിൽ ചേരുന്നതിനു മുമ്പു തുടങ്ങുന്ന 'ഭയം' ഡോക്ടർ പറയുന്ന സോറി പറയലിലൂടെ അവസാനിക്കുന്നു.

ഭയത്തിൽ നിന്നുണ്ടാവുന്ന യുദ്ധങ്ങൾ

ഭയം കൂടുമ്പോഴാണ് എല്ലാ ജീവികളും അക്രമോത്സുകരാകുന്നത്. മനസ്സിൽ ഭയം തോന്നുമ്പോഴാണ് ശത്രുവും ജനിക്കുന്നത്. നാം ഭയക്കുന്നത്, നമ്മെ ഭയപ്പെടുത്താൻ കഴിയുന്നതിനെയാണ് അല്ലെങ്കിൽ കഴിയുന്നവനെയാണ്. ശത്രു നമ്മെക്കാൾ കരുത്തനാകുമ്പോൾ പരമാവധി ചെറുത്തു നില്പിനായി സർവവിധ ആയുധങ്ങളും പ്രയോഗിക്കും.

പരസ്പരം മത്സരവും ശത്രുതാ മനോഭാവവും

പാശ്ചാത്യ വിദ്യാഭ്യാസ ക്രമത്തിന്റെ ഏറ്റവും പ്രധാനപ്പെട്ട ന്യൂനതകളിലൊന്ന് പല കഴിവുകളുള്ള കുട്ടികളെ പരസ്പരം മത്സരിപ്പിക്കുന്നതാണ്. ഓരോ വിദ്യാർത്ഥിക്കും വ്യത്യസ്ത ജന്മവാസനകളും കഴിവുകളുമാണുള്ളത്. വളരെ ചെറുപ്പം മുതൽ അവരുടെ ജന്മവാസനകളെ കണ്ടെത്തി അത് വളർത്തിയെടുക്കുന്നതിന് പകരം, ഒരു കുട്ടിക്കും താല്പര്യമില്ലാത്ത മുഷിപ്പനും ജീവനില്ലാത്തതുമായ ഒരു പാഠ്യപദ്ധതി മൊത്തമായി അടിച്ചേൽപ്പിക്കുകയെന്നത് വളരെ ക്രിയാത്മകമായ കഴിവുകളും ചിന്തകളും പ്രതികരണ ശേഷിയുമുള്ള കുട്ടികളെ സംബന്ധിച്ച് അവർക്ക് സഹിക്കാവുന്നതിലപ്പുറമായിരിക്കും. ഇത്തരം

കുട്ടികൾ പലപ്പോഴും റബലുകളായി മാറും. ഈ പ്രതിഭാധനന്മാർ സമൂഹത്തിലെ മുഖ്യധാരയിൽ നിന്ന് അകന്നുപോകുന്നതോടൊപ്പം അവരുടെ പ്രതിഭയും സിദ്ധികളും സമൂഹത്തിനു നഷ്ടമാവുകയും ചെയ്യുന്നു. പരസ്പര മത്സരം കുട്ടികളിൽ ശത്രുതാ മനോഭാവമാണ് സൃഷ്ടിക്കുന്നത്. കുട്ടികളിലെ മത്സരം സ്വയം മത്സരമാക്കി മാറ്റേണ്ടതുണ്ട്. അവർ അവരോടു തന്നെ മത്സരിക്കട്ടെ. ലോകത്തിൽ ഓരോ വ്യക്തിയും വ്യത്യസ്തനാണ്. ഒരു പാട്ടുകാരനും ഓട്ടക്കാരനും ചിത്രകാരനും ഒരുമിച്ചു മത്സരിച്ചാൽ എന്താണു ഫലം? സ്വയം മത്സരിക്കുകയെന്നാൽ ഇന്നലത്തേതിനാക്കാൾ കൂടുതൽ മികച്ചവരാവുകയാണ് ഇന്നവർ. അങ്ങനെയാകുമ്പോൾ ദിനംപ്രതി കുട്ടികളിൽ ഉയർച്ച കാണാവുന്നതാണ്. അത്തരത്തിൽ സ്വന്തം കഴിവിനെ ഉയർത്തിക്കൊണ്ടു വരാൻ സാധിക്കാത്ത രീതിയിലാണ് ഇന്നത്തെ നമ്മുടെ വിദ്യാഭ്യാസം. കുട്ടികൾക്ക് ജന്മസിദ്ധമായി താല്പര്യമുള്ള മേഖലയിൽ വളരാനാവശ്യമായ മാർഗ നിർദ്ദേശങ്ങൾ വേണ്ട രീതിയിൽ നൽകുന്നതാകണം വിദ്യാഭ്യാസം. സഹപാഠികൾ തമ്മിലുള്ള മത്സരം ഒഴിവാകുമ്പോൾ തന്റെ മത്സര മാനോഭാവത്തിലെ ശത്രുത കുട്ടികളിൽ ഇല്ലാതാവും.

ഭയവും വിദ്വേഷവുമാണ്, പാശ്ചാത്യരീതിയുടെ അടിത്തറ തന്നെ. സമ്പത്ത് നേടുക എന്നത് ആത്യന്തിക ലക്ഷ്യവും. ഒരു കുഞ്ഞു ജനിച്ചു വീഴുമ്പോൾ തന്നെ ഭീതിയുടെയും യുദ്ധത്തിന്റെയും 'ഇഞ്ചക്ഷൻ' (injection) നൽകും. പോളിയോ ഉൾപ്പെടെയുള്ള രോഗം വരാതിരിക്കാൻ വേണ്ടിയുള്ള പടയാളികളെ പോളിയോ വാക്സിൻ എന്ന പേരിൽ ആദ്യമേ ശരീരത്തിലേക്ക് കടത്തിവിടും. വാക്സിൻ നൽകുന്ന ഡോക്ടർക്കു പോലും ഇതെന്താണെന്നറിയില്ല. വളരെ മുമ്പ് പോളിയോ രോഗം ഉണ്ടായിരുന്ന കാലത്ത് വളരെ ചെറിയ ശതമാനത്തിനു മാത്രം ഉണ്ടായിരുന്ന ഒരു രോഗത്തിന്റെ പേരിൽ ഭയപ്പെടുത്തിയാണ് ഇതു തുടങ്ങുന്നത്. പത്മവിഭൂഷൺ ഡോക്ടർ ബി.എം ഹെഗ്ഡെയെപ്പോലെ അനുഭവജ്ഞരും സാമൂഹികപ്രതിബദ്ധതയുമുള്ള ഡോക്ടർമാർ പറയുന്നത് ഇന്നു മാർക്കറ്റിൽ പ്രചരിപ്പിക്കപ്പെട്ടിട്ടുള്ള 90%ൽ കൂടുതൽ മരുന്നുകൾ അനാവശ്യ മരുന്നുകളും മറ്റു രോഗങ്ങൾ ഉണ്ടാക്കുന്നവയുമാണെന്നാണ്. അലോപ്പതി മരുന്നുകളിൽ വ്യാപകമായി ഉപയോഗിക്കുന്നത് കീടനാശിനി (ആന്റിബയോട്ടിക്കുകൾ) ആണ്. രാസകീടനാശിനികളുടെ ഉപയോഗത്തിന്റെ ദുഷ്ഫലം ലോകം അനുഭവിച്ചുകൊണ്ടിരിക്കുകയും ഒട്ടുമിക്ക രാജ്യങ്ങളും അത് നിരോധിക്കുകയും ചെയ്തിട്ടും മനുഷ്യശരീരത്തിൽ ആന്റിബയോട്ടിക്കുകൾ ഉപയോഗി

ക്കുന്നതിന് ഒരു തടസ്സവുമില്ല. സൂക്ഷ്മ ജീവികളോട് കൃഷിയിലായാലും ആരോഗ്യരംഗത്തായാലും യുദ്ധം എന്നതാണ് പാശ്ചാത്യ രീതി. എന്നാൽ പൗരസ്ത്യരീതിയിൽ, സൂക്ഷ്മജീവികൾ നമ്മുടെ ശരീരത്തിൽ വളരാതിരിക്കാനുള്ള പ്രതിരോധം വളർത്തിയെടുക്കുകയെന്ന സമന്വയ രീതിയിയാണ് അവലംബിക്കുന്നത്.

ആഹാരമല്ലാതെ ഒരു രോഗത്തിനും ഒരു മരുന്നുമില്ല എന്ന വസ്തുത ലോകത്തിലെ ആരോഗ്യ സംഘടനകൾ അംഗീകരിച്ചിട്ടും രാസവസ്തുക്കൾ ഉപയോഗിച്ചു നിർമ്മിക്കുന്ന മരുന്നുകൾ ലോകവ്യാപകമായി വൻതോതിൽ നിർമ്മിക്കുകയും വിപണനം നടത്തുകയും ചെയ്യുന്നു. ആയുർവേദം ഉൾപ്പെടെയുള്ള പൗരസ്ത്യ ആരോഗ്യരീതിയിൽ മരുന്നുണ്ടാക്കുന്നത് ഭക്ഷ്യയോഗ്യമായ ജൈവ വസ്തുക്കളിൽ നിന്നാണ്. ക-്യത്രിമ രാസവസ്തുക്കൾ (Artificial Chemicals) ഭക്ഷണമായി (മരുന്ന്) ഉപയോഗിക്കുന്നത് ഒട്ടേറെ പാർശ്വഫലങ്ങളാണ് ഉണ്ടാക്കുന്നത്. അതുകൊണ്ട് അലോപ്പതി (Another disease) സമ്പ്രദായം ഒട്ടേറെ പാർശ്വഫലങ്ങളും തരുന്നു. രോഗാണു സിദ്ധാന്തം തന്നെ ചോദ്യം ചെയ്യപ്പെട്ടിരിക്കുന്ന ഈ കാലഘട്ടത്തിലും സൂക്ഷ്മജീവികൾക്കെതിരായി രാസായുധയുദ്ധങ്ങൾ നമ്മുടെ ശരീരത്തിൽ ദിനംപ്രതി വർദ്ധിച്ചു കൊണ്ടിരിക്കുന്നു.

പഴയകാലങ്ങളിൽ യോദ്ധാക്കൾ തമ്മിലായിരുന്നു യുദ്ധം. ആധുനികതയുടെ നേട്ടമായി ഉദ്ഘോഷിക്കുന്ന ആയുധങ്ങൾ ഉപയോഗിച്ച് ഇന്ന് ഒന്നുമറിയാത്ത കുഞ്ഞുങ്ങളെയും തലമുറകളെത്തന്നെയും കൊന്നൊടുക്കുകയും വികലാംഗരാക്കുകയും ചെയ്യുന്നു. സമൂഹമാകെ ഭീതി നിറച്ച് മാനസിക വിഭ്രാന്തി സൃഷ്ടിച്ച് ലോകം മൊത്തം യുദ്ധക്കളമാക്കി മാറ്റിയതിന്റെ കാരണക്കാർ നമ്മൾ ആധുനികരല്ലേ? മനുഷ്യന്റെ താൽക്കാലിക സൗകര്യങ്ങളും സുഖങ്ങളും സാമ്പത്തിക നേട്ടങ്ങളും മാത്രം ലക്ഷ്യം വച്ചുള്ള ഒരു മത്സരത്തിലേക്ക് അന്ധമായി ലോകത്തെ തള്ളിവിടുകയാണ് ആധുനിക വിദ്യാഭ്യാസ സമ്പ്രദായവും അതിന്റെ ഉപോൽപ്പന്നങ്ങളും നമുക്കു നൽകിക്കൊണ്ടിരിക്കുന്ന ദുരന്തങ്ങൾ. പൗരസ്ത്യ ചിന്താധാരയുടെ നട്ടെല്ലായ ധാർമ്മികത അഥവാ ധർമ്മബോധം സമൂഹത്തിൽ നിന്നും തൂത്തെറിയപ്പെട്ടതിനാലാണ് ആധുനിക ലോകത്തിൽ നാം നാറാണത്ത് ഭ്രാന്തന്മാരായി തീർന്നത്. നാം ചെയ്യുന്ന മണ്ടത്തരങ്ങളെയാണ് നാറാണത്ത് ഭ്രാന്തൻ നമുക്കു കാണിച്ചു തന്നിട്ടുള്ളത്. വലിയ മലമുകളിൽ കഷ്ടപ്പെട്ട് ഭീമൻ കല്ല് ഉരുട്ടിക്കയറ്റി അവിടെ നിന്ന് താഴോട്ടുരുട്ടുക, വീണ്ടും മുകളിലേക്ക് ഉരുട്ടിക്കയറ്റുക.

കൃഷി ആദായകരമാക്കാനെന്ന പേരിൽ വമ്പൻ ചെലവിൽ രാസവ ളവും രാസ കീടനാശിനികളും നിർമ്മിച്ച് കൃഷിയിടത്തിൽ വിതരണം ചെയ്യുക, കൂടെ മണ്ണിലെ മണ്ണിരകളെയും മറ്റും ഉന്മൂലനം ചെയ്യുക. അവസാനം ഒരു ഗുണവുമില്ലാത്ത ചവറുപോലെയുള്ള ഭക്ഷണമുണ്ടാക്കി ക്യാൻസർ വ്യാപിപ്പിക്കുക. എന്നിട്ട് ക്യാൻസർ ചികിത്സയ്ക്ക് വീണ്ടും കോടികൾ ചെലവഴിക്കുക. ഉന്മൂലനം ചെയ്ത മണ്ണിരക്കു പകരം മണ്ണിര കമ്പോസ്റ്റ് നിർമ്മിക്കുക. പതിറ്റാണ്ടുകൾ വലിയൊരു ജനവിഭാഗത്തെ രോഗികളാക്കി മാറ്റി, വീണ്ടും പ്രകൃതി കൃഷി നടത്താൻ പറയുക. ഉല്പാദന ക്ഷമത വർദ്ധിപ്പിക്കുവാനെന്നു പറഞ്ഞ് നാടൻ പശുക്കളെ സങ്കരയിനമാക്കി മാറ്റാൻ കോടികൾ ചെലവഴിക്കുക. പിന്നീടത് ഗുണമേന്മയില്ലാത്തതാണെന്നു പറഞ്ഞ് വീണ്ടും നാടൻ പശുക്കളെ നോക്കി നടക്കുക.

പ്ലാസ്റ്റിക്, പോളിസ്റ്റർ, പോളീത്തീൻ മുതലായ ഉപയോഗിക്കാൻ എളുപ്പമുള്ളതും പ്രകൃതിക്ക് ഹാനികരവുമായ ഉല്പന്നങ്ങൾ യഥേഷ്ടം ഉണ്ടാക്കുന്ന ഫാക്ടറികൾ സബ്സിഡികളടക്കം നല്കി വ്യാപിപ്പിക്കുക, പതിറ്റാണ്ടുകൾ കഴിഞ്ഞ് അത് നിരോധിക്കുക. ആധുനിക വിദ്യാഭ്യാസ ക്രമത്തിലൂടെ കാർഷിക വ്യവസായിക രംഗങ്ങളിലെ ഇത്തരം പരിഷ്കാരങ്ങളാണ് ശരിയെന്നും പരമ്പരാഗത സമ്പ്രദായങ്ങൾ അശാസ്ത്രീയമാണെന്നും പഠിപ്പിച്ചു. ജീവിതത്തിൽ ഒരിക്കൽ പോലും കൃഷി ചെയ്തിട്ടില്ലാത്തവരാണ് ആധികാരികമായി ഇത്തരം കാര്യങ്ങൾ പഠിപ്പിക്കുന്നതും, പാഠപുസ്തകങ്ങൾ നിർമ്മിക്കുന്നതും.

ആരോഗ്യരംഗത്തെ നേട്ടങ്ങൾ /ആശുപത്രികൾ

ആരോഗ്യരംഗത്തെ സംഘടനകൾ അവകാശപ്പെടുന്നത് ലോകത്തിൽ മികച്ച ആരോഗ്യസംവിധാനങ്ങൾ ലഭ്യമാക്കാനും ക്ഷയം, കുഷ്ഠം, കോളറ, പോളിയോ തുടങ്ങി ഒട്ടേറെ രോഗങ്ങൾ നിർമ്മാർജ്ജനം ചെയ്യാനും ആധുനിക ശാസ്ത്രത്തിന് കഴിഞ്ഞുവെന്നാണ്. ആരോഗ്യസംഘടനകളുടെ ഈ അവകാശവാദത്തെ നമുക്കൊന്ന് വിശകലനം ചെയ്യാം.

ജീവൻടോണിൽ നിന്ന് സ്ലിം ലൈനിലേക്ക് (slim line)

ഏതാനും പതിറ്റാണ്ടുകൾക്കു മുമ്പ് പത്രങ്ങളിലൊക്കെ വ്യാപകമായി കണ്ടിരുന്ന ഒരുപരസ്യമായിരുന്നു ജീവൻടോൺ എന്ന മരുന്നിന്റേത്.

മെലിഞ്ഞുണങ്ങിയ ഒരാളുടെ ഫോട്ടോയുടെ മുകളിൽ ജീവൻടോൺ കഴിക്കുന്നതിനു മുമ്പ് എന്നും തടിച്ചയാളിന്റെ ഫോട്ടോയുടെ മുകളിൽ ജീവൻടോൺ കഴിച്ചതിനു ശേഷം എന്നും കുറിപ്പുകളുണ്ടാകും. അന്ന് ജീവൻടോൺ ഒട്ടുമിക്ക സ്ഥലങ്ങളിലും ഉണ്ടായിരുന്നു,

എന്നാൽ നാം ഇപ്പോൾ കാണുന്ന പരസ്യം സ്ലിം ലൈൻ (slim line) തുടങ്ങിയ ഉല്പന്നങ്ങളുടേതാണ്. ഒരു തടിച്ചയാളുടെ ചിത്രവും മെലിഞ്ഞയാളുടെ ചിത്രവും, തടിച്ചയാളുടെ ചിത്രത്തിനു മുകളിൽ കഴിക്കുന്നതിനു മുമ്പ് എന്നും മെലിഞ്ഞയാളുടെ ചിത്രത്തിനു മുകളിൽ കഴിച്ചതിനു ശേഷം എന്നുമാണ് കാണുക. ഇതു നൽകുന്ന ഒരു സൂചനയുണ്ട്. മുൻകാലങ്ങളിൽ പോഷണക്കുറവായിരുന്നു പ്രശ്നമെങ്കിൽ ഇപ്പോൾ അമിതപോഷണമാണ് പ്രശ്നം. ക്ഷയം, കോളറ, വസൂരി മുതലായ ദരിദ്രരോഗങ്ങളാണ് മുൻകാലങ്ങളിൽ (പ്രാചീനകാലമല്ല) നമ്മുടെ രാജ്യത്തുണ്ടായിരുന്നത്. ഭക്ഷണക്കുറവും പോഷണക്കുറവുമായിരുന്നു അതിനു കാരണം. എന്നാൽ ഇന്നു നാം നേരിടുന്ന രോഗങ്ങൾ അമിതപോഷണം മൂലമാണ്. അതോടൊപ്പം ദരിദ്രരോഗങ്ങൾക്ക് പകരം ധനികരോഗങ്ങളായ കൊളസ്ട്രോൾ, ബ്ലഡ് പ്രഷർ, ഡയബറ്റിസ്, ക്യാൻസർ മുതലായവ വ്യാപകമായി. അമിതോൽപ്പാദനത്തിനു വേണ്ടി അമിതമായി നടത്തിയ രാസവളപ്രയോഗങ്ങളും ഇതിൽ ഒരു രാസത്വരകമായി വർത്തിച്ചു. എന്നാൽ ഈ ധനികരോഗങ്ങളെക്കുറിച്ച് നമ്മുടെ ആരോഗ്യ സംഘടനകൾക്ക് മിണ്ടാട്ടമില്ല. കൂടാതെ നിർമാർജ്ജനം ചെയ്തു എന്നവകാശപ്പെടുന്ന രോഗങ്ങൾക്കെതിരെ കോടിക്കണക്കിന് രൂപയുടെ വാക്സിൻ ഇന്നും നിർബന്ധപൂർവം പ്രയോഗിച്ചുകൊണ്ടിരിക്കുന്നു. ഇതിന്റെ പാർശ്വഫലങ്ങളെക്കുറിച്ച് ജനങ്ങളെ ഇവർ ഒരിക്കലും ബോധവാന്മാരാക്കാറില്ല.

ആരോഗ്യമുള്ള ഒരു സമൂഹം വളർന്നുവരേണ്ടതുണ്ട്

നമ്മുടെ ആരോഗ്യസംഘടനകൾ മുതൽ രാഷ്ട്രീയ സംഘടനകളും സർക്കാരുകളും ആരോഗ്യസംവിധാനങ്ങളുടെ മികവ് പ്രകടിപ്പിക്കുന്നത് മികച്ച അത്യന്താധുനിക സംവിധാനത്തോടെയുള്ള ആശുപത്രി സൗകര്യങ്ങളാണ്.

ഞാൻ എന്റെ ഒരു സുഹൃത്തിനോട്, അദ്ദേഹം ഒരു മുൻമന്ത്രി കൂടിയായിരുന്നു, അദ്ദേഹം ഒരു ആശുപത്രി ഉദ്ഘാടനം ചെയ്യുമ്പോൾ എന്താണ് പറയുക എന്നു ചോദിച്ചു. അദ്ദേഹം പറഞ്ഞു, "ഈ സ്ഥാപനം

കൂടുതൽ മികച്ച സൗകര്യങ്ങളോടെ കൂടുതൽ കൂടുതൽ ഉയരങ്ങളിലേക്കു വളരട്ടെ" എന്ന്. തുടർന്ന് അദ്ദേഹം എന്നോട് ചോദിച്ചു. "നിങ്ങളുടെ ചോദ്യത്തിന് ഒരു കൊനിഷ്ടുണ്ടാകും. ഇത്തരം ഘട്ടങ്ങളിൽ നിങ്ങൾ എന്താണ് ആശംസിക്കുക?" ഞാൻ അദ്ദേഹത്തോടു പറഞ്ഞു. എന്റെ ഉത്തരം വളരെ ലളിതമാണ്. ഞാൻ പറയും ഈ ആശുപത്രി എത്രയും പെട്ടെന്ന് പൂട്ടാൻ ഇടവരട്ടെ! ആശുപത്രി കൂടുതൽ കൂടുതൽ വളരട്ടെ എന്നാശംസിക്കുമ്പോൾ നാം പറയുന്നത് ഈ നാട്ടിൽ രോഗികൾ വളരട്ടെ എന്നാണ്. എന്നെ സംബന്ധിച്ച് ആരോഗ്യമുള്ള ഒരു സമൂഹം രോഗികളും ഡോക്ടർമാരും ആശുപത്രികളും ഇല്ലാത്ത ഒരു സമൂഹമാണ്. ലോകാരോഗ്യസംഘടന ഉൾപ്പെടെയുള്ള സംവിധാനങ്ങൾ രോഗികളില്ലാത്ത ഒരു സമൂഹത്തെക്കാളേറെ കൂടുതൽ ഡോക്ടർമാരുള്ള ഒരു സമൂഹത്തെയാണ് വിഭാവനം ചെയ്യുന്നത്.

മരുന്നു വ്യവസായം മുതൽ മെഡിക്കൽ ഉപകരണ വ്യവസായവും മെഡിക്കൽ വിദ്യാഭ്യാസ വ്യവസായവുമെല്ലാം കൂടിച്ചേർന്ന് ഇന്ന് ലോകത്തിൽ ഒരു വൻലോബി രൂപപ്പെട്ടിരിക്കുന്നു. പണത്തിന്റേയും അധികാരത്തിന്റേയും അതിവിപുലമായ കരുത്തുകൊണ്ട് ലോകത്തിന്റെ മൊത്തം ആരോഗ്യരംഗം കൈയടക്കി ഇതിനെതിരെ ശബ്ദിക്കാൻപോലും മറ്റാർക്കും അനുവാദമില്ലാത്ത രീതിയിൽ നമ്മുടെ ജീവനും ആരോഗ്യത്തിനും ചിന്തയ്ക്കും അഭിപ്രായത്തിനും വരെ ഇവർ കൂച്ചുവിലങ്ങിട്ടിരിക്കുകയാണ്. ഇന്നു ലോകത്തിൽ വർദ്ധിച്ചുകൊണ്ടിരിക്കുന്ന ചികിത്സാമരണങ്ങളെ (Medicinal death) ക്കുറിച്ച് ഇവർ ഒന്നും പറയുന്നില്ല. മെഡിക്കൽ ഇൻഷൂറൻസ് പോലെയുള്ള സംവിധാനങ്ങൾ വിപുലമാവുകയും സ്വകാര്യ ആശുപത്രികൾ വ്യാപകമാവുകയും ചെയ്തതിന്റെ ഒരു ദുരന്തം പാശ്ചാത്യനാടുകളിൽ ഈ കൊറോണകാലത്ത് നാം കാണുകയുണ്ടായി. ഇന്ത്യയിലും ഈ മെഡിക്കൽ ലോബികൾ കൂടുതൽ പിടിമുറിക്കിക്കൊണ്ടിരിക്കുകയാണ്.

അന്താരാഷ്ട്ര നിലവാരത്തിൽ വ്യാപിച്ചുകൊണ്ടിരിക്കുന്ന മെഡിക്കൽ ലോബികൾക്കെതിരെ ഡോക്ടർമാരുൾപ്പെടെ അതിശക്തമായ ബോധവത്കരണം നടത്തിക്കൊണ്ടിരിക്കുന്നു. ഇസ്രയേലിൽ ഡോക്ടർമാർ സമരം പ്രഖ്യാപിച്ച് ആറു മാസം കഴിഞ്ഞപ്പോൾ മരണനിരക്കു കുറയുകയും ശവപ്പെട്ടി കച്ചവടക്കാർ പ്രയാസത്തിലാവുകയും ചെയ്ത സംഭവം ബ്രിട്ടീഷ് മെഡിക്കൽ ജേർണൽ ഉൾപ്പെടെ പ്രസിദ്ധീകരിച്ചതായി ഡോ. ഹെഗ്ഡെ വെളിപ്പെടുത്തിയിരുന്നു. പ്രമുഖ കാർഡിയോളജിസ്റ്റ് കൂടിയായ അദ്ദേഹം ബോധ്യപ്പെടുത്തുന്നത് ഹാർട്ട്

അറ്റാക്ക് എന്ന രോഗം പ്രധാനമായും ഒരു ബിസിനസ് മാത്രമാണെന്നാണ്. ക്യാൻസർ, ഡയബറ്റിസ് മുതലായവയും വൻ രീതിയിലുള്ള കച്ചവടമാണെന്നാണ് അദ്ദേഹം വെളിപ്പെടുത്തുന്നത്. റെഗുലർ മെഡിക്കൽ ചെക്കപ്പ്, സൗജന്യ വൈദ്യപരിശോധന തുടങ്ങിയവയെല്ലാം തന്നെ ആശുപത്രികളിലേക്ക് രോഗികളെ റിക്രൂട്ട് ചെയ്യുന്നതിനുള്ള സംവിധാനങ്ങളാണ്. മറ്റു ജീവജാലങ്ങളെപ്പോലെ തന്നെ ഒട്ടുമിക്കവാറും രോഗങ്ങളും സ്വയം മാറുന്നതു തന്നെയാണ്. നമ്മുടെ ശരീരത്തിൽ ഒരു സ്വയം കേടുപാടുകൾ തീർക്കൽ രീതി (self repairing system) ഉണ്ട്. നമ്മുടെ എല്ല് പൊട്ടിയാൽ നാം എന്താണ് ചെയ്യാറുള്ളത്? എല്ല് നേരെയാക്കി അത് ഇളകിപ്പോകാതിരിക്കാൻ ബാൻഡേജോ പ്ലാസ്റ്റർ ഓഫ് പാരീസോ വച്ച് ഉറപ്പിക്കും. മൂന്നോ നാലോ ആഴ്ച കഴിയുമ്പോൾ എല്ലുകൾ താനേ യോജിക്കും. പിന്നീട് പ്ലാസ്റ്റർ ഓഫ് പാരീസും ബാൻഡേജും അഴിച്ചു മാറ്റും. താനേ മാറുന്ന 90% അസുഖങ്ങളിലും രോഗം മാറുമ്പോൾ വേദന പോലുള്ള രോഗലക്ഷണങ്ങളും മാറും. പക്ഷേ നാം രോഗലക്ഷണങ്ങൾക്കെതിരെ വിവിധ രാസമരുന്നുകൾ ഉപയോഗിക്കുകയാണ് ചെയ്യുന്നത്. ഇത് കൂടുതൽ പാർശ്വഫലങ്ങൾ ഉണ്ടാക്കുകയും മറ്റസുഖങ്ങൾക്ക് കാരണമാവുകയും ചെയ്യുന്നു. സൗജന്യ മെഡിക്കൽ ക്യാമ്പെന്ന പേരിൽ നടത്തുന്നത് ഏതെങ്കിലും രോഗലക്ഷണമുള്ളവരെ ആജീവനാന്ത രോഗികളാക്കി മാറ്റുന്ന പ്രവർത്തനമാണ്. ഭയത്തിൽ ഏറ്റവും വലിയ ഭയമായ മരണഭയമാണ് ഇവിടെ വിൽപ്പന ചരക്ക്. എത്രയോ ആളുകൾ ഇത്തരത്തിൽ നിത്യരോഗികളായി മാറിയിട്ടുണ്ട്.

കേരളം ഉൾപ്പെടെ ഇന്ത്യയുടെ ഒരുപാട് സ്ഥലങ്ങളിൽ ആയുർവേദം വളരെ ശക്തമായ രീതിയിൽ പ്രചാരത്തിലുണ്ടായിരുന്നു. നമ്മുടെ ഭക്ഷണരീതിയിലും ജീവിതരീതിയിലും ആചാരങ്ങളിൽ പോലും ആയുർവേദ സമ്പ്രദായത്തിന്റെ ചില ചര്യകളുണ്ടായിരുന്നു. ഒട്ടേറെ ഔഷധങ്ങൾ നമ്മുടെ നിത്യജീവിതത്തിന്റെ ഭാഗം തന്നെയായിരുന്നു. മഞ്ഞൾ, കുരുമുളക്, തുളസി, ഉള്ളി, വെളുത്തുള്ളി തുടങ്ങിയവയെല്ലാം നമ്മുടെ ആരോഗ്യത്തിന്റെ അടിത്തറയായിരുന്നു. എന്നാൽ ഇന്ന് ആശുപത്രികളാണ് ആരോഗ്യത്തിന്റെ ലക്ഷണം എന്ന മട്ടിൽ പ്രചരിപ്പിക്കപ്പെട്ടതോടു കൂടി കേരളം മരുന്നുകളുടെ ഏറ്റവും വലിയ വിപണനകേന്ദ്രമായി മാറി. ആശുപത്രികൾ ആരോഗ്യത്തിന്റെ ലക്ഷണമല്ല, അനാരോഗ്യത്തിന്റെയും രോഗികളുടെയും ലക്ഷണമാണെന്ന സാമാന്യബോധം പോലും നമുക്കു നഷ്ടമായിക്കൊണ്ടിരിക്കുന്നു.

മുമ്പ് നമ്മുടെ എല്ലാ ഗ്രാമങ്ങളിലും പാരമ്പര്യ ഗൃഹവൈദ്യന്മാരുണ്ടായിരുന്നു. ദക്ഷിണ മാത്രം വാങ്ങി ഔഷധസസ്യങ്ങൾ വളർത്തി നമ്മുടെ സമൂഹത്തെ ആരോഗ്യത്തോടെ (രോഗമില്ലാത്ത അവസ്ഥയിൽ) സംരക്ഷിച്ചിരുന്നവർ ഇവരായിരുന്നു. എന്നാൽ ആരോഗ്യരംഗത്ത് ബിരുദ വ്യവസായം ശക്തിപ്പെടുകയും ലക്ഷങ്ങൾ മുടക്കി ബിരുദം നേടുന്നവരുടെ എണ്ണം വർദ്ധിക്കുകയും ചെയ്തതോടെ ആരോഗ്യ മേഖല പൂർണമായും പണാധിപത്യത്തിനു കീഴടങ്ങി. കൂടാതെ അധികാരം പ്രയോഗിച്ച് നമ്മുടെ പാരമ്പര്യ നാട്ടറിവുകൾ ഉന്മൂലനം ചെയ്ത് രോഗപ്രതിരോധമില്ലാത്ത ഒരു സമൂഹത്തെ സൃഷ്ടിച്ച് രോഗികളെ ഉല്പാദിപ്പിച്ചു തുടങ്ങി. ആശുപത്രികൾക്കായി ചെലവഴിക്കുന്ന ലക്ഷ ക്കണക്കിനു കോടി രൂപയുടെ ചെറിയൊരു പങ്ക്, പ്രകൃതികൃഷി ചെയ്യുന്ന കർഷകരുടെ ഉൽപ്പന്നങ്ങൾക്കു നൽകി ജൈവകൃഷിയെ (organic farming) പ്രോത്സാഹിപ്പിച്ചാൽ വരും തലമുറയെയെങ്കിലും നമുക്കു രക്ഷിക്കാൻ കഴിയും.

പ്രതിരോധമാണ് ചികിത്സയേക്കാൾ നല്ലത് എന്ന തത്ത്വം (prevention is better than cure) നടപ്പിലാക്കുകയാണ് നാം ചെയ്യേണ്ടത്. രോഗപ്രതിരോധം മാത്രമാണ് രോഗത്തെ ചെറുക്കാനുള്ള ഏകമാർഗം എന്ന് കൊറോണ ലോകത്തെ പഠിപ്പിച്ചിരിക്കുന്നു. നല്ല ആഹാരവും നല്ല ജലവും നല്ല വായുവും ലഭിച്ചു വളരുന്ന ആരോഗ്യമുള്ള ഒരു ജനതയാണോ വേണ്ടത്, അതോ ആശുപത്രികളും മരുന്നുകളും രോഗികളാക്കി മാറ്റിയ ഒരു ജനതയാണോ വേണ്ടതെന്ന് ഇനിയെങ്കിലും നാം ചിന്തിക്കേണ്ടതുണ്ട്.

നഗരവത്കരണവും ആരോഗ്യവും

കാർഷിക രാജ്യമായ ഇന്ത്യയിലുൾപ്പെടെ ഏതാനും പതിറ്റാണ്ടുകളായി വ്യാപിച്ചു കൊണ്ടിരിക്കുന്ന ഒരു പ്രവണതയാണ് നഗരവത്കരണം. നമ്മുടെ ജീവിതത്തെ ദുസ്സഹമാക്കിത്തീർക്കുന്ന ഈ പ്രവണത അടിയന്തിരമായി നിയന്ത്രിക്കേണ്ടിയിരിക്കുന്നു. കൊറോണ കാലഘട്ടത്തിൽ ഈ ചിന്തയ്ക്ക് ഏറെ പ്രസക്തിയുണ്ട്. അംബരചുംബികളായ ബഹുനില കെട്ടിടങ്ങൾ 'സ്മാർട്ട്സിറ്റി'കളിൽ മത്സരിച്ചു വളർന്നു വരികയാണ്. പാശ്ചാത്യ സംസ്കാരത്തിന്റേയും പരിഷ്കാരത്തിന്റേയും ഭാഗമായി പാശ്ചാത്യമായ ഒരു ഉപഭോഗ സംസ്കാരം നമ്മുടെയിടയിൽ ശക്തമായി വേരുറച്ചു കഴിഞ്ഞു. ജീവിക്കാൻ വേണ്ട ചുറ്റുപാടെന്നാൽ

ശുദ്ധവെള്ളവും ശുദ്ധവായുവും ശുദ്ധ ഭക്ഷണവും ലഭിക്കുന്ന സ്ഥലം എന്നതിനു പകരം ഫോൺ ചെയ്താൽ 'ഹോം ഡെലിവറി' ചെയ്യുന്ന 'ജങ്ക് ഫുഡും' (Junk food) തൊട്ടടുത്ത് ആശുപത്രിയും ഷോപ്പിംഗ് മാളും (Shoping mall) എല്ലാമുള്ള സ്ഥലം എന്നായി മാറിയിരിക്കുന്നു. നഗരങ്ങളിൽ ജനങ്ങൾ തിങ്ങിപാർക്കുമ്പോൾ ഉണ്ടാവുന്ന മാലിന്യപ്രശ്നങ്ങളും വായു മലീനീകരണവും കുടിവെള്ളത്തിനായി ടാങ്കറുകളിൽ വരുന്ന മലിന ജലവും ഫ്രീസറുകളിൽ ഫോർമാലിൻ ചേർത്തു വരുന്ന മത്സ്യവും വിഷലിപ്തമായ പച്ചക്കറിയും ഒന്നും തന്നെ നമുക്കു പ്രശ്നമല്ലാതായിരിക്കുന്നു.ഇതിനെല്ലാം പുറമെ താൻ നാട്ടിൻപുറത്തുകാരനോ നാട്ടിൻപുറത്തുകാരിയോ അല്ല പട്ടണ പരിഷ്കാരിയാണെന്ന പൊങ്ങച്ചത്തിനും കൂടിയാണ് നാം നമ്മുടെ ജീവിതത്തെ തന്നെ ഹോമിച്ചുകൊണ്ടിരിക്കുന്നത്.

'ഡിസ്പോസിബിൾ' സംസ്കാരം

ഞാൻ 'ഇഗ്നൊ' (IGNOU) യിൽ മൂന്നു ദിവസത്തെ ഒരു അക്കാദമിക് വർക്ഷോപ്പിൽ (academic workshop) പങ്കെടുത്തിരുന്നു. നിലവിലുള്ളതും പുതുതായി നടപ്പിലാക്കേണ്ടതുമായ കോഴ്സുകളെക്കുറിച്ചായിരുന്നു വർക്ഷോപ്പ്. ഈ മൂന്നു ദിവസവും അവിടെ ഉപയോഗിച്ചിരുന്ന ഗ്ലാസ്സുകളും കപ്പുകളും തുടങ്ങി എല്ലാം തന്നെ 'ഡിസ്പോസിബിൾ' പാത്രങ്ങളായിരുന്നു. ഞങ്ങൾ ചർച്ച ചെയ്ത ഒരു കോഴ്സ് 'വെയ്സ്റ്റ് മാനേജ്മെന്റ്' (waste management) ആയിരുന്നു. ഇഷ്ടം പോലെ 'ഡിസ്പോസിബിൾ' വസ്തുക്കൾ (disposible materials) ഉണ്ടാക്കി ടൺ കണക്കിന് മാലിന്യം തള്ളിവിട്ട് മാലിന്യനിർമാർജ്ജനം എങ്ങനെ എന്നു പഠിക്കാൻ വീണ്ടും കോടികൾ ചെലവഴിക്കുന്നു.

ഡിസ്പോസിബിൾ (Disposible) എന്നത് ഒരു സംസ്കാരമാണ്. അത് തികച്ചും പാശ്ചാത്യവുമാണ്. ഉപയോഗിക്കുകയും കളയുകയും ചെയ്യുക (Use and throw) എന്നതാണ് ഡിസ്പോസിബിളിന്റെ തത്ത്വം. ഈ ഡിസ്പോസിബിൾ സംസ്കാരം (Disposible culture) നമ്മുടെ എല്ലാ മേഖലയിലും ഇന്ന് കടന്നുകയറിയിരിക്കുന്നു, കുടുംബബന്ധങ്ങളിൽ വരെ. കുമിഞ്ഞു കൂടുന്ന മാലിന്യങ്ങൾ മുതൽ വിവാഹ മോചനങ്ങളും വൃദ്ധസദനങ്ങളും ശിശു സംരക്ഷണ ഭവനങ്ങളും വരെ ഈ ഉപയോഗിച്ചു കളയൽ (Use and throw) സംസ്കാരത്തിന്റെ ഭാഗമാണ്. നമ്മുടെ നിർമാണ പ്രവർത്തനങ്ങളിലും 'ഫർണിഷിംഗിലും'

ഇതേ സംസ്കാരം കാണാവുന്നതാണ്. നമ്മുടെ പഴയകാല ഭവനങ്ങ ളും ക്ഷേത്രങ്ങളും കൊട്ടാരങ്ങളുമെല്ലാം നൂറു കണക്കിനും ആയിര ക്കണക്കിനും വർഷം പഴക്കമുള്ളതാണ്. അവ ഇന്നും വളരെ ഗാംഭീ ര്യത്തോടെ നിലനിൽക്കുന്നു. അതെല്ലാം നിർമ്മിച്ചിരിക്കുന്നത് പ്രഗത്ഭ വാസ്തുശില്പികളായിരുന്നു. അത്തരം കെട്ടിടങ്ങളുടെ സൗന്ദര്യവും സൗകര്യങ്ങളും ഇന്ന് ഏതെങ്കിലും ഒരു സർക്കാർ കെട്ടിടത്തിനു കാണാൻ കഴിയുമോ? പഴയകാല വാസ്തുശില്പികൾ അവരുടെ ജന്മ വാസന കൊണ്ടു വളർന്നവരാണ്. എന്നാൽ നമ്മുടെ പ്ലാനും എസ്റ്റിമേ റ്റും തയ്യാറാക്കേണ്ടതും അംഗീകാരം നൽകേണ്ടതും പൊതുമരാമത്ത് വകുപ്പിലെ സിവിൽ എഞ്ചിനീയർമാരാണ്. എൻട്രൻസ് ക്ലാസ്സിൽ പോയി എൻട്രൻസ് പരീക്ഷയും പിന്നീട് ബി.ടെക് ബിരുദവും കഴിഞ്ഞ് പി. എസ്.സി കോച്ചിംഗ് സെന്ററിൽ നിന്ന് പി.എസ്.സി പരീക്ഷയ്ക്കു വരുന്ന മൃത ചോദ്യങ്ങൾ (dead questions) കാണാപ്പാഠം പഠിച്ചു വിജ യിച്ചു വരുന്ന ഈ അധികാരികളിൽ നിന്ന് നാം എങ്ങനെയാണ് ക്രി യാത്മകതയും സൗന്ദര്യബോധവും പ്രതീക്ഷിക്കുക. ഒരിക്കലും നില വിലുള്ള എഞ്ചിനീയർമാരെ ഇകഴ്ത്തി കാണിക്കാൻ വേണ്ടിയല്ല ഇതെ ഴുതുന്നത്. സിമന്റ് കൂട്ടുണ്ടാക്കി വാർക്കപ്പണി യാന്ത്രികമായി ചെയ്തു കൊണ്ടിരിക്കുന്ന കരാറുകാരും എഞ്ചിനീയർമാരും എല്ലാം ചേർന്ന ഒരു മെക്കാനിസമാണ് ഇവിടെ നടക്കുന്നത്. പണി കഴിഞ്ഞ് അഞ്ചു വർഷത്തിനു മുമ്പു തന്നെ ചോർന്നൊലിച്ച് വൃത്തികേടായിക്കിടക്കു ന്ന സർക്കാർ നിലയങ്ങൾ മിക്കതും പ്രേതാലയങ്ങൾ പോലെയാണ്. ഭരണാധികാരികൾ മുതൽ ഉദ്യോഗസ്ഥ മേധാവികൾ വരെ ആരും ഒരു സർക്കാർ നിർമിതികളുടെയും ഉറപ്പിനെയോ സൗകര്യത്തെയോ കുറിച്ച് ബോധവാന്മാരുമല്ല, എന്നാൽ ഈ കെട്ടിടങ്ങളെല്ലാം പണിയുന്നത് വൻ പണം ചെലവഴിച്ചുകൊണ്ടാണ്. ഉദ്ഘാടനവും പുതുക്കിപ്പണിയ ലും സാധാരണമായ ഇത്തരം ‘പഞ്ചവടി’പ്പാലങ്ങൾ നമ്മുടെ ആധുനിക വിദ്യാഭ്യാസക്രമം ഉണ്ടാക്കിയ ഉപയോഗിച്ചുകളയൽ (use and throw) സംസ്കാരത്തിന്റെ കൂടി സംഭാവനയാണ്.

കൊവിഡ്-19 പഠിപ്പിക്കുന്നത്

അനിതരസാധാരണമായ ഒരു കാലഘട്ടത്തിലൂടെയാണ് മനുഷ്യകുലം കടന്നുപോകുന്നത്. ശാസ്ത്രസാങ്കേതികവിദ്യകളിലുണ്ടായ വളർച്ചയിൽ സർവം മറന്ന് അജയ്യരെന്ന് അഹങ്കരിച്ച മനുഷ്യരെ അഗോചരമായ ഒരു അതിസൂക്ഷ്മജീവി കഴിഞ്ഞ കുറേ മാസങ്ങളായി ലോകം മുഴുവൻ നിശ്ചലമാക്കിയിരിക്കുകയാണ്. പ്രകൃതിക്കു മുമ്പിൽ നാം എത്ര നിസ്സാരരാണ് എന്നാണ് കൊവിഡ് 19 പഠിപ്പിക്കുന്ന ഏറ്റവും പ്രധാന പാഠം.

ജനങ്ങളും മാലിന്യങ്ങളും അംബരചുംബികളായ കോൺക്രീറ്റ് കാടുകളും ഈ 'കൊവിഡ് 19' കാലത്ത് നമുക്കു നല്കുന്ന സന്ദേശമെന്താണ്? നിയന്ത്രണാതീതമായി കൊവിഡ് -19 പടർന്നുപിടിച്ചത് മെട്രോ നഗരങ്ങളിലാണ്. ഇന്ത്യയിൽ ബോംബെ, ഡൽഹി തുടങ്ങിയ മെട്രോ നഗരങ്ങളിലാണ് ഇത് വ്യാപകമായി ബാധിച്ചത്. പാശ്ചാത്യനാടുകളെ അന്ധമായി പിന്തുടർന്നുള്ള വികസന രീതികൾ നിയന്ത്രിക്കേണ്ട സമയം അതിക്രമിച്ചിരിക്കുന്നുവെന്നുകൂടി കൊവിഡ് 19 നമ്മെ ഓർമിപ്പിക്കുന്നു.

നമുക്കു വേണ്ടത് 'സ്മാർട്ട് വില്ലേജു'കൾ

ഭാരതം പോലുള്ള ഒരു മഹാരാജ്യം പ്രകൃതിക്കും മനുഷ്യനും ഭാവി തല മുറകൾക്കും സ്വസ്ഥമായി ജീവിക്കാനുതകുന്ന ഒരുവികസന മാതൃക ലോകത്തിനു കാഴ്ചവയ്ക്കേണ്ടിയിരിക്കുന്നു. അതിനായി 'സ്മാർട്ട് സിറ്റി'കൾക്ക് പകരം 'സ്മാർട്ട് വില്ലേജ്' എന്ന മാതൃകയാണ് നാം നട പ്പിലാക്കേണ്ടത്. ദശലക്ഷക്കണക്കിന് കോടികൾ ചെലവഴിച്ച് 'സ്മാർ ട്ട് സിറ്റികളെ'ന്ന ദുരന്തങ്ങൾ ഇനിയും വേണമോയെന്ന് നമ്മുടെ സർ ക്കാരുകൾ ഇനിയെങ്കിലും ഗൗരവമായി ചിന്തിക്കണം. മുഴുവൻ ജന ങ്ങളും മഹാനഗരങ്ങളിലേക്ക് കുടിയേറിപ്പാർക്കുന്ന പ്രവണത അവ സാനിപ്പിക്കേണ്ടിയിരിക്കുന്നു. നാട്ടിൻപുറങ്ങളിൽ വീടും വിശാലമായ കൃഷിയിടങ്ങളും ഉപേക്ഷിച്ച് നഗരങ്ങളിൽ വലിയ വാടക കൊടുത്തു വാങ്ങുന്ന ഫ്ളാറ്റുകളിൽ ഇടുങ്ങി ജീവിക്കുന്ന എത്രയോ പേർ നമ്മുടെ നാട്ടിലുണ്ട്. ഈയൊരു സംസ്കാരത്തെ മാറ്റിയെടുക്കണം. അതിനായി കൃത്യമായ ആസൂത്രണം ചെയ്ത 'സ്മാർട്ട് വില്ലേജുകൾ' വികസിപ്പി ച്ചേടുക്കേണ്ടതുണ്ട്. റിയൽ എസ്റ്റേറ്റ് പ്രവർത്തനങ്ങളെ വളരെ കൃത്യ മായ ആസൂത്രണത്തിലൂടെ സ്മാർട്ട് വില്ലേജ് പദ്ധതിയിലേക്ക് തിരിച്ചു വിടാവുന്നതാണ്. ഒരു സ്മാർട്ട് സിറ്റിക്ക് ചെലവഴിക്കുന്ന പണം കൊണ്ട് ചുരുങ്ങിയത് ആയിരം സ്മാർട്ട് വില്ലേജുകൾ നിർമ്മിക്കാവാൻ കഴിയും. ഓരോ വില്ലേജിന്റെയും പ്രകൃതി സമ്പത്തുക്കൾ തൊഴിൽ പാരമ്പര്യം, സാംസ്കാരിക പാരമ്പര്യം, കാർഷിക പാരമ്പര്യം മുതലായവ പരിഗ ണിച്ചു വേണം സ്മാർട്ട് വില്ലേജുകൾ രൂപകല്പന ചെയ്യാൻ. നിലച്ചുപോ യതും നിലവിലുള്ളതുമായ പരമ്പരാഗത തൊഴിലും കൃഷിയും സം സ്കാരവും നിലനിർത്തുക എന്നതായിരിക്കണം 50% പ്രവർത്തന ങ്ങൾ. സ്കൂൾ വിദ്യാഭ്യാസ ക്രമവും പാഠ്യപദ്ധതിയും സമൂലമായി പരി വർത്തനം ചെയ്യപ്പെടണം. ലോകത്തിൽ നിലവിലുള്ള പാശ്ചാത്യ വി ദ്യാഭ്യാസ ക്രമത്തെ ലഘൂകരിച്ച് വിദ്യാർത്ഥികൾക്ക് ആവശ്യമുള്ള ലളി തമായ പാഠ്യക്രമം സാർവത്രികമായി നല്കണം. പല അന്താരാഷ്ട്ര പരീക്ഷാ സംവിധാനങ്ങളും ചെയ്യുന്നതുപോലെ മർമ്മഭാഗത്തിന് (core' system) ലളിതമായ പാഠ്യക്രമവും ഏതെങ്കിലും വിദ്യാർത്ഥികൾക്ക് അത് കൂടുതലായി പഠിക്കണമെന്നുണ്ടെങ്കിൽ വിപുലമായ പഠനത്തി നുള്ള സൗകര്യവും (extended option) നൽകാം. മൊത്തം പാഠ്യപദ്ധ തിയിൽ മൂന്നിൽ ഒന്ന് പരീക്ഷാക്രമത്തിനും അടുത്ത ഒരു ഭാഗം പ്രാ ദേശിക സംസ്കാരവും തൊഴിലും പ്രാദേശിക പ്രവൃത്തി നൈപുണ്യ വും ഉൾപ്പെടെയുള്ളവ പഠിപ്പിക്കുവാനും അവസാനത്തെ ഒരുഭാഗം

ഓരോരുത്തർക്ക് താല്പര്യമുള്ള മറ്റു സാങ്കേതിക വൈദഗ്ധ്യം പരിശീലിക്കാനും ഉപകരിക്കണം.

സാങ്കേതിക വിദ്യ പ്രാപ്തമാക്കിയ സാമൂഹിക സ്കൂൾ (Technology enabled Community School) എന്ന രീതിയിൽ ദേശീയവും പ്രാദേശികവുമായി വികസിപ്പിച്ചെടുത്ത പാഠ്യക്രമവും പ്രാദേശിക സാഹചര്യങ്ങൾക്കനുസരിച്ചുള്ള സമയക്രമവും നടപ്പിൽ വരുത്തണം. ഓരോ ഗ്രാമത്തിലും സാങ്കേതികവും പാരമ്പര്യവും പ്രായോഗികവുമായ അറിവുള്ളവർ, വിദ്യാഭ്യാസ പ്രവർത്തകർ, കലാസാംസ്കാരികരംഗത്ത് വ്യക്തിമുദ്ര പതിപ്പിച്ചവർ മുതലായവരെല്ലാം ഉൾപ്പെട്ട അക്കാദമിക് കമ്മിറ്റികൾ ഉണ്ടാക്കണം. രക്ഷിതാക്കളും വിവിധ രംഗങ്ങളിലെ പ്രതിഭരും ഗ്രാമത്തിലെ പ്രതിനിധികളും ഉൾപ്പെടുന്ന ഒരു സാമൂഹിക പരിശോധനാ സമ്പ്രദായം (Social auditing system) കൂടി നടപ്പിലാക്കിയാൽ ഈ സംവിധാനത്തിന്റെ സുതാര്യത ഒന്നു കൂടി വർദ്ധിക്കും.

സാങ്കേതിക വിദ്യ പ്രാപ്തമാക്കിയ സാമൂഹിക സ്കൂൾ (Technology Enabled Community School) എന്നതുകൊണ്ട് ഉദ്ദേശിക്കുന്നത് ലോകത്ത് വളർന്നു കൊണ്ടിരിക്കുന്ന സാങ്കേതിക വികാസങ്ങൾ ഗ്രാമങ്ങളിലേക്ക് ഫലപ്രദമായി എത്തിക്കുന്നതോടൊപ്പം ഈ രംഗത്ത് പ്രൊഫഷണലുകളെ വളർത്തിയെടുക്കാൻ പര്യാപ്തമായ സ്കൂൾ എന്നാണ്. ഇതിനായി ഐ.ടി കമ്പനികളുടെ സഹായത്തോടെ അവരുടെ ചെറിയ യൂണിറ്റുകൾ സ്ഥാപിക്കുകയും ഒപ്പം ഈ രംഗത്ത് പ്രാഗത്ഭ്യമുള്ളവർക്ക് ജോലിയും നൽകാം. ഇപ്പോൾ പല ഐ.ടി കമ്പനികളും വീട്ടിലിരുന്നു ജോലി (work at home) എന്ന രീതിയാണ് പരിഗണിക്കുന്നത്. നാട്ടിൻപുറങ്ങളിൽ നിന്നും നഗരങ്ങളിലേക്ക് ചേക്കേറിയവരാണ് ഇന്നു നമ്മുടെ ഐ.ടി ജോലി ചെയ്യുന്ന ബഹുഭൂരിപക്ഷവും. ഈ ജോലി അവരവരുടെ ഗ്രാമങ്ങളിൽ നിന്നു തന്നെ ചെയ്യുമ്പോൾ നഗരത്തിലെ ജീവിതച്ചെലവ് ഒഴിവാക്കാൻ സാധിക്കുമെന്നു മാത്രമല്ല ചുരുങ്ങിയ ശമ്പളത്തിൽ നിന്നു പോലും കൂടുതൽ മെച്ചമുണ്ടാക്കാൻ കഴിയുകയും ചെയ്യുന്നു.

വിവര സാങ്കേതികതയും നിർമ്മിത ബുദ്ധിയും (Information Technology and Artificial intelligence)

നമ്മുടെ പാഠ്യക്രമത്തിൽ വിവര സാങ്കേതികത (IT) നിർമ്മിത ബുദ്ധി (AI) മുതലായവയ്ക്ക് ഇപ്പോഴും വേണ്ടത്ര പ്രാധാന്യം കൈവന്നിട്ടില്ല.

സ്കൂളുകളിൽ ഇന്നും വിഷയങ്ങൾ പഠിപ്പിക്കുന്നത് മറ്റു വിഷയങ്ങളിൽ ബിരുദവും ബി.എഡും ഉള്ള അദ്ധ്യാപകരാണ്. ഇവർ മിക്കവാറും ഒരു താല്പര്യവുമില്ലാതെ നിർബന്ധിതമായാണ് ഈ വിഷയങ്ങൾ പഠിപ്പിക്കുന്നത്. ഒരു ഗ്രാമത്തിൽ ഒരു ഐ.ടി സ്ഥാപനം ഉണ്ടെങ്കിൽ അവിടെയുള്ള സാങ്കേതിക വിദഗ്ദ്ധരെ കൊണ്ട് ഇത്തരം വിഷയങ്ങളിൽ വിദ്യാർത്ഥികൾക്ക് പരിശീലനം നൽകാവുന്നതാണ്. കൂടാതെ ഇപ്പോൾ ഒട്ടേറെ ഓൺലൈൻ പരിശീലനങ്ങളും മൊബൈൽ ആപ്ലിക്കേഷനുകളും ലഭ്യമാണ്. ശാസ്ത്രവിഷയങ്ങളിൽ പോലും വളരെ മെച്ചപ്പെട്ട ഡിജിറ്റൽ ഉള്ളടക്കങ്ങളുണ്ട് (digital contents). ഇത്തരം സാധ്യതകളെ പൂർണമായി ഉപയോഗപ്പെടുത്തിക്കൊണ്ടുള്ള സാങ്കേതിക വിദ്യ പ്രാപ്തമാക്കുന്ന പഠന കേന്ദ്രങ്ങൾ (technology enabled learning centre) ആയിത്തീരണം നമ്മുടെ സ്കൂളുകൾ. ഒപ്പം സംഗീതം, നൃത്തം, സാഹിത്യം, ചരിത്രം മുതലായവയിലെ പ്രഗത്ഭരായ ആളുകളെ സന്ദർശകാചാര്യൻമാരാക്കി അത്തരം വിഷയങ്ങളിൽ താല്പര്യമുള്ള വിദ്യാർത്ഥികൾക്ക് അവയിൽ പരിശീലനം നൽകാവുന്നതാണ്. അന്യഭാഷാ പരിശീലനത്തിന്, ഉദാഹരണമായി ഇന്ന് ലോകഭാഷയായി വളർന്നിരിക്കുന്ന ഇംഗ്ലീഷ് ഭാഷാപഠനത്തിന് ഇംഗ്ലീഷ് ഒന്നാം ഭാഷയും മാതൃഭാഷയുമായ രാജ്യങ്ങൾ അന്താരാഷ്ട്ര തലത്തിൽ പരിശീലനം നൽകുന്നുണ്ട് [ഉദാഹരണം: CIE (Cambridge International Examination) വിവിധ തട്ടുകളിലായി നടത്തുന്ന പരീക്ഷകൾ]. അവ വിദ്യാർത്ഥികൾക്ക് ലഭ്യമാക്കാം. 10ാം ക്ലാസ്സിൽ പഠിക്കുന്ന ഒരു കുട്ടി Cambridge - Diploma വിജയിക്കുകയാണെങ്കിൽ അത് വിദ്യാർത്ഥിയുടെ പത്താം തരം മാർക്ക് ലിസ്റ്റിൽ ചേർത്ത് ഇംഗ്ലീഷ് വിഷയമായി പരിഗണിക്കണം. ഇന്ത്യയിലെ ഏതെങ്കിലും സർക്കാറുകൾ നൽകുന്ന സർട്ടിഫിക്കറ്റിന്റെ പ്രൊഫഷണൽ വാല്യൂ എന്ന് പറയുന്നതെന്താണ്? Ms Office (Microsoft office) സർട്ടിഫിക്കറ്റ് നമ്മുടെ സർക്കാർ നൽകുന്നതാണോ മൈക്രോസോഫ്റ്റ് നൽകുന്നതാണോ 'പ്രൊഫഷണൽ വാല്യു' ഉള്ളത്? Microsoft certificate ഒരു പത്താം ക്ലാസ്സ് വിദ്യാർത്ഥി നേടുകയാണെങ്കിൽ അത് ഒരു വിഷയമായി ചേർത്ത് സർക്കാർ പത്താം തരം സർട്ടിഫിക്കറ്റ് നല്കണം. വ്യവസ്ഥാപിത വിദ്യാഭ്യാസ ക്രമത്തിൽ നിലവിൽ വളരെ സുഖപ്രദമായി (comfortable) പ്രവർത്തിച്ചു വരുന്ന ഒരു ഉദ്യോഗസ്ഥ മേധാവിത്വവും യാഥാസ്ഥിതികരായ അദ്ധ്യാപക സമൂഹവും ഇത്തരം മാറ്റങ്ങളെ എങ്ങനെയാകും സ്വീകരിക്കുക എന്നത് കണ്ടറിയേണ്ടതാണ്. അതുകൊണ്ടു തന്നെ നിലവിലുള്ള പാഠ്യക്രമവും 'chalk & talk'

ലേഖകൻ അമേരിക്കയിലെ മഹർഷി മഹേഷ് യൂണിവേഴ്സിറ്റി ധ്യാനകേന്ദ്രത്തിൽ

സിസ്റ്റവും അധികം മാറ്റാതെ ഒരു പുതിയ സമ്പ്രദായം സമാന്തരമായി സർക്കാർ പരീക്ഷിക്കേണ്ടിയിരിക്കുന്നു. നിലിവിലുള്ള ഒരു സംവിധാനത്തെ പാടേ മാറ്റുക എന്നത് പ്രായോഗികമായി ബുദ്ധിമുട്ടുള്ള കാര്യമാണ്. വലിയ നഗരങ്ങൾ പരിഷ്കരിക്കുവാൻ ശ്രമിക്കുമ്പോൾ ഒട്ടേറെ എതിർപ്പുകൾ നേരിടേണ്ടി വരും. അപ്പോൾ അതിനോടനുബന്ധിച്ച് 'സാറ്റലൈറ്റ് സിറ്റി' ഉണ്ടാക്കുകയാണ് ചെയ്യാറുള്ളത്. ഉദാഹരണമായി ഓൾഡ് ഡൽഹിയെ പരിഷ്കരിക്കേണ്ടി വരുമ്പോൾ ന്യൂഡൽഹി നിർമ്മിക്കുന്നതുപോലെ. നിലവിലുള്ള സമ്പ്രദായത്തെ പരിഷ്കരിക്കാൻ മുതിരാതെ സമാന്തരമായി മറ്റൊരു വിദ്യാഭ്യാസ ക്രമം വളർത്തിയെടുക്കുകയാണ് പ്രായോഗികമായി എളുപ്പം.

'ഞാൻ', 'എന്റെ', 'എനിക്ക്' എന്നീ സങ്കല്പങ്ങളിലെ പിഴവാണ് പലപ്പോഴും ദുരിതങ്ങൾക്കു കാരണം. എന്റെ ക്ഷേമത്തിനുള്ള ഏറ്റവും നല്ല ഗ്യാരന്റി മറ്റെല്ലാവർക്കും ക്ഷേമമുണ്ടായിരിക്കലാണ് എന്ന ബോധം കൈവിട്ടുള്ള സ്വാർത്ഥത കേവലം മണ്ടത്തരത്തിന്റെ പര്യായമാണ്.

നാം മാറ്റത്തിനു വേണ്ടി എപ്പോഴും അലമുറയിട്ടുകൊണ്ടിരിക്കുകയാണ്. പ്രകൃതിയിലെ അടിസ്ഥാനപരമായ ഒരു പ്രതിഭാസത്തിനും മാറ്റമുണ്ടാക്കാൻ നമുക്കു സാധ്യമല്ല. പ്രകൃതിയുടെ ഭാഗമായ മനുഷ്യനും

ലേഖകൻ യൂണിവേഴ്സിറ്റി അധികൃതരോടൊപ്പം

പ്രകൃതി നിയമങ്ങൾക്കനുസരിച്ചു തന്നെ ജീവിക്കണം. നമുക്കു നമ്മുടെ കുഞ്ഞുങ്ങളെ രണ്ടു രീതിയിൽ, അതായത് സ്നേഹം കൊണ്ടും ഭയപ്പെടുത്തിയും അനുസരിപ്പിക്കാം. മറ്റൊരു തരത്തിൽ പറഞ്ഞാൽ തലോടിയും തല്ലിയും അനുസരിപ്പിക്കാം. സ്നേഹത്തോടെ അനുസരിപ്പിക്കുമ്പോൾ അവരുടെ താൽപര്യങ്ങൾ കൂടി നാം പരിഗണിക്കേണ്ടതുണ്ട്. ഭയപ്പെടുത്തിക്കൊണ്ട് അനുസരിപ്പിക്കുമ്പോഴാവട്ടെ അവരുടെ താൽപര്യം നോക്കേണ്ടതില്ല. പ്രകൃതിയോടുള്ള പൗരസ്ത്യമായ സമീപനം തലോടലിന്റെതാണ്. പാശ്ചാത്യ സമീപനം തല്ലലിന്റെയും. അതുകൊണ്ടു തന്നെ പ്രകൃതിയുടെ പ്രതികരണവും അതിനനുസരിച്ചായിരിക്കും. ഗ്രാമങ്ങളിൽ നടപ്പിലാക്കുന്ന വിദ്യാഭ്യാസ ക്രമം പ്രകൃതിയെ തഴുകുന്നതുമാകണം. നാം പ്രകൃതിയുടെ തന്നെ ഭാഗമാണെന്ന ആത്മജ്ഞാനം നൽകുന്നതുമാകണം. ധ്യാന പരിശീലനം പഠനക്രമത്തിന്റെ പ്രധാന ഭാഗമായിരിക്കണം. ഞാനൊരിക്കൽ അമേരിക്കയിലെ മഹർഷി മഹേഷ് യൂണിവേഴ്സിറ്റി സന്ദർശിച്ചപ്പോൾ 'ധർമ്മവും ശാസ്ത്രവും' (Dharma & Science) എന്ന വിഷയത്തെക്കുറിച്ച് സംസാരിക്കാൻ അവസരം ലഭിച്ചു. ധ്യാനത്തിന് വളരെ പ്രാധാന്യം കൊടുത്തുകൊണ്ടുള്ള പഠനരീതിയാണ് അവർ പിന്തുടരുന്നത്. നാനൂറ് ഏക്കറിലധികം വിശാലമായി കിടക്കുന്ന സർവകലാശാലയിൽ വിപുലമായ ധ്യാനശാലകളാണുള്ളത്. രാവിലെ 8.30 മുതൽ 9.30 വരെ നിശ്ശബ്ദ ധ്യാനമുണ്ട് (Silent Dhyana).

ധ്യാനകേന്ദ്രത്തിന് വളരെ അകലെ തന്നെ നാം ഷൂ അഴിച്ചു വച്ച് ധ്യാന ഹാളിലേക്ക് പ്രവേശിക്കണം. നിശ്ശബ്ദ ധ്യാനം നടന്നിരുന്നത് ഒരു വലിയ തിയേറ്ററിലാണ്. വിദ്യാർത്ഥികളും അധ്യാപകരും നിശബ്ദരായി ഈ ഹാളിൽ പ്രവേശിച്ച് 8.30 മുതൽ 9.30 വരെ നിശ്ശബ്ദ ധ്യാനത്തിൽ ഏർപ്പെടും. ഞാനും അവരോടൊപ്പം ചേർന്നു. ഒരു പ്രത്യേകതരം അനുഭൂതി തന്നെയായിരുന്നു ഈ പരിശീലനം. ഇതിനു ശേഷമായിരുന്നു വിദ്യാർത്ഥികൾ ക്ലാസ്സുകളിൽ പ്രവേശിച്ചിരുന്നത്. തികച്ചും ഏകാഗ്രവും ശാന്തവുമായ മനസ്സോടെ ക്ലാസ്സുകളിൽ പ്രവേശിക്കുന്ന വിദ്യാർത്ഥികളിൽ നമുക്കു കാണാവുന്ന സ്വയം അച്ചടക്കം (Self discipline) ആശ്ചര്യകരമാണ്. ഇന്ത്യ, പാകിസ്ഥാൻ ഉൾപ്പെടെയുള്ള രാജ്യങ്ങളിലെ വിദ്യാർത്ഥികൾ വരെ ഈ സർവകലാശാലയിലുണ്ട്. മറ്റു പല സർവകലാശാലകളും അരാജകത്വത്തിന്റെ കേന്ദ്രങ്ങളായി മാറുമ്പോൾ, പബ്ബുകളും നിശാജീവിതവും (night life) അവരുടെ ജീവിതത്തിന്റെ അവിഭാജ്യ ഘടകമാകുമ്പോൾ ഇത്തരത്തിലുള്ള സർവകലാശാലകൾ രക്ഷിതാക്കളുടെ കൂടി പ്രതീക്ഷയായി മാറുകയാണ്. അന്നപൂർണ എന്ന ഭക്ഷണശാല, ഏതാണ്ട് പൂർണമായും 'വെജിറ്റേറിയൻ' ആണ്.

ധ്യാനം ആത്മജ്ഞാനം വളർത്തുന്നതും തന്നിലെ കഴിവുകൾ കണ്ടെത്തുന്നതും അഗാധമായ ചിന്താതലങ്ങളിലേക്ക് നയിക്കുന്നതുമാണ്. നിരന്തരമായ ധ്യാനത്തിലൂടെയാണ് വാത്മീകിമഹർഷിയുടെയും മറ്റു ഋഷിമാരുടെയും അത്ഭുതകരമായ സൃഷ്ടികളുണ്ടായത്. ചെറുതും വലുതുമായ എല്ലാ കണ്ടുപിടുത്തങ്ങൾക്കും പുറകിൽ ധ്യാനാത്മകമായ ഒരു മനസ്സുണ്ട്. അടുത്ത കാലത്ത് മരണപ്പെട്ട വിശ്വപ്രസിദ്ധ ഭൗതികശാസ്ത്രജ്ഞൻ സ്റ്റീവൻ ഹോക്കിംഗ്സും യഥാർത്ഥത്തിൽ ഒരു ധ്യാനാത്മക മനസ്സിനുടമയായിരുന്നു.

കുട്ടികളിൽ സ്വയം ചിന്തിക്കാൻ ഉതകുന്ന ഒരു ധ്യാനാത്മക മനസ്സ് ഉണ്ടാവേണ്ടതുണ്ട്. ഒപ്പം തന്നെ ഉറച്ച ധർമ്മബോധവും. ഏതൊരു കർമ്മം ചെയ്യുമ്പോഴും അത് താൻ ഉൾപ്പെടുന്ന പ്രകൃതിക്ക് യാതൊരു കാരണവശാലും ദോഷം വരില്ലെന്നുള്ള ബോധമാണ് വേണ്ടത്. അതുകൊണ്ടുതന്നെ അവരുടെ ഔപചാരിക പഠനത്തിന്റെ മൂന്നിലൊരു ഭാഗമെങ്കിലും കൃഷി, ഗോപരിപാലനം തുടങ്ങി പ്രകൃതിയുമായി ഇണങ്ങിയ പ്രവർത്തനങ്ങൾക്കു വേണ്ടി ആയിരിക്കണം. നമുക്കാവശ്യമായത് നിർമ്മിക്കുന്നവരോട് നമുക്കു പുച്ഛമാണ്. അതുകൊണ്ടു തന്നെ കുട്ടികൾ കൃഷിയിലും മറ്റും ഏർപ്പെടുന്നത് രക്ഷിതാക്കൾക്ക് പലപ്പോഴും ഇഷ്ടപ്പെട്ടെന്നു വരില്ല. ഇതിൽ അന്തസ്സും (diginity) ഒരു ഘടക

മാണ്. അതിനു പരിഹാരം ഐ.ടി ഉൾപ്പെടെ മറ്റു മേഖലയിലുള്ളവർ ഒരു നിശ്ചിത സമയം കുട്ടികളോടൊപ്പം ഈ പ്രവർത്തനങ്ങളിൽ ഏർപ്പെടുകയെന്നതാണ്. ഓരോ വിദ്യാലയവും അവരുടെ ഗ്രാമത്തിന്റെ സാധ്യതകൾക്കനുസരിച്ച 'സ്റ്റാർട്ടപ്പ്' കേന്ദ്രങ്ങളും സ്വയം പര്യാപ്ത മായ കേന്ദ്രങ്ങളും ആയിരിക്കണം. ഒരു ഗ്രാമത്തിലെ പരമ്പരാഗത തൊഴിലാളികൾ മുതൽ സാങ്കേതിക വിദഗ്ദ്ധർ വരെ ഈ പ്രസ്ഥാന ത്തിന്റെ ഭാഗമായിരിക്കണം. വെള്ള കോളർ/ നീല കോളർ ജോലികൾ (white collar job/ blue collar job) എന്നിങ്ങനെ നാം ജോലിയുടെ നിലവാരത്തെ വേർതിരിച്ചിരിക്കുന്നു. ഈ സങ്കല്പത്തെ തകർക്കേണ്ടതുണ്ട്. കുറേ മേഖലകളിൽ അതു തകർക്കപ്പെട്ടു കഴിഞ്ഞു. ഉദാഹരണമായി മുമ്പ് ബാർബർ ഷാപ്പ് നടത്തുക എന്നത് ഒരു നീല കോളർ ജോലി (blue collar job) ആയിട്ടാണ് പരിഗണിച്ചിരുന്നത്. എന്നാലത് ബ്യൂട്ടി സലൂണും ബ്യൂട്ടീഷ്യനും ആയി മാറിയപ്പോൾ ഒരു വിദഗ്ദ്ധ വെള്ള കോളർ ജോലി (skilled white collar work) ആയി മാറി. അതുപോലെ തന്നെയാണ് പാചകക്കാരനിൽ നിന്ന് ഷെഫിലേക്കുള്ള (chef) മാറ്റവും.

വ്യത്യസ്ത കഴിവുകളുള്ള കുട്ടികൾക്ക് അവരുടെ കഴിവുകളെ ജീവനപരമാക്കി (professionalise) മാറ്റാൻ കഴിയണം. അതുപോലെ പ്രകൃതിയുമായി ഇടപഴകിയും കായിക പരിശീലനം സിദ്ധിച്ചും പ്രായോഗിക പരിശീലനത്തിലൂടെയും വളർന്നു വരുന്ന സാങ്കേതിക വിദഗ്ദ്ധർ ആത്മധൈര്യത്തോടെയും, ആത്മവിശ്വാസത്തോടെയും ജോലി ചെയ്യും. നേരത്തെ പറഞ്ഞ താഴെ നിന്ന് കല്പന നൽകുന്ന എഞ്ചിനീയറിംഗിന് പകരം മുകളിൽ ധൈര്യപൂർവം കയറി ജോലി ചെയ്യുന്ന എഞ്ചിനീയർ നമ്മുടെ ഇടയിൽ ഉണ്ടാവും. ചെയ്യുന്ന ജോലി ആസ്വദിച്ച് ചെയ്യുന്ന ഒരു സമൂഹത്തെ വളർത്തിയെടുത്താൽ നമ്മുടെ ഉൽ പാദന ക്ഷമത പതിന്മടങ്ങ് വർദ്ധിക്കും.

സ്മാർട്ട് വില്ലേജുകളിൽ 50% നടക്കുന്ന കൃഷി, കാർഷികോൽപ്പന്ന സംസ്കരണം മുതലായ ജോലികൾക്ക് അദ്ധ്യാപകരും ഐ.ടി വിദഗ്ദ്ധർ ഉൾപ്പെടെയുള്ളവരും അവരുടെ വൈദഗ്ദ്ധ്യം ഉപയോഗിക്കണം. അങ്ങനെ നമ്മുടെ ഗ്രാമങ്ങൾ സാംസ്കാരികം, വിദ്യാഭ്യാസം, തൊഴിൽ നൈപുണ്യം, വൈദ്യശാസ്ത്രം, കൃഷി മുതലായ എല്ലാ മേഖലകളിലും മികച്ചതും ആകർഷകവുമായി മാറട്ടെ. ഗ്രാമങ്ങളെ നഗരവത്കരിക്കുകയല്ല, തനതു ഗ്രാമീണതയെ ഉദ്ധരിക്കുക എന്നതായിരിക്കണം നമ്മുടെ ലക്ഷ്യം. ഗ്രാമങ്ങളിലെ മിക്കവാറും എല്ലാ പ്രശ്നങ്ങൾക്കും പരിഹാരം അവിടെ തന്നെയുണ്ടാവണം.

പ്രാചീനകാലത്ത് ലോകത്തിന് വെളിച്ചമേകിയ ഭാരതം ഈ ആധുനിക കാലത്തും ആ സ്ഥാനം തിരിച്ചു പിടിക്കേണ്ടത് അനിവാര്യമാണ്.

പഠിച്ചതു ബഹിഷ്കരിക്കുക (Unlearning)

നാം നമ്മോടുതന്നെ ചോദിക്കേണ്ട ചോദ്യങ്ങൾ

നാം പലപ്പോഴും വളരെ നീചമായ പ്രവൃത്തികൾ കാണുമ്പോൾ പ്രയോഗിക്കുന്ന വാക്കാണ് 'മൃഗീയം' എന്നത്. ഇതുകൊണ്ടർത്ഥമാക്കുന്നത് മനുഷ്യർ സംസ്കാര സമ്പന്നരും മൃഗങ്ങൾ യാതൊരു സംസ്കാരവുമില്ലാത്തവയും എന്നാണല്ലോ. നാം നമ്മളെയും മൃഗങ്ങളെയും ഒന്നു താരതമ്യം ചെയ്യുമ്പോൾ നമുക്കും മൃഗങ്ങൾക്കുമിടിയിൽ പൊതുവായ ചില സവിശേഷതകൾ ഉണ്ടെന്നു കാണാം. അവ പരിശോധിച്ചാൽ നമ്മളിലാണോ മൃഗങ്ങളിലാണോ 'മൃഗീയത' കൂടുതലെന്നു മനസ്സിലാകും.

1. ഭക്ഷണം

എന്തു കഴിക്കണം? എത്ര കഴിക്കണം? എപ്പോൾ കഴിക്കണം?

നമുക്കു ഒരു സിംഹത്തെ നിരീക്ഷിച്ചാൽ മനസിലാവുക, അത് ഇര പിടിക്കുക അതിന് വിശക്കുമ്പോൾ മാത്രമാണെന്നാണ്. ഒരു ഇരയെ പിടിച്ച് അതിനാവശ്യമുള്ളത് (വിശപ്പടക്കാൻ) മാത്രം ഭക്ഷിച്ച് ബാക്കി കാട്ടിലുപേക്ഷിക്കും, അത് മറ്റു ജീവികൾക്കുള്ളതാണ്. ഒരു പശുക്കുട്ടിയെയും പട്ടിക്കുട്ടിയെയും പുറത്തേക്ക് വിട്ടാൽ പശുക്കുട്ടി പുല്ലും പട്ടിക്കുട്ടി എല്ലും തിന്നും. എല്ലാ മൃഗങ്ങളും അവയുടെ വിശപ്പ് മാറിയാൽ പിന്നെ ഭക്ഷണം കഴിക്കില്ല. ഒരു പശുവിനും എല്ലാ ദിവസവും പുല്ല് മാത്രം തിന്ന് ബോറടിച്ചിട്ടില്ല.

മനുഷ്യൻ കഴിക്കാവുന്നത്രയും ഭക്ഷണം കഴിച്ച് ബാക്കി വരുന്നത് ശീതീകരണികളിൽ സൂക്ഷിച്ചുവച്ച് ദിവസങ്ങളോളം കഴിക്കും. ജന്തുക്കളുടെ മാംസം ദിവസങ്ങളും മാസങ്ങളും ശീതീകരണികളിൽ വച്ചു ഫ്രീസ് ചെയ്തും ഉപയോഗിക്കും. മറ്റൊരു ജീവിക്കും നൽകാതെ അവസാനം കേടായി വലിച്ചെറിയും.

പശുക്കുട്ടിയെയും പട്ടിക്കുട്ടിയെയും പുറത്തുവിടുന്നതുപോലെ ഒരു മനുഷ്യക്കുട്ടിയെ പുറത്തു വിട്ടാൽ അത് പുല്ലും എല്ലും എല്ലാം തിന്നും. വിശപ്പ് മാറിയാലും വീണ്ടും തിന്നും. കിട്ടിയാൽ അവസാനം ഒരു ഐസ്ക്രീമും കൊള്ളിക്കും.

പശുവിനോ ആനയ്ക്കോ സ്ഥിരമായി കഴിക്കുന്ന ഭക്ഷണം മടുക്കാറില്ല. എന്നാൽ നമുക്ക് രണ്ടു ദിവസം തുടർച്ചയായി ഒരേ ഭക്ഷണം കഴിച്ചാൽ മടുപ്പ് വരും. നമ്മുടെ ശരീരത്തിന് ചേർന്നാലും ഇല്ലെങ്കിലും നമ്മൾ ഓരോ നേരവും 'വെറൈറ്റി' ഭക്ഷണം നോക്കിനടക്കുകയാണ്. മനുഷ്യൻ ഇപ്പോൾ കുറുക്കനെപ്പോലെ രാത്രികാലങ്ങളിൽ കൂടുതൽ ഭക്ഷണം കഴിച്ച് നിശാജീവിതത്തിലാണ് (night life). എന്നിട്ട് ഉച്ചവരെ കിടന്നുറങ്ങും.

2. ഉറക്കം

മനുഷ്യനും മൃഗങ്ങൾക്കും പൊതുവായ ഒരു കാര്യമാണ് ഉറക്കം. പക്ഷിമൃഗാദികൾ അവയുടെ പ്രകൃതം അനുസരിച്ച് കൃത്യസമയത്ത് ഉറങ്ങുകയും ഉണരുകയും ചെയ്യും. കാക്കകൾ അസ്തമയത്തിനു മുമ്പേ കൂടണഞ്ഞ് അതിരാവിലെ എഴുന്നേൽക്കും. നാം നേരം പുലരുന്നു എന്ന് മനസ്സിലാക്കിയിരുന്നത് കോഴി കൂകുമ്പോഴായിരുന്നു. ഇത്തരത്തിൽ പകൽ ജീവിക്കുന്ന ജീവികൾ അസ്തമയത്തിനു ശേഷം ഇര തേടുകയോ ഭക്ഷണം കഴിക്കുകയോ ചെയ്യാറില്ല. ഇവയൊന്നും തന്നെ എഴുന്നേൽക്കാൻ അലാറം വയ്ക്കാറുമില്ല. ഒരു കോഴിയും ഞാൻ ഉറങ്ങിപ്പോയി എന്ന് പറഞ്ഞ് ഉച്ചയ്ക്ക് കൂകാറില്ല.

നമുക്കാകട്ടെ എപ്പോൾ ഉറങ്ങണം, എവിടെ ഉറങ്ങണം എന്നൊന്നും അറിയില്ല. ബസ്സിലും ക്ലാസ്സിലും ഓഫീസിലും ഇരുന്നുറങ്ങും. രാത്രി വളരെ വൈകും വരെ റസ്റ്റോറന്റുകളിലോ തിയേറ്ററുകളിലോ ടി.വിക്കു മുമ്പിലോ ഉറക്കമില്ലാതെ ഇരിക്കുകയും അവസാനം ഉറക്കം വരാൻ ഉറക്കുഗുളിക കഴിക്കുകയും ചെയ്യും. ഉറക്കം പ്രകൃതിയുടെ ഒരു വരദാനമാണ്. നമ്മുടെ ഉപനിഷത്തിലും മറ്റും 'സുഷുപ്തിയെക്കുറിച്ച് അതി മനോഹരമായാണ് വിശദീകരിച്ചിരിക്കുന്നത്. വില്യം ഷെക്സ്പിയർ അദ്ദേഹത്തിന്റെ വിഖ്യാതമായ നാടകം 'മാക്ബത്തി'ൽ ഉറക്കത്തെക്കുറിച്ച് പറയുന്നു.

> "Macbeth does murder Sleep',
> the innocent sleep,
> Sleep that knits up the ravell'd sleeve
> Of care,
> The death of each day's life,
> Sore labour's bath,

Balm of hurt minds, great nature's
Second course,
Chief nourisher in life's feast"

ഉറക്കത്തെക്കുറിച്ച് പറയുന്ന ഒട്ടേറെ സന്ദർഭങ്ങൾ ഈ നാടകത്തിലുണ്ട്. നല്ല ഉറക്കം കിട്ടുക എന്നത് മനസ്സിന്റെ സ്വാസ്ഥ്യത്തെക്കൂടി വെളിപ്പെടുത്തുന്നതാണ്. ഇതു തികച്ചും ആത്മനിഷ്ഠവുമാണ്. പഞ്ചനക്ഷത്ര ഭവനങ്ങളിൽ കിടന്ന് ഉറക്കഗുളിക കഴിച്ചിട്ടും ഉറക്കം വരാത്തവർ നിരവധിയാണ്. എന്നാൽ റോഡരികിൽ കിടന്ന് സുഖമായുറങ്ങുന്ന ഭവനരഹിതരും നിരവധിയാണ്. എല്ലാ ജീവജാലങ്ങളും കൃത്യമായി പാലിക്കുന്ന ഒരു പ്രതിഭാസമാണ് ഉറക്കം. ഓരോ ജീവജാലത്തിന്റെയും പ്രകൃതമനുസരിച്ച് അവ അത് ചിട്ടയായി പാലിക്കുന്നു. എന്നാൽ നിദ്രയോട് സത്യസന്ധത പുലർത്താത്ത ഏക ജീവിവർഗം നാം മനുഷ്യരാണ്.

3. ഭയം

എല്ലാ ജന്തുക്കൾക്കും ഭയമുണ്ട്. ഏതു മൃഗങ്ങൾക്കും അതിന്റെ ശത്രുക്കളിൽ നിന്ന് രക്ഷ നേടാൻ പ്രകൃത്യാ തന്നെ ചില കഴിവുകളുണ്ട്. മാനിന് ഓടാനുള്ള കഴിവും ചില മൃഗങ്ങൾക്ക് പല്ലും നഖവും ഉപയോഗിച്ചു ചെറുക്കാനും ചിലതിന് പറക്കാനും ചിലതിന് മരത്തിൽ കയറാനും ചിലതിന് വിഷം ചീറ്റാനും ചിലതിന് കായികശേഷി ഉപയോഗിച്ച് രക്ഷ നേടാനുമൊക്കെയുള്ള കഴിവുകളുണ്ട്. ഒരു പട്ടിയോ പൂച്ചയോ ഉറങ്ങുമ്പോൾ പോലും അതിന്റെയടുത്ത് ഒരു പാമ്പോ അല്ലെങ്കിൽ മറ്റെന്തെങ്കിലും ജീവികളോ വന്നാൽ ഉടൻ രക്ഷപ്പെടാനുള്ള മാർഗം അവയ്ക്കറിയാം, അതുപോലെ ഏതെല്ലാം ജീവികളാണ് അപകടകാരികളെന്നും. ഒരു മരത്തിൽ കയറുമ്പോഴും ഒരു സ്ഥലത്തു നിന്ന് മറ്റൊരു സ്ഥലത്തേക്ക് ചാടുമ്പോഴും അവയുടെ കഴിവിനെക്കുറിച്ച് അവയ്ക്ക് സ്വയം ബോധ്യമുണ്ട്. അതായത്, എന്തിനെ ഭയക്കണം, എപ്പോൾ ഭയക്കണം എന്ന് അവയ്ക്കറിയാം. അവ ജീവിതകാലം മുഴുവൻ ഭയന്നു ജീവിക്കാറില്ല.

എന്തിനെ ഭയക്കണം, എപ്പോൾ ഭയക്കണം, എന്നറിയാത്ത ഏകജീവിവർഗം മനുഷ്യരാണ്. നമ്മുടെ ഭയം എന്തൊക്കെയാണ്? സ്റ്റോക്ക് എക്സ്ചേഞ്ചിൽ (Stock exchange) ഓഹരിയുടെ വില ഇടിയുമോ, സ്വർണ വില എന്താവും, ലോണിന്റെ പലിശ കൂടുമോ, തുടങ്ങി ഒരു തലവേദന വന്നാൽ അത് ഭീകരരോഗമാണോ, എൻട്രൻസ് പരീക്ഷയിൽ

തന്റെ മകന് റാങ്ക് കിട്ടുമോ എന്നിങ്ങനെ നിരവധി ഭയങ്ങളാണ് നാം കൊണ്ടുനടക്കുന്നത്. ഇതൊന്നും തന്നെ നമ്മുടെ നിയന്ത്രണങ്ങളിലു ള്ള കാര്യങ്ങളുമല്ല. സ്റ്റോക്ക് എക്സ്ചേഞ്ചിന്റെ വിപണി നിലവാരം വായിച്ച് ചിന്തിച്ചുകൊണ്ടിരിക്കുമ്പോൾ ഒരു പാമ്പ് വന്നു കടിച്ചാൽ നാം അറിയുകയേ ഇല്ല. എന്തിനെ, എപ്പോൾ ഭയക്കണം എന്നറിയാതെ ജീവിതകാലം മുഴുവൻ അനാവശ്യ ഭയവും പേറി നടന്ന്, അവസാനം രോഗികളായി മരിക്കുകയാണ് നമ്മുടെയിടയിലെ ഭൂരിഭാഗം പേരും. ആത്മഹത്യ ചെയ്യുന്ന ഏകജീവി മനുഷ്യനാണ്. ആത്മഹത്യയ്ക്കു കാരണം ഭയമാണ്. അപ്പോൾ ഭയത്തിന്റെ കാര്യത്തിലും മൃഗങ്ങളാണ് മനുഷ്യരേക്കാൾ പ്രായോഗികമായ സമീപനം സ്വീകരിക്കുന്നത്.

4. ലൈംഗികത

ഒന്നു രണ്ടു വർഷത്തിനു മുമ്പ് മനുഷ്യന്റെ അക്രമവാസനയെയും ലൈംഗിക അതിക്രമങ്ങളെയും കുറിച്ചുള്ള ഒരു ചർച്ചയിൽ പങ്കെടുക്കാനവസരം ലഭിച്ചു. അന്ന് ചർച്ചയിൽ പങ്കെടുത്ത ഒരു വ്യക്തി പറഞ്ഞത് സ്ത്രീകളുടെ വസ്ത്രധാരണ രീതികളാണ് ഇത്തരം ലൈംഗികാക്രമണങ്ങൾക്കും കൊലപാതകങ്ങൾക്കും കാരണം എന്നായിരുന്നു. ഞാനതിനെക്കുറിച്ച് അഭിപ്രായപ്പെട്ടത്, അങ്ങനെയാണെങ്കിൽ ഏറ്റവും കൂടുതൽ ബലാത്സംഗങ്ങൾ നടക്കേണ്ടത് കൊടുങ്കാടുകളിലാണ്. നാം പറയുന്ന ക്രൂരമൃഗങ്ങൾ പൂർണ നഗ്നരായാണ് കാടുകളിൽ നടക്കുന്നത്. ലൈംഗികത എല്ലാ ജന്തുക്കളിലും ഉള്ളതാണ്. അതിനും ഒരു പ്രകൃതിനിയമമുണ്ട്. അതുകൊണ്ടാണ് കാടുകളിൽ ഒരു പെൺസിംഹവും ഒരു പിടിയാനയും കൂട്ടബലാത്സംഗത്തിനിരയാവാത്തത്. ദിവസേനയെന്നോണം നടക്കുന്ന കൂട്ടബലാത്സംഗ വാർത്തകളും കൊലപാതകങ്ങളും മനുഷ്യർക്കിടയിൽ മാത്രമാണുള്ളത്. നമ്മുടെ വളർത്തുമൃഗങ്ങൾ പോലും എത്ര മാന്യന്മാരാണ്. അവ പ്രകൃതിനിയമങ്ങൾ അനുസരിക്കുന്നവയാണ്.

അടിസ്ഥാനപരമായി ഈ നാലു കാര്യങ്ങളിലും ആധുനിക മനുഷ്യരെന്ന നമ്മളാണോ അതോ മൃഗങ്ങളാണോ മാന്യന്മാർ? വാങ്ങൽ നികുതിക്ക് വില്പന നികുതിയെന്നും പുറത്താക്കൽ പരീക്ഷയ്ക്ക് പ്രവേശന പരീക്ഷ എന്നും പറയുന്നതുപോലെയുള്ള ഒരു തലതിരിഞ്ഞ പ്രയോഗമാണ് 'മൃഗീയം' എന്നത്. മൃഗങ്ങൾ നമ്മുടെ ഭാഷ പഠിക്കുന്നതു വരെ നമുക്കീ പ്രയോഗം നടത്താം. കുഞ്ഞുണ്ണി മാസ്റ്ററുടെ ഒരു കുട്ടിക്കവിതയുണ്ട്.

"നായ്ക്കളേ നിങ്ങളെന്തിന് കടിപിടികൂടുന്നു;
മനുഷ്യരെപ്പോലെ" എന്ന്.

വ്യക്തികളില്ലാത്ത ഒരു സമൂഹം/ഒരുകൂട്ടം മനുഷ്യർ

JS/07/M378/This marble Monument is erected by the state

മുകളിൽ കൊടുത്തത് ഒരാളുടെ ഐഡന്റിറ്റിയാണ്. ഒരു ശവക്കല്ലറയ്ക്കു മുകളിൽ സർക്കാർ രേഖപ്പെടുത്തിയതാണിത്. ഡബ്ലിയു.എച്ച് ഓഡന്റെ (W.H Auden) പ്രമുഖ കവിതയായ 'അൺനോൺ സിറ്റിസണിലെ' (Unknown Citizen) പ്രധാന കഥാപാത്രം. ഏറ്റവും മികച്ച ഒരു പൗരനായി കണ്ടെത്തിയ വ്യക്തിയാണിത്. അദ്ദേഹം, സർവീസിൽ ഇരുന്ന കാലത്ത് അദ്ദേഹത്തിന്റെ മികവുകളെക്കുറിച്ച് സർക്കാർ വിശദീകരണം ഇപ്രകാരമായിരുന്നു, 'ബ്യൂറോ ഓഫ് സ്റ്റാറ്റിസ്റ്റിക്സ് റിപ്പോർട്ട് (Bureau of statistics report) അനുസരിച്ച് ഇദ്ദേഹത്തിന്റെ പേരിൽ ഒരു പരാതിപോലും രേഖപ്പെടുത്തിയിട്ടില്ല. പിന്നീടദ്ദേഹം ഒരു ഫാക്ടറിയിൽ ജോലി നേടി. യൂണിയൻ ഫീ ഉൾപ്പെടെ എല്ലാ അടവുകളും (Payment) കൃത്യമായി നിർവഹിച്ചു. ഇൻഷൂറൻസ് കൃത്യമാണ്. ഹെൽത്ത് കാർഡ് പ്രകാരം ഒരു തവണ ആശുപത്രിയിൽ പോയി രോഗം സുഖപ്പെട്ടു തിരിച്ചു വന്നു. മീഡിയ റിപ്പോർട്ട് പ്രകാരം പത്രങ്ങളിൽ വരുന്നവ പരസ്യമടക്കം കൃത്യമായി പിന്തുടർന്നു. ഇൻസ്റ്റാൾമെന്റ് കൃത്യം. ഗ്രാമഫോൺ, ഫ്രിഡ്ജ് മുതലായവയൊക്കെ ഉണ്ടായിരുന്നു. 'Saint' എന്നാണ് ഇദ്ദേഹത്ത വിശേഷിപ്പിച്ചത്. ഗവൺമെന്റിന്റെ നിർദ്ദേശ പ്രകാരമുള്ള 5 കുട്ടികളാണ് ഇദ്ദേഹത്തിനുണ്ടായിരുന്നത്. സ്വന്തമായി ഒരു ഐഡന്റിറ്റിയും പേരു പോലും ഇല്ലാത്ത റോബട്ടിന് തുല്യമായ ഒരു മനുഷ്യൻ, 'ദി അൺനോൺ സിറ്റിസൺ' (The Unknown Citizen). ഇതാണ് സ്റ്റേറ്റിനാവശ്യം. സ്വന്തമായി ചിന്തിക്കരുത്, അനുസരണ മാത്രം. ഈ കവിത അവസാനിപ്പിക്കുന്നതിങ്ങനെയാണ്.

"Was he free?
Was he happy?
The question is absurd
Had anything been wrong
We should certainly have heard."

ഒരു വ്യക്തിയെ അയാളുടെ വ്യക്തിത്വം പൂർണമായും ഇല്ലായ്മ ചെയ്ത് അനുസരണയുള്ള ഒരു മനുഷ്യക്കൂട്ടമായി വളർത്തിയെടുക്കു

കയെന്ന ഭരണകൂട പദ്ധതിയെക്കൂടിയാണ് 'അൺനോൺ സിറ്റിസൺ' എന്ന കവിതയിലൂടെ അവതരിപ്പിക്കുന്നത്. ഓരോ വ്യക്തിയിലും ഉള്ള മികച്ച കഴിവുകളെ വളർത്തിയെടുക്കുന്നതിനു പകരം അത്തരം കഴിവുകളെ വളരാനനുവദിക്കാതെ ഭരണകൂടത്തിനാവശ്യമായ രീതിയിൽ മാത്രം ചിന്തിക്കുകയും പ്രവർത്തിക്കുകയും ചെയ്യുന്ന, മുകളിൽ പറയുന്നതെന്തും അനുസരിക്കാൻ മാത്രം അറിയുന്ന ഒരു പറ്റം മാനസിക അടിമത്തമുള്ളവരെ വാർത്തെടുക്കലാണ് ഇവർ ചെയ്യുന്നത്. ഏക കക്ഷി സമ്പ്രദായമുള്ള (Single party system) രാജ്യങ്ങളിൽ ഇതു ഭീകരമായ രീതിയിലാണ് നടപ്പിലാക്കുന്നത്. ഉദാര ജനാധിപത്യ രാജ്യങ്ങളിൽ (Liberal Democratic countries) ജനങ്ങൾക്ക് വ്യത്യസ്തമായ പാർട്ടികളെ തിരഞ്ഞെടുക്കാൻ അവകാശമുണ്ടെങ്കിലും ഭരണം നിയന്ത്രിക്കുന്നത് ഉദ്യോഗസ്ഥമേധാവികളാണ്. സർക്കാരിന്റെ വിശ്വാസ്യത നേടുക, പ്രീണിപ്പിക്കുക എന്ന ഏക ലക്ഷ്യമാണ് ബഹുഭൂരിപക്ഷം വരുന്ന അജ്ഞാത പൗരന്മാർക്ക് (unknown citizens) ഉണ്ടാവുക. ഒരു ഏകരൂപ സമൂഹത്തെ (uniform society) വാർത്തെടുക്കലാണോ അതോ വ്യത്യസ്ത കഴിവുകളുള്ള ഒരു ക്രിയാത്മക സമൂഹത്തെ (creative society) വളർത്തിയെടുക്കുന്നതാണോ രാഷ്ട്രപുരോഗതിക്ക് ഗുണകരമാവുക? നമ്മുടെ സാഹിത്യ-- കലാരംഗവും ഉൾപ്പെടെയുള്ളവ ഇന്ന് അനുകരണങ്ങളുടെ മേഖലകളായി മാറിയിരിക്കുന്നു. ഈ കാലഘട്ടത്തിന്റെ ഏറ്റവും പ്രധാനപ്പെട്ട സമ്പത്ത് നൂതന ആശയങ്ങളും ക്രിയാത്മകതയുമാണ്. വിവര സാങ്കേതികതയുടെ (information technology) കാലഘട്ടം ആവശ്യപ്പെടുന്നത് അതാണ്. അതുകൊണ്ടു തന്നെ കുട്ടികളിലെ ക്രിയാത്മകതയും സ്വതന്ത്ര ചിന്തയും വളർത്താനുള്ള സാഹചര്യമായിരിക്കണം നമ്മുടെ വിദ്യാഭ്യാസ ലക്ഷ്യം. കുട്ടികൾക്ക് സ്വയം മത്സരിച്ച് തന്റെ കഴിവുകൾ വളർത്തിയെടുക്കാനുള്ള അവസരങ്ങൾ കൂടുതൽ കൂടുതൽ നൽകി മുഷിപ്പനായ ബാങ്കിംഗ് വിദ്യാഭ്യാസം അടിയന്തിരമായി നിയന്ത്രിക്കപ്പെടേണ്ടതുണ്ട്. വിശേഷിച്ച് ഒരു തൊഴിൽ നൈപുണ്യവും നേടാതെയുള്ള തൊഴിൽ അന്വേഷകരുടെ വൻ പടയെ കോടികൾ മുടക്കി, ഒരു ബിരുദ സർട്ടിഫിക്കറ്റും നൽകി പുറത്തേക്കു വിടുന്ന ഈ വിദ്യാഭ്യാസക്രമത്തിലും തൊഴിലുമായി യാതൊരു ബന്ധവുമില്ലാതെ ഒരു ജനറൽ നോളജ് പരീക്ഷയുംപേരിനൊരു ഇന്റർവ്യൂവും നടത്തി സർക്കാർ നടത്തുന്ന റിക്രൂട്ട്മെന്റ് സംവിധാനവും നിർത്തണം. സർക്കാർ മേഖലയിൽ ആധിപത്യം പുലർത്തുന്ന ഇത്തരം ഉദ്യോഗസ്ഥമേധാവികൾ യഥാർത്ഥ തൊഴിൽ നൈപുണ്യം ഉള്ളവരുടെ

സേവനങ്ങൾ സമൂഹത്തിന് ലഭിക്കുന്നത് അവരുടെ അധികാരത്തിലൂടെ ഒന്നൊന്നായി തടഞ്ഞുകൊണ്ടിരിക്കുകയാണ്.

വിദ്യാഭ്യാസം, ആരോഗ്യം തുടങ്ങി ഏതൊക്കെ മേഖലകളിൽ ലാഭമുണ്ടാക്കാൻ കഴിയുമോ, അവിടങ്ങളിലെല്ലാം ലാഭക്കൊതിയന്മാരുടെ ലോബികൾ വളർന്നു വരും. അതിനായി ആദ്യം നടപ്പിലാക്കുന്നത് അത്തരം മേഖലകളെ സർട്ടിഫിക്കറ്റ് ഉള്ളവർക്കു മാത്രമായി മാറ്റുകയാണ്. ഉദാഹരണമായി, നിർമ്മാണ മേഖല. എത്ര കഴിവുറ്റ വാസ്തുശില്പി ആയിരുന്നാലും ചുരുങ്ങിയത് അംഗീകൃത സർട്ടിഫിക്കറ്റുള്ള ഒരു ഡ്രാഫ്റ്റുമാനു (approved certificate draftman) മാത്രമേ ഒരു പ്ലാൻ സമർപ്പിക്കുവാൻ അവകാശമുള്ളൂ. ഏതാനും വർഷങ്ങൾക്കു മുമ്പ് ഒട്ടുമിക്ക വില്ലേജുകളിലും കെട്ടിട നിർമ്മാണത്തിന് ലൈസൻസ്/പെർമിറ്റ് ആവശ്യമില്ലായിരുന്നു. എന്നാൽ ഇന്നതു വേണം. പെർമിറ്റ് ആവശ്യമില്ലാതിരുന്ന സമയത്തെ നിർമാണങ്ങളും പുതിയ നിർമാണങ്ങളും ഒന്നു താരതമ്യം ചെയ്യുക. കേരളത്തിൽ തന്നെ പഴയ തച്ചന്മാരുണ്ടാക്കിയ കൊട്ടാരങ്ങൾ മുതൽ തറവാടു വീടുകൾ വരെയുള്ള പ്രകൃതി സൗഹൃദമായ മനോഹര കെട്ടിടങ്ങൾ നൂറ്റാണ്ടുകൾക്കു ശേഷവും അഭംഗുരം നിലനിൽക്കുന്നു. പക്ഷെ കെട്ടിട നിർമ്മാണ നിയമങ്ങൾ പൂർണമായും പാലിച്ചുകൊണ്ട് ഇവർക്ക് ഒരു പ്ലാൻ പഞ്ചായത്തുകളിൽ പോലും നിയമപരമായി സമർപ്പിക്കാൻ കഴിയില്ല. കാരണം അവർക്ക് സർട്ടിഫിക്കറ്റ് ഇല്ല. പതിറ്റാണ്ടുകൾ നീണ്ട പരിശീലനവും ജന്മസിദ്ധിയും കൈമുതലായവരുടെ കഴിവിനെക്കാൾ മികച്ചതാണ് ഒന്നോ രണ്ടോ വർഷം കൊണ്ട് നേടിയ ഡ്രാഫ്റ്റ്മാൻ സർട്ടിഫിക്കറ്റ്. (draftman certificate) എന്നതാണ് സർക്കാർ നിലപാട്.

ഈ ബ്യൂറോക്രാറ്റിക് നിലപാട് മറ്റുപല രാജ്യങ്ങളിലും ഇതര മേഖലകളിലേക്കു കൂടി പടർന്നു കൊണ്ടിരിക്കുകയാണ്. പല രാജ്യങ്ങളിലും ബാർബർ ഷാപ്പുകളും ബ്യൂട്ടി പാർലറുകളും നടത്താൻ സർട്ടിഫിക്കറ്റ് വേണമെന്ന നിബന്ധന വരുന്നു. അതു നടപ്പിലായാൽ നാട്ടിൽ പരമ്പരാഗതമായി ബാർബർ ജോലി ചെയ്യുന്നവൻ വ്യാജ ബാർബറും ആശാരി വ്യാജ ആശാരിയും പാചകക്കാരൻ വ്യാജപാചകക്കാരനുമായി മാറും. പാട്ടു പാടണമെങ്കിൽ ഏതു നല്ല ഗായകനും സംഗീത ബിരുദം നിർബന്ധമാക്കുകയും അല്ലാത്തവർ വ്യാജ ഗായകരായും മാറിയാൽ അത്ഭുതപ്പെടേണ്ടതില്ല. ഗാനമേളകളും റിയാലിറ്റി ഷോകളുമെല്ലാം സാമ്പത്തികമായി മികവ് നേടിക്കൊണ്ടിരിക്കുന്നതു കാണുമ്പോൾ തോന്നുന്നത് സംഗീത ബിരുദധാരികൾക്കു മാത്രമേ പ്രൊഫ

ഷണലായി പാടാൻ അനുവാദമുള്ളൂ എന്നു വന്നാൽ നമ്മുടെ അനുഗൃഹീത ഗായകരെല്ലാം വീട്ടിലിരുന്നു പാടേണ്ടി വരും എന്നാണ്.

ഈ സർട്ടിഫിക്കറ്റ് സമ്പ്രദായം എങ്ങനെയാണ് സമൂഹത്തിൽ നിന്നും പ്രതിഭകളെ അകറ്റുന്നത് എന്ന് ഓരോ മേഖലയും പരിശോധിച്ചാൽ മനസ്സിലാക്കാവുന്നതാണ്. പഴയകാലത്ത് രാജസഭകളിലേക്ക് പ്രതിഭകളെ തിരഞ്ഞെടുത്തിരുന്നത് അവരുടെ പ്രാഗത്ഭ്യം കണക്കിലെടുത്തുകൊണ്ടായിരുന്നു. ആഴ്ചകൾ നീണ്ട വിദ്വൽ സദസ്സുകളും പ്രതിഭാസംഗമങ്ങളും ഇതിനായി നടത്തിയിരുന്നു. പഴയകാലത്തെ പ്രതിഭാധനന്മാരായ രാജാക്കന്മാരും അവരുടെ രാജസദസ്സും വളരെയേറെ നിലവാരമുള്ളതാകാൻ കാരണം അതായിരുന്നു. പ്രതിഭകളെ വളരാൻ നമ്മുടെ പ്രാചീന സാമൂഹികക്രമങ്ങളിലും വിദ്യാലയ ക്രമങ്ങളിലും അവസരങ്ങൾ ധാരാളം ഉണ്ടായിരുന്നുവെന്നതിന്റെ തെളിവുകളാണ് വേദവ്യാസനും വാത്മീകിയും ചരകനും ശുശ്രുതനും ആര്യഭട്ടനും ഭാസ്കരനും ത്യാഗരാജസ്വാമികളും സ്വാതിതിരുനാളുമെല്ലാം. ആധുനികമെന്ന് നാം സ്വയം വിശേഷിപ്പിക്കുന്ന ഇന്നത്തെ സമൂഹത്തിന് എന്തുകൊണ്ട് ഇത്തരം പ്രതിഭാധനന്മാരെ വാർത്തെടുക്കാൻ കഴിയുന്നില്ല? പ്രസക്തമായ ഈ ചോദ്യത്തിന്റെ ഉത്തരം ലളിതമാണ്. ഇന്ന് ഉന്നത സ്ഥാനത്തിരിക്കുന്നവർ, പ്രതിഭകൾ കൊണ്ട് സ്ഥാനത്തെത്തിയവരല്ല, മറിച്ച് ചോദ്യോത്തരങ്ങൾ കാണാപ്പാഠം പഠിച്ച് പരീക്ഷാവിജയം നേടിയവർ മാത്രമാണ്. ഈ സർട്ടിഫിക്കറ്റ് സമ്പ്രദായം നടപ്പിലാക്കിയവർക്കുതന്നെ ഈ സമ്പ്രദായത്തിന്റെ കൊള്ളരുതായ്മകളെക്കുറിച്ച് നല്ല ബോധ്യമുണ്ടായിരുന്നു. അതുകൊണ്ടുതന്നെയാണ് ഭരണത്തിന്റെ ഉന്നത തലങ്ങളിലും നിയമനിർമാണ സഭകളിലും അവർ ഈ സർട്ടിഫിക്കറ്റ് സമ്പ്രദായം നടപ്പിലാക്കാതിരുന്നത്.

ലോകത്ത് അത്ഭുതകരമായി ഒട്ടേറെ കാര്യങ്ങൾ ചെയ്യാൻ ആധുനിക ശാസ്ത്രത്തിനു കഴിഞ്ഞിട്ടുണ്ട്. ശാസ്ത്രം കൂടുതൽ പ്രകൃതിയോടും പ്രകൃതിയുടെ ജീവജാലങ്ങളോടും സമരസപ്പെടേണ്ടിയിരിക്കുന്നു. പ്രകൃതിനിയമങ്ങളിലും പ്രകൃതിയുടെ പ്രതിഭാസങ്ങളിലും ഇടപെടാനുള്ള പരിമിതി ആധുനിക ശാസ്ത്രത്തിന് ഇനിയും ബോധ്യപ്പെടേണ്ടതായുണ്ട്. പ്രകൃതിയിലെ ഒന്നിനോടും ശത്രുതാമനോഭാവനമില്ലാതെ, ലക്ഷക്കണക്കായ ജന്തുജാലങ്ങളിൽ ഒന്നുമാത്രമാണ് നാമെന്നും പ്രകൃതിയിൽ എല്ലാ ജീവികൾക്കും തുല്യമായ അവകാശമാണെന്നുമുള്ള തിരിച്ചറിവാണ് ആദ്യം വേണ്ടത്. നമ്മുടെ യാതൊരു ചെയ്തികളും പ്രകൃതിക്കോ വരുംതലമുറയ്ക്കോ ഒരു ദോഷവും ഉണ്ടാക്കുന്നില്ല എന്ന

ഉറപ്പുവരുത്തിക്കൊണ്ടായിരിക്കണം ഓരോ ശാസ്ത്രപ്രവർത്തനങ്ങ ളും. തികഞ്ഞ ധർമബോധത്തോടെയുള്ള ശാസ്ത്രപ്രവർത്തനമാണ് നമുക്കാവശ്യം. മറ്റൊന്ന്, അറിവിനോടുള്ള സമീപനമാണ്. ലോക ത്തിലെ ഉറുമ്പു മുതൽ എല്ലാ ജീവികൾക്കും ബുദ്ധിയും അറിവുമു ണ്ടെന്ന് മനസ്സിലാക്കുന്നതിനോടൊപ്പം വിശേഷബുദ്ധിയുള്ള എല്ലാ മനുഷ്യരുടെയും അറിവിനേയും പ്രയോഗിക ബുദ്ധിയേയും നാം അം ഗീകരിക്കേണ്ടതുണ്ട്. ഭരണകൂട സംവിധാനം നൽകിയ ഏതാനും ചോ ദ്യങ്ങൾക്ക് അവർ പ്രതീക്ഷിച്ച ഉത്തരം കാണാപ്പാഠം പഠിച്ച് പാസ്സായ വർക്കു മാത്രമേ അറിവുള്ളൂ എന്ന തരത്തിൽ അറിവിനെ പരിമിതപ്പെ ടുത്തരുത്.

സഹസ്രകോടികൾ ചെലവഴിച്ച് മാലിന്യ നിക്ഷേപവും മലിനീകര ണവും കൊണ്ടു ജീവിക്കാൻ കഴിയാത്ത സ്മാർട്ട് സിറ്റി സങ്കൽപ്പത്തിൽ നിന്നും മാറി ശുദ്ധവായുവും ശുദ്ധജലവും ശുദ്ധമനുഷ്യരും കൃഷിയും പക്ഷിമൃഗാദികളും ഐ.ടി കേന്ദ്രങ്ങളും വൈഫൈയും എല്ലാം ഉള്ള സ്മാർട്ട് വില്ലേജുകളാണ് നമുക്കു നിർമ്മിക്കേണ്ടത്. ലോകത്തിന് പ്രാ ചീനകാലം മുതൽ അറിവു പകർന്നു നൽകിയ നമുക്കു പ്രകൃതിയോടു ചേർന്ന് ഒരു പുതിയ വികസന മാതൃക കാഴ്ച വയ്ക്കാം.

'സമ്പന്നത'യുടെ ആരാധകരാവുക

നമ്മുടെ ഒട്ടുമിക്ക പ്രസ്ഥാനങ്ങളുടെയും പ്രധാന മുദ്രാവാക്യം ദാരിദ്ര്യ നിർമ്മാർജ്ജനവും പ്രധാന വിഷയം ദാരിദ്ര്യവുമാണ്. പതിറ്റാണ്ടുക ളായി അവർ ദാരിദ്ര്യത്തെക്കുറിച്ചും ദരിദ്രന്മാരെക്കുറിച്ചും പറഞ്ഞു കൊണ്ടേയിരിക്കുന്നു. ഒരു ജനാധിപത്യരാഷ്ട്ര ക്രമത്തിൽ ഒരു രാഷ്ട്രീയ പ്രസ്ഥാനത്തിന്റെ ആവശ്യം കൂടുതൽ ജനങ്ങളുടെ പിന്തുണയാണ്. പലപ്പോഴും ഈ രാഷ്ട്രീയ പ്രസ്ഥാനങ്ങൾ ഞങ്ങളാണ് ദരിദ്രരുടെ കൂ ടെയെന്ന് സ്ഥാപിക്കാൻ മത്സരിക്കുന്നതു പോലെയാണ് തോന്നുക.

ഇത്തരത്തിലുള്ള ഒരു പാർട്ടിയുടെ ഒരു വിശദീകരണ യോഗത്തിൽ ഒരനുഭാവി നേതാവിനോട് ചോദിച്ചു. നേതാവേ, നാം സമ്പന്നരുടെ യും സമ്പത്തിന്റേയും ലോകത്തിനായി പരിശ്രമിക്കുന്ന പാർട്ടിയാണ ല്ലോ? ഉടനെ നേതാവ് അനുയായിയോട് ദേഷ്യപ്പെട്ടു. അദ്ദേഹം പറഞ്ഞു. താങ്കൾ ഇപ്പോൾ സമ്പന്നരുടെയും ബൂർഷ്വകളുടെയും ആരാധക നായി മാറിയിരിക്കുന്നു. ഉടനെ അനുയായി അതു തിരുത്തി, ക്ഷമാപ ണത്തോടെ പറഞ്ഞു, അല്ല നമ്മൾ ദരിദ്രരുടെയും ദാരിദ്യത്തിന്റേയും ലോകത്തിനായി പ്രവർത്തിക്കുന്നവരാണല്ലോ? അപ്പോഴാണ് നേതാവിന്

തന്റെ അബദ്ധം ബോധ്യപ്പെട്ടത്. നമ്മുടെ പല പ്രസ്ഥാനങ്ങളും നിലനിൽക്കുന്നതു തന്നെ ദരിദ്രരുടെ പേരിലാണ്. നമ്മുടെ ലക്ഷ്യം ഒരിക്കലും കൂടുതൽ കൂടുതൽ ദരിദ്രന്മാരെ ഉണ്ടാക്കുക എന്നതാവരുത്. നമുക്കു കൂടുതൽ കൂടുതൽ സമ്പന്നരുണ്ടാവണം. നമ്മുടെ എല്ലാ പൗരന്മാരും സമ്പന്നരാവുകയെന്നതായിരിക്കണം നമ്മുടെ ലക്ഷ്യം. സമ്പന്നത എന്നത് കേവലം ഭൗതികം മാത്രമല്ല. ബൗദ്ധികമായും മാനസികമായും ചിന്താപരമായും നാം സമ്പന്നരായിരിക്കണം. സമ്പന്നരുടെയും സമ്പന്നതയുടെയും ഒരു ലോകമായിരിക്കണം നമ്മുടെ ലക്ഷ്യം. നാം എപ്പോഴും ആരാധിക്കുന്നത് നല്ലതിനെയായിരിക്കണം. നല്ല ഗാനങ്ങളെയും ഗായകരെയും നാം ആരാധിക്കും. നല്ല നാട്യത്തെയും നല്ല നടനെയും നാം ആരാധിക്കും. അതുപോലെ നല്ല സമ്പത്തിനെയും നല്ല സമ്പന്നരെയും നമുക്കാരാധിക്കാം. ഇവിടെ 'നല്ല' എന്ന പ്രയോഗം കൊണ്ടുദ്ദേശിക്കുന്നത് ധാർമികതയാണ്.

ദൗർഭാഗ്യവശാൽ നമ്മുടെ ഒട്ടുമിക്ക രാഷ്ട്രീയ പ്രസ്ഥാനങ്ങളും ഭൗതികമായ സമ്പന്നരുടെ ആരാധകരാണ്. പല പ്രസ്ഥാനങ്ങളുടെയും മുൻനിര നേതാക്കന്മാർ തന്നെ ഭൗതികമായി സമ്പന്നരാണെങ്കിലും പരസ്യമായി 'നല്ല' സമ്പന്നരെ അംഗീകരിക്കാനോ ആരാധിക്കാനോ ധൈര്യപ്പെടാറില്ല. ഒരു രാജ്യത്തിന്റെ ഉയർച്ചയിൽ പ്രധാനപ്പെട്ടതാണ് ആ രാജ്യത്തിലെ സമ്പന്നതയും സമ്പന്നരായ പൗരാവലിയും.

അതുകൊണ്ടു തന്നെ ദരിദ്രരായ ഒരു ജനതയ്ക്ക് ചില്ലറ ആനുകൂല്യങ്ങൾ മാത്രം നൽകി അവരെ കാലാകാലം ദരിദ്രരാക്കി നിർത്തുകയല്ല പകരം അവരെ സമ്പന്നരാക്കി മാറ്റുകയാണ് ചെയ്യേണ്ടത്. സമ്പന്നതയെ നമുക്കാരാധിക്കാം. സമ്പന്നരുടെയും സമ്പന്നതയുടെയും ഒരു ലോകത്തിനായി പരിശ്രമിക്കാം.

ആഹ്ലാദിക്കുവാൻ പരിശീലിക്കുക

ഈ അടുത്ത കാലത്തായി ലോകമെമ്പാടും മനുഷ്യന്റെ നിത്യ ജീവിതവുമായി ബന്ധപ്പെട്ട വിവിധ മേഖലകളിൽ പരിശീലനം നൽകുന്ന നിരവധി പരിശീലകരുടെയും പരിശീലന പദ്ധതികളുടെയും ബാഹുല്യം കണ്ടുവരുന്നുണ്ട്. അവരുടെ സേവനങ്ങൾ പലർക്കും സഹായകരമാകുന്നുമുണ്ട്. ഇത്തരം പരിശീലനങ്ങളിലെ ഒരു പ്രധാന വിഷയം എങ്ങനെ ആഹ്ലാദിക്കാം, ആഹ്ലാദത്തിന്റെ രഹസ്യങ്ങൾ എന്നിവയാണ്. ആഹ്ലാദകരമായ ജീവിതം നയിക്കുകയെന്നതാണ് എല്ലാവരു

ടെയും ആഗ്രഹം. എന്നാൽ എന്താണ് ആഹ്ലാദമെന്നോ എങ്ങനെ ആഹ്ലാദിക്കണമെന്നോ നമുക്കറിയില്ല എന്നല്ലേ മുകളിൽ പറഞ്ഞ പരിശീലന പദ്ധതികൾ തെളിയിക്കുന്നത്.

ഈ പുസ്തകത്തിന്റെ ആരംഭത്തിൽ പരാമർശിച്ചതുപോലെ, നാം ഒരിക്കലും നമ്മുടെ ഉള്ളിലേക്ക് നോക്കുന്നില്ല. മാത്രമല്ല, നമ്മുടെ ആഹ്ലാദം നമ്മുടെ മനസ്സിലാണുള്ളതെന്ന യാഥാർത്ഥ്യം തിരിച്ചറിയാതെ നാം സന്തോഷത്തെയും ആഹ്ലാദത്തേയും അന്വേഷിച്ച് അലയുകയാണ്. സുഖം, ആഹ്ലാദം, സന്തോഷം എന്നിവയെക്കുറിച്ചൊന്നും വ്യക്തമായ ധാരണയില്ലാത്തവരായി മാറിയിരിക്കുകയാണു നാം. നമ്മുടെ സന്തോഷമില്ലായ്മയുടെ പ്രധാന കാരണങ്ങളിൽ ഒന്ന് നാം എപ്പോഴും ഭാവികാലത്തിൽ ജീവിക്കുന്നു എന്നതാണ്. നാളയെക്കുറിച്ചു മാത്രം ചിന്തിച്ച് കാലം കഴിക്കുമ്പോൾ നമുക്കു നഷ്ടമാകുന്നത് വർത്തമാനകാലജീവിതവും സന്തോഷവുമാണെന്നു നാം ഓർക്കുന്നേയില്ല. മനുഷ്യൻ ഒഴിച്ചുള്ള പ്രകൃതിയിലെ മറ്റു ജീവികൾ ഭാവിയെക്കുറിച്ചുള്ള ഉത്കണ്ഠകളോ പ്രതീക്ഷകളോ ഭാരമാകാതെ വർത്തമാനകാലത്തെ ആഹ്ലാദത്തിലാണ് ജീവിക്കുന്നത്. അതുകൊണ്ടുതന്നെ അവയുടെ ജീവിതം സംതൃപ്തവും സന്തോഷകരവുമാണ്.

നമ്മുടെ അസംതൃപ്തിക്കുള്ള മറ്റൊരു കാരണം നമ്മുടെ സമൂഹത്തിലെ പരസ്പര മത്സരമാണ്. നാം മറ്റൊരാളോട് മത്സരിക്കുമ്പോൾ നാമറിയാതെ തന്നെ നമ്മുടെ മനസ്സിൽ ശത്രുത ജനിക്കുന്നു. ഇത് നമ്മുടെ മനസ്സിനെ അശാന്തമാക്കുകയും ആഹ്ലാദത്തെ ഇല്ലാതാക്കുകയും ചെയ്യുന്നു.

ഉറുദു ഭാഷയിലോ മറ്റോ ഉള്ള ഒരു ഗ്രാമീണ കഥയുണ്ട്. ഒരു ഗ്രാമത്തിൽ ധിക്കാരിയായ ഒരാളുണ്ടായിരുന്നു. മറ്റുള്ളവരെ ദ്രോഹിക്കുന്നതിലായിരുന്നു അയാളുടെ സന്തോഷം. അങ്ങനെ മറ്റുള്ളവരെ ദ്രോഹിച്ചുകൊണ്ട് അദ്ദേഹം ജീവിതകാലം മുഴുവൻ സന്തോഷിച്ചുകൊണ്ടിരുന്നു. അവസാനം അയാൾ കിടപ്പിലായപ്പോൾ ഒരു ദിവസം അയാൾ ഗ്രാമീണരെയെല്ലാം വിളിച്ചുവരുത്തി അവരോട് മാപ്പപേക്ഷിച്ച് ഒരഭ്യർത്ഥന നടത്തി, “എന്നെ നിങ്ങൾ കട്ടിലോടുകൂടി എടുത്ത് ഒരു പൊതുസ്ഥലത്തു കൊണ്ടുപോയിവയ്ക്കണം. എന്നിട്ട് എല്ലാവരും കൂടി എന്നെ മർദ്ദിക്കണം. ഇനി ഈ ഗ്രാമത്തിൽ എന്നെപ്പോലെ ദുഷ്ടനായി ആരും ഉണ്ടാകരുത്.” അങ്ങനെ ഗ്രാമീണർ അയാൾ പറഞ്ഞതുപോലെ പൊതുസ്ഥലത്ത് കൊണ്ടുപോയി വച്ച് അയാളെ മർദ്ദിക്കാൻ തുടങ്ങി. ആ സമയത്ത് ഒരു സംഘം പോലീസെത്തി ഗ്രാമീണരെ ക്രൂരമായി അടിച്ചു.

കട്ടിലിൽ കിടന്ന മനുഷ്യൻ ഇതുകണ്ട് ഒരുപാട് ആഹ്ലാദിച്ചു. ഗ്രാമീണരെ വിളിച്ചു ചേർക്കുന്നതിനു തൊട്ടു മുമ്പ് അയാൾ ഗ്രാമീണർ തന്നെ മർദ്ദിക്കാൻ തീരുമാനിച്ചതായി വിവരം ലഭിച്ചിട്ടുണ്ടെന്നും ഉടൻ വന്നു രക്ഷിക്കണമെന്നും പോലീസിനെ വിവരമറിയിച്ചിരുന്നു. അവശനിലയിൽ കിടക്കുമ്പോഴും അയാളുടെ ചിന്ത എങ്ങനെ മറ്റുള്ളവരെ ദ്രോഹിച്ച് തനിക്കു സന്തോഷിക്കാമെന്നായിരുന്നു.

മറ്റുള്ളവരുടെ ദുഃഖത്തിൽ സന്തോഷിക്കുന്ന 'സാഡിസം' മനുഷ്യന്റെ മാത്രം പ്രത്യേകതയാണ്. മറ്റുള്ളവരുടെ ഉയർച്ചയിലും വളർച്ചയിലും സന്തോഷിക്കാൻ കഴിയില്ലെന്ന് മാത്രമല്ല പലപ്പോഴും അത്തരം ഉയർച്ചയും വളർച്ചയും പലരുടെയും സന്തോഷം കെടുത്തുന്നു എന്നതാണ് സത്യം.

നമ്മുടെ നിലവിലെ വിദ്യാഭ്യാസ രീതിയിലും സാമൂഹിക ക്രമത്തിലുമെല്ലാമുള്ള മത്സാരാധിഷ്ഠിത സമ്പ്രദായങ്ങളാണ് നമ്മുടെ ജീവിതത്തിൽ നിന്നും ആഹ്ലാദത്തെ അകറ്റുന്ന മറ്റൊരു ഘടകം. ഉള്ളതുകൊണ്ട് തൃപ്തിപ്പെടാതെ നേട്ടങ്ങളുടെ പിന്നാലെ പായുന്ന മനസ്സുകളിൽ ഒരിക്കലും സന്തോഷത്തിനു സ്ഥാനം ഉണ്ടായിരിക്കുകയില്ല.

ഒരിക്കൽ ഒരു പണക്കാരൻ ഒരു ഗുരുവിനെ സമീപിച്ചു പറഞ്ഞു, “ഞാൻ ധാരാളം പണം സമ്പാദിച്ചിട്ടുണ്ട് പക്ഷേ എനിക്കൊരു സംതൃപ്തിയും ലഭിക്കുന്നില്ല.” ഇതു കേട്ട ഗുരു ഉടനെ ഒരു ചെറിയ കുട്ടിയെ അരികിലേക്കു വിളിച്ച് അവനൊരു പഴം കൊടുത്തു. അവനതു വാങ്ങി ഒരു കയ്യിൽ വച്ചു. ഗുരു വീണ്ടും ഒരു പഴം കൊടുത്തു. കുട്ടി അതു വാങ്ങി അടുത്ത കയ്യിൽ വച്ചു. ഗുരു മൂന്നാമതൊരു പഴം കൂടി കൊടുത്തപ്പോൾ അതു വാങ്ങാൻ കഴിയാതെ അവൻ വിഷമിച്ചു. ആദ്യം ലഭിച്ച രണ്ടു പഴങ്ങളും നെഞ്ചോട് ചേർത്ത് അവൻ മൂന്നാമത്തെ പഴം വാങ്ങാൻ ശ്രമിച്ചപ്പോൾ എല്ലാ പഴങ്ങളും മണ്ണിൽ വീണു. ഇതു ചൂണ്ടിക്കാട്ടി ഗുരു പണക്കാരനോട് പറഞ്ഞു, “നമുക്കാവശ്യമുള്ളതു മാത്രം സംതൃപ്തിയോടെ സ്വീകരിക്കുകയും അല്ലാത്തവ വേണ്ടെന്നു വയ്ക്കുകയും ചെയ്യണം. അല്ലെങ്കിൽ ഉള്ളതുപോലും നഷ്ടപ്പെടും. ലഭിച്ചതിൽ സംതൃപ്തമാകാൻ മനസ്സിനെ പരിശീലിപ്പിച്ചെങ്കിൽ മാത്രമേ നമുക്കു ആഹ്ലാദവും സന്തോഷവും ഉണ്ടാവുകയുള്ളു.

ഭോഗത്തിൽ മാത്രമല്ല ത്യാഗത്തിലും സംതൃപ്തിയുണ്ടെന്ന കാര്യം നാം തിരിച്ചറിയേണ്ടതുണ്ട്. ആഹ്ലാദമാണ് നമ്മെ ജീവിക്കാൻ പ്രേരിപ്പിക്കുന്ന ഘടകം. അതു നഷ്ടപ്പെടുമ്പോൾ ജീവിതം മതിയാക്കുന്നതിനെക്കുറിച്ചു പോലും നാം ചിന്തിച്ചെന്നു വരാം. സ്വന്തം ജീവൻ ഇല്ലായ്മ

ചെയ്യുന്ന പ്രകൃതിയിലെ ഏക ജീവി വർഗം മനുഷ്യനാണ്. അതിനുള്ള കാരണമാകട്ടെ ജീവിതത്തോടുള്ള മടുപ്പ് അഥവാ അസംതൃപ്തിയും. വർത്തമാനകാലം അനുഭവിക്കാതെ ഭാവിയെക്കുറിച്ചുള്ള പ്രതീക്ഷക ളിലാണ് ഇന്നു ബഹുഭൂരിഭാഗം ആളുകളും ജീവിക്കുന്നത്. എന്നാൽ ഭാവിയെക്കുറിച്ചുള്ള പ്രതീക്ഷകൾ സഫലമാകാതെ വരുമ്പോൾ നമ്മുടെ ആത്മവിശ്വാസം നഷ്ടപ്പെടുകയും ആത്മഹത്യയെക്കുറിച്ച് ചിന്തിക്കു കയും ചെയ്യും.

നമ്മുടെ സന്തോഷം നമ്മൾ തന്നെയാണ് തീരുമാനിക്കേണ്ടത്. ജീവിതം വിരസമായി തീരുന്നതിനുള്ള ഒരു പ്രധാന കാരണം നാം ചെ യ്യുന്ന ജോലികൾ നമുക്കു വിരസമായി തോന്നുമ്പോഴാണ്. ഞങ്ങളുടെ ഗ്രാമത്തിലെ പൊയിൽക്കാവ് യൂ.പി. സ്കൂൾ അദ്ധ്യാപകനും പൊ യിൽക്കാവ് ക്ഷേത്രം ട്രസ്റ്റിയും ആയിരുന്നു പരേതനായ ശ്രീ. സി. കൃഷ്ണൻ നായർ. സന്ന്യാസ തുല്യമായ ജീവിതം നയിച്ചിരുന്ന അദ്ദേഹം സ്വാമി കൃഷ്ണൻ മാഷ് എന്നായിരുന്നു അറിയപ്പെട്ടത്. അവിവാഹിത നായ അദ്ദേഹം താമസിച്ചിരുന്നത് ക്ഷേത്രത്തിൽ തന്നെ ആയിരുന്നു. സ്കൂൾ സമയം കഴിഞ്ഞാൽ അദ്ദേഹം ക്ഷേത്ര പരിസരത്തെത്തി തൂ മ്പയുമായിറങ്ങും. അത്യാവശ്യം കൃഷിപ്പണികൾ ചെയ്യുക, ക്ഷേത്ര പരി സരവും റോഡും വൃത്തിയാക്കുക തുടങ്ങിയവയാണ് പതിവ്. ഒരു ദിവസം അദ്ദേഹം റോഡ് വൃത്തിയാക്കി കൊണ്ടിരിക്കുമ്പോൾ അദ്ദേ ഹത്തിന്റെ കുറച്ച് പൂർവ വിദ്യാർത്ഥികൾ ഒരു കാറിൽ അതുവഴി വന്നു. അവർ കാർ നിർത്തി വേഗം ചെന്ന് അദ്ദേഹത്തിന്റെ കൈയിൽ നിന്ന് തൂമ്പ വാങ്ങി സഹായിക്കാൻ ശ്രമിച്ചു. അദ്ദേഹം അതു കൊടുക്കാതി രുന്നപ്പോൾ അവർ വീണ്ടും നിർബന്ധിക്കാൻ തുടങ്ങി. ഒടുവിൽ അദ്ദേഹം അല്പം ക്ഷുഭിതനായി അവരോട് ചോദിച്ചു, " ഞാൻ ഈ ജോലി ചെയ്യുന്നത് എന്തിനാണെന്ന് നിങ്ങൾക്കറിയാമോ?" റോഡും പരിസരവും വൃത്തിയായിരിക്കാൻ എന്നു വിദ്യാർത്ഥികൾ മറുപടി പറഞ്ഞു. അപ്പോൾ അദ്ദേഹം അവരോടു പറഞ്ഞു, "അല്ല. തൂമ്പയെ ടുത്ത് ജോലി ചെയ്യുന്നത് എനിക്കിഷ്ടമായതുകൊണ്ടാണ് ഞാനീ ജോലി ചെയ്യുന്നത്. എനിക്കു വേണ്ടി നിങ്ങൾ ഇതു ചെയ്താൽ എനിക്കെ ങ്ങനെയാണ് എന്റെ ഇഷ്ടം ആസ്വദിക്കാൻ കഴിയുക? ഫുട്ബോൾ കളിക്കുമ്പോൾ നിങ്ങൾക്കു പകരം ഞാൻ കളിച്ചാൽ നിങ്ങൾക്കിഷ്ട പ്പെടുമോ?" ഈ വിശദീകരണത്തോടെ ശിഷ്യർ നിശ്ശബ്ദരായി.

ഈ ചെറിയ സംഭവത്തിൽ വലിയൊരു സന്ദേശമുണ്ട്. ചെയ്യുന്ന ജോലി നാം ആസ്വദിച്ചു ചെയ്യണം. അപ്പോഴാണ് അത് ഫലപ്രദവും

ആഹ്ലാദകരവുമായിത്തീരുന്നത്. തൊഴിലിനെ (Work)എന്നതിനെ ഉപാസനയാക്കി (worship) മാറ്റാൻ നമുക്കു കഴിയണം.

പ്രകൃതിയുമായി ചേർന്നു നിൽക്കുമ്പോഴാണ് മനുഷ്യന് സ്വാഭാവികവും ശാശ്വതവുമായ സന്തോഷം ലഭിക്കുന്നത്. അതുകൊണ്ടാണ് നാം നമ്മുടെ വ്യാകുലതകളും വിരസതയും മാറ്റാൻ യാത്രകൾ പോകുന്നത്. നഗര ജീവിതം നയിക്കുന്നവരെ സംബന്ധിച്ചിടത്തോളം തിരക്കേറിയ നഗര ജീവിതം പലപ്പോഴും അവരുടെ മനസ്സിന്റെ ശാന്തതയും സമാധാനവും നഷ്ടപ്പെടുത്താറുണ്ട്. അത്തരം സന്ദർഭങ്ങളിൽ അവർ ശാന്തി തേടി പോകുന്നത് പ്രകൃതിയിലേക്കാണ്.

മനോഹരമായ കടൽത്തീരങ്ങൾ, പുഴകൾ, കായലുകൾ, മലകൾ, വെള്ളച്ചാട്ടങ്ങൾ, കാടുകൾ, പുൽമേടുകൾ, പച്ച വിരിച്ച പാടങ്ങൾ എന്നിവയെല്ലാം നമ്മുടെ മനസ്സിനു നൽകുന്ന വിശ്രാന്തി പുനരുജ്ജീവനാത്മകമാണ്. നമ്മുടെ കവികൾക്കും കലാകാരന്മാർക്കും ചിത്രകാരന്മാർക്കും അവരുടെ സർഗ വാസനകൾ ആവിഷ്ക്കരിക്കാൻ കഴിയുന്നത് പ്രകൃതിയോട് ചേർന്നിരിക്കുമ്പോഴാണ്. തിരക്കേറിയ മഹാനഗരങ്ങളിലെ ബഹുനില കെട്ടിടങ്ങളിൽ അവർ രചനകൾ നടത്തിയിട്ടുണ്ടാ കാമെങ്കിലും അവരുടെ യഥാർത്ഥ പ്രചോദന കേന്ദ്രങ്ങൾ എന്നും പ്രകൃതി തന്നെയാണ്.

ബാഹ്യമായ ആകർഷണീയതകൾ നിറഞ്ഞതാണ് നഗര ജീവിതം. തികച്ചും യാന്ത്രികമായ നഗരജീവിതം യഥാർത്ഥത്തിൽ വിരസമാണ്. പ്രകൃതിയിൽ ലയിച്ചുനിൽക്കുന്ന ശുദ്ധമായ ഗ്രാമജീവിതമാണ് ആഹ്ലാദപ്രദം. ആധുനിക സൗകര്യങ്ങളും വിനിമയ സംവിധാനങ്ങളും ഇന്ന് നഗര ഗ്രാമ വ്യത്യാസമില്ലാതെ ലോകമെമ്പാടും ലഭ്യമാണ്. മനോഹരവും സമ്പന്നവുമായ ഗ്രാമങ്ങൾ നിറഞ്ഞതാണ് നമ്മുടെ രാജ്യം. എല്ലാ ഗ്രാമീണ തനിമയും പ്രകൃതി ഭംഗിയും നിലനിർത്തി അതിനൊപ്പം ആധുനിക സൗകര്യങ്ങളും വിന്യസിച്ച ആഹ്ലാദകരമായ ഒരു ഗ്രാമ ജീവിതം വളർത്തിയെടുക്കുന്നതിൽ ആയിരിക്കണം നമ്മുടെ ശ്രദ്ധ. ശുദ്ധജലവും ശുദ്ധവായുവും ലഭിക്കാത്ത 'സ്മാർട്ട് സിറ്റി' കളിൽ നിന്നും അവയെല്ലാമുള്ള 'സ്മാർട്ട്വില്ലേജു'കളിലേക്കായിരിക്കണം ഇനി നമ്മുടെ യാത്ര. അമ്മയുടെ മടിത്തട്ടിലെന്ന പോലെ അവിടെ നാം സുരക്ഷിതരും ആഹ്ലാദചിത്തരും ആയിരിക്കും. ജീവന്റെ നിലനില്പിന്നാധാരമായ പഞ്ചഭൂതങ്ങളുടെ സാകല്യവും അവിടെ ആയതുകൊണ്ട് നമുക്കിനി ഒരു മന്ത്രമായി ഉരുവിടാം 'ഗ്രാമം ഗച്ഛാമി.'

Bibliography

1. English Language - Albert C.Baugh and Thomas Cable
2. Education in England - A brief history - Derek Gillard
3. A history of English Education in India - Syed Mahmood
4. അഷ്ടോപനിഷത്തുകൾ – ടി. ശിവശങ്കരൻ നായർ – മാതൃഭൂമി ബുക്സ്
5. മർദ്ദിതരുടെ ബോധനശാസ്ത്രം – പൗലോ ഫ്രെയർ
6. വിദ്യാഭ്യാസം ഭാരതത്തിൽ–ടി.കെ മുഹമ്മദ്–കേരള ഭാഷാ ഇൻസ്റ്റിറ്റ്യൂട്ട്
7. തുറന്ന ക്ലാസ്സ് മുറി – കെ.ടി മാർഗരറ്റ് (കേരള ശാസ്ത്ര സാഹിത്യ പരിഷത്ത്)
8. കേരളത്തിന്റെ വികസനം – ചില ചിന്തകൾ – എഡിറ്റർ കെ.ആർ ജനാർദ്ദനൻ (കേരള ശാസ്ത്ര സാഹിത്യപരിഷത്ത്)
9. Indian Sceintific heritage - Dr. N Gopalakrishnan
10. Macbath – William Shakespeare
11. Unknown citizen – W H Auden
12. ഗീതാദർശനം: സാംഖ്യയോഗം – ഓഷോ

പിൻകുറിപ്പ്

2018ൽ ഇംഗ്ലീഷിൽ പ്രസിദ്ധീകരിച്ച 'swedeshi.edu' എന്ന പുസ്തകത്തിന്റെ ഒരു തുടർച്ചയാണ് 'ഗ്രാമം ഗച്ഛാമി' എന്ന ഈ പുസ്തകം. ഭാരതീയ വിദ്യാഭ്യാസ ക്രമവും പാശ്ചാത്യ വിദ്യാഭ്യാസ ക്രമവും തമ്മിലുള്ള ഒരു താരതമ്യത്തോടൊപ്പം പാശ്ചാത്യ ചിന്തയിലധിഷ്ഠിതമായ ആധുനിക ശാസ്ത്രത്തിന്റേയും നാഗരികതയുടെയും വ്യർത്ഥതയെക്കുറിച്ചുള്ള ചില ചിതറിയ ചിന്തകളും ഇതിൽ ചർച്ച ചെയ്യുന്നു. എന്റെ ഈ എളിയ സംരംഭത്തെ വായനക്കാർ സ്വീകരിക്കുമെന്ന് പ്രത്യാശിക്കട്ടെ.

തന്റെ ബഹുവിധമായ തിരക്കുകൾക്കിടയിലും ഈ പുസ്തകം ശ്രദ്ധാപൂർവം വായിക്കുകയും അതിനെക്കുറിച്ച് അമൂല്യവും അർത്ഥവത്തുമായ ഒരു കുറിപ്പെഴുതി എന്നെ അനുഗ്രഹിക്കുകയും ചെയ്ത കൊളത്തൂർ അദ്വൈതാശ്രമം മഠാധിപതി ശ്രീമദ് ചിദാനന്ദപുരി സ്വാമികളോടും പഠനാർഹമായ മറ്റൊരു അവതരണക്കുറിപ്പ് നല്കിയ സി.പി.ഐ.എം പോളിറ്റ് ബ്യൂറോ അംഗവും മുൻ വിദ്യാഭ്യാസ മന്ത്രിയുമായ ശ്രീ. എം.എ ബേബിയോടുമുള്ള വാക്കുകൾക്കതീതമായ നന്ദിയും കടപ്പാടും ഇവിടെ രേഖപ്പെടുത്തട്ടെ. ഇതോടൊപ്പം ഈ ഗ്രന്ഥത്തെക്കുറിച്ച് സമഗ്രമായ അവലോകനം നടത്തിയ ഡോ. സി. ശ്രീകുമാറിനോടും വാക്കുകൾക്കതീതമായ നന്ദി രേഖപ്പെടുത്തട്ടെ. കൂടാതെ ഈ പുസ്തകത്തിന്റെ ഘടനാപരമായ ചർച്ചയിൽ സഹായിച്ച ശ്രീ. ഗോപിനാഥ്, പ്രൂഫ് റീഡിങ്ങിൽ സഹായിച്ച ശ്രീ. മധു കിഴക്കയിൽ കവറും ലേ-ഔട്ടും ഭംഗിയായി നിർവഹിച്ച ശ്രീ. സൈനുൽ ആബിദ്, നജ്മുദ്ദീൻ (ഡി-സൈൻ, എറണാകുളം) മനോഹരമായി അച്ചടി നിർവഹിച്ച ഇൻസൈറ്റ് പബ്ലിക്കേഷൻ ഉടമ ശ്രീ. സുമേഷ് എന്നിവർക്കും ഹൃദയം നിറഞ്ഞ നന്ദി.

ഗിരീഷ് ചന്ദ്രൻ